எனது ஆண்கள்

எனது ஆண்கள்

நளினி ஜமீலா

திருச்சூர் அருகில் கல்லூரில் பிறந்தார். தந்தை: நெல்லிப்பரம்பில் ராகவன், தாய்: பணிக்கப்பரம்பில் கல்யாணி. கூலித்தொழிலாளியாகயிருந்து இருபத்து நான்காம் வயதில் பாலியல் தொழிலுக்கு வந்தார். கேரளா ‘செக்ஸ் ஒர்க்கர்ஸ்’ அமைப்பில் செயல்பட்டு வருகிறார். ‘ஜுவாலாமுகிகள்’, ‘A Peep into the Silenced’ ஆகிய இரண்டு ஆவணப்படங்கள் தயாரித்திருக்கிறார். மூத்த மகள் லதாவுக்கு இரண்டு குழந்தைகள். இரண்டாவது மகள்: ஸீனத், கணவர்: சுதீர்.

ப. விமலா

மொழிபெயர்ப்பாளர்

கன்னியாகுமரி மாவட்டத்தைச் சார்ந்தவர். அண்ணாமலை பல்கலைக்கழகத்தில் முதுகலைப் பட்டத்தையும் புதுதில்லி ஜவஹர்லால் நேரு பல்கலைக்கழகத்தில் இளமுனைவர், முனைவர் பட்டங்களையும் பெற்றுள்ளார். ‘தொல்காப்பிய மலையாள மொழிபெயர்ப்புகள்’ என்னும் தலைப்பில் முனைவர்பட்ட ஆய்வினை ஜவகர்லால் நேரு பல்கலைக் கழகத்தில் 2019இல் நிறைவு செய்துள்ளார். ‘மலையாளம் – தமிழ் இலக்கிய மொழிபெயர்ப்புகள்’ என்னும் நூலும் ‘விவேகானந்தம்’ என்னும் புதின மொழிபெயர்ப்பு நூலும் இவரின் குறிப்பிடத்தக்க நூல்கள்.

தமிழ்நாடு முற்போக்கு கலை இலக்கிய மேடை (தேனி) இவரது இலக்கியப் பணிக்காக ஜி. நாகராஜன் நினைவு இலக்கியச் சிற்பி விருதினை (2020) வழங்கிச் சிறப்பித்துள்ளது. தற்போது சிவகாசி, அய்ய நாடார் ஜானகி அம்மாள் கல்லூரியில் தமிழ் உதவிப் பேராசிரியராகப் பணியாற்றி வருகிறார்.

● அன்பார்ந்த வாசகருக்கு,

வணக்கம்.

காலச்சுவடு நூலை வாங்கியமைக்கு நன்றி.

நூலின் உள்ளடக்கம், உருவாக்கம், அட்டைப்படம் இன்ன பிற அம்சங்கள் பற்றிய உங்கள் கருத்துகளையும் ஆலோசனைகளையும் காலச்சுவடு வரவேற்கிறது. தகவல், எழுத்து, வாக்கியப் பிழைகள் தென்பட்டால் அவசியம் தெரிவித்து உதவுங்கள். நூல் தயாரிப்பில் கடும் குறைபாடு இருப்பின் மாற்றுப் பிரதி உங்களுக்குக் கிடைக்கக் காலச்சுவடு ஏற்பாடு செய்யும்.

மின்னஞ்சல்: **publisher@kalachuvadu.com**

காலச்சுவடு நாகர்கோவில் அலுவலகத்திற்குக் கடிதம் அனுப்பலாம்.

தங்கள்
எஸ்.ஆர். சுந்தரம் (கண்ணன்)
பதிப்பாளர் — நிர்வாக இயக்குநர்

Unauthorised use of the contents of this published book, whether in e-book or hardcopy format, for any type of Artificial Intelligence (AI) training — including but not limited to Machine Learning, Deep Learning, Natural Language Processing, Computer Vision, Chatbot Training, Image Recognition Systems, Recommendation Engines, and Language Models — is strictly prohibited without prior licensing from the publisher. Any such unauthorised use may result in legal action.

நளினி ஜமீலா

எனது ஆண்கள்

மலையாளத்திலிருந்து தமிழில்:
ப. விமலா

காலச்சுவடு பதிப்பகம்

எனது ஆண்கள் ✦ சுயசரிதை ✦ ஆசிரியர்: நளினி ஜமீலா ✦ மலையாளத்தி லிருந்து தமிழில்: ப. விமலா ✦ © நளினி ஜமீலா ✦ முதல் பதிப்பு: பிப்ரவரி 2022, எட்டாம் பதிப்பு: ஜூன் 2025 ✦ வெளியீடு: காலச்சுவடு பப்ளிகேஷன்ஸ் (பி) லிட்., 669, கே.பி. சாலை, நாகர்கோவில் 629001

enatu aaNkaL ✦ Autobiography ✦ Author: Nalini Jameela ✦ Translated from Malayalam by: P. Vimala ✦ © Nalini Jameela ✦ Language: Tamil ✦ First Edition: February 2022, Eighth Edition: June 2025 ✦ Size: Demy 1 x 8 ✦ Paper: 18.6 kg maplitho ✦ Pages: 160

Published by Kalachuvadu Publications Pvt. Ltd., 669 K.P. Road, Nagercoil 629001, India ✦ Phone: 91-4652-278525 ✦ e-mail: publications @kalachuvadu.com ✦ Printed at Print Point Offset Printers, Nagercoil 629001

ISBN: 978-93-5523-157-4

06/2025/S.No. 1074, kcp 5856, 18.6 (8) 8ss

பொருளடக்கம்

முன்னுரை: கேரளத்தில் ஆண்கள்	9
மொழிபெயர்ப்பாளர் முன்னுரை	15
ரவுடிக் கட்டும் வரப்பு முத்தமும்	17
தட்டான் தொட்டால். . .	22
சிற்றிலஞ்சேரி கதை	25
மசாலா தோசையும் கூறைப்பேனும்	66
இடைச்சந்துகளில் காதல்	80
சாராயமும் ஆணும் மங்களூரும்	101
விஜயா லாட்ஜில் மூன்று காதலர்கள்	115
பாரிஜாதம் பூத்துக் குலுங்கிய...	136
காதலுக்கு வயதில்லை!	140
உண்மையான காதலன்	156

முன்னுரை

கேரளத்தில் ஆண்கள்

இதுவரை பழகிய மலையாள ஆண்களில் எழுபத்தைந்து சதவீதம் பேரும் பெண்களைச் சரிசமமாக நினைக்காதவர்கள்தான். பெண்கள் மிகவும் மோசமானவர்கள் என்ற எண்ணம் மலையாளிகளின் பிறப்பிலேயே வந்தது. 'மலமூத்ர விஸர்ஜனமாகுந்ந பாத்ரம், நரஜன்மம் நரகத்திலாழ்த்துந்ந காத்ரம்'[1] என்று ஸ்ரீ நாராயண குருகூட நினைத்திருந்ததாகக் கேள்விப்பட்டிருக்கிறேன் – உண்மைதானா என்று தெரியாது – தங்களுக்குத் தேவையானபோதும்கூட, இதெல்லாம் தன்னுடைய பெருந்தன்மை என்ற ஏளன எண்ணம்தான் மலையாளி ஆண்களுக்கு; 'வர்றியாடீ', 'உனக்கு எவ்வளவு டீ' என்றொரு மனோபாவம்.

கர்நாடகத்திலும் தமிழ்நாட்டிலும் நிலைமை இதுவல்ல. கர்நாடகத்தில், அரசாங்கத்தின் அங்கீகாரம் இல்லையென்றாலும் கம்பெனி வீடுகளும் அதற்கு ஆதரவு தரும் ரவுடிகள் உட்பட்ட பலரும் இருப்பதனால், பாதி அங்கீகாரம் பெண்களுக்கு இருக்கிறது. ஒரு எல்லைக்கு அப்பால் 'வாடீ, போடீ' என்னும் மொழியை அவர்கள் பயன்படுத்தமாட்டார்கள். தமிழ்நாட்டில் என்றால் ஒரு தனிப்பட்ட மரியாதைதான் மலையாளிப் பெண்களுக்கு. இப்பெண்கள் அவர்களுக்குக்

1. மலமும் மூத்திரமும் வெளியேற்றுகின்ற பாத்திரமாகிய பெண் உடலானது, அதனை விரும்புகிறவனை நரகத்தில் மூழ்கடித்து விடும்.

குப்பைக் கூளங்கள் அல்ல, அவர்கள் ஒரு படி மேலேதான் என்ற மனோபாவத்தினால் மலையாளிப் பெண்களிடம் ஆண்களுக்கு ஒரு மோகம் உண்டு.

செக்ஸ் விஷயத்திலும் இந்த வேறுபாடு உண்டு. கர்நாடகக் காரர்களுக்கு செக்ஸின்மீது பெரும் பேராசை எதுவுமில்லை. எந்த விவசாய நிலத்திலும் தேவைக்குக் காரியம் நடக்கும். இருபத்தேழு - இருபத்தெட்டு வயதுள்ளபோது எனக்கு மங்களூரில் தனியாக வீடு கிடைப்பதற்குத் தடையேதும் இல்லாமல் இருந்தது. பக்கத்து வீட்டுக்காரனிடம் வழியில் வைத்துப் பல மணிநேரங்கள் பேசினாலும் பிரச்சனை எதுவுமில்லை. அவனுடைய மனைவி எதிரே வந்தாலும் எதுவும் கேட்கமாட்டாள். பேராசை இல்லை. இரவில் வீட்டைத் தட்டமாட்டார்கள். பிடித்து இழுத்தல் இல்லை. அந்த அளவுக்குக் 'கிடைக்காதது' என்ற எண்ணம் அவர்களுக்கில்லை. இரவில் கணவனைத் 'தூக்கிட்டுப் போயிடுவாங்களோ' என்ற பயமும் இல்லை. மைசூரிலும் ஏறக்குறைய இதே நிலைமைதான்.

கேரளத்தில் எனக்கு, இந்த அறுபத்தி நான்காவது வயதிலும் வீடு வாடகைக்குக் கிடைக்காது. சுங்கவரிபோல, 'நீ பாலியல் தொழிலாளிதானே, தந்திட்டுப் போ' என்ற கண்ணோட்டம்தான். பெண்களின் விஷயத்தில் பழைய காலம்தான் இன்னும் கொஞ்சம் நல்லது என்று தோன்றுவதுண்டு. அக்காலத்தில் நாயர்களோடு உறவு ஏற்பட்டிருந்தது, அதை வைத்துக்கொண்டு வேறொருவன் வந்து, 'என்னையும் மேல படுக்க வச்சுக்க' என்று நிர்ப்பந்தம் செய்யமாட்டான் அல்லவா! நான் மண் அள்ளும் வேலைக்குச் செல்கின்ற காலத்தில் எல்லாரும் பயப்பட்ட இரண்டு ரவுடிகள்தான் தெங்கம்புள்ளி பாலனும் பள்ளிவளப்பன் குட்டப்பனும். அவர்களுக்கு ஒரு 'ஏரியா' உண்டு. அங்கே செல்ல வேண்டுமென்றால், ஒன்று வேறுவழியில் போவார்கள், இல்லையெனில் குரூப்பாகப் போவார்கள். அவர்களுடைய ரவுடியிசம் என்னவென்றால் சீட்டாட்டம்தான். ஏதாவது பெண்கள் அந்த வழியாக வந்தால் ஓடிவந்து இரண்டு மார்பையும் பிடிப்பார்கள்; கட்டிப்பிடிப்பார்கள். மார்பைப் பிடிப்பதுதான் அவர்களுடைய அதிகபட்ச ரவுடியிசம். தூக்கிக்கொண்டு போகமாட்டார்கள். கர்ப்பிணி ஆகிவிடுவார்கள் என்ற பயம்தான். அது ஊரில் உள்ளவர்களுக்குத் தெரிந்தால் மானம் போய்விடும். பாலன் கே. நாயரைப் போன்ற ரவுடிகளெல்லாம் சினிமாவில் இருந்துதான் வந்தார்கள். இப்போது தொலைக்காட்சித் தொடர்கள் உட்படப்

பலவற்றிலும் பெண்களைத் தோற்கடிப்பதற்கான தந்திரம் 'கன்னித்தன்மை'யை அழித்தலும், 'கர்ப்பிணியாக்குதலும்'தான்.

மலையாளி ஆண்களின் கள்ளத்தனத்திற்கு ஏற்ற நிலஅமைப்புதான் கேரளத்தினுடையது. ஊரில் சாத்தியப்படாத விஷயங்களுக்கு, பக்கத்து மாநிலத்தைத் தேடி ஓடிப்போவது எளிது. என்னுடைய வாடிக்கையாளர்களில் மிகவும் பணக்காரர் களாக இருந்தவர்கள் வர்த்தகம் செய்பவர்கள்தான். ஒரு புகழ்வாய்ந்த நபரின் நண்பர் எனக்கொரு பொருளாதார உதவி செய்துதரத் தயாரானபோது, 'என்னிடம் ஒருமுறை வர வேண்டும்' என்று சொன்னார். அவர் வடகரைக்காரர்தான். 'இங்கெயெல்லாம் வேண்டாம், மங்களூருக்குப் போலாம்' என்று சொன்னார். வடகரைக்காரரான அவர் கம்யூனிஸ்டாகவும் இருந்தார். வடக்கன் கேரளத்தில் உள்ளவர்களுக்கு மங்களூருக்குச் செல்வதுதான் விருப்பம். அங்கே நெருங்கிப் பழகுவதற்குப் பயப்பட வேண்டாம். காசும் குறைவுதான். அதிகமான பாலியல் தொழிலாளர்களும் அங்கே உண்டு. துளுவில் 'கடப்பனக்கிள்' என்றொரு சொல் உண்டு; 'ஒளித்து ஓடுபவன்' என்பதுதான் அதன் பொருள். மலையாளிகள் வேலை தேடியும் பெண் தேடியும் மங்களூருக்கு வருவார்கள். மாஹியில் விலை குறைந்த மது கிடைப்பதுபோல மங்களூரில் செலவு குறைந்த பெண் கிடைப்பாள். லாட்ஜுகளில் காசும் ரெய்டும் குறைவுதான். கோழிக்கோட்டுக்காரர்கள் என்றால் மைசூருக்குத்தான் போவார்கள். மைசூரில் உள்ள பாலியல் தொழிலாளர்கள், மலையாளிகள் அவர்களுக்கு அதிகப் பணமும் கூடுதல் அன்பும் கொடுப்பதாக என்னிடம் சொன்னார்கள். ஊர்விட்டு ஊர் செல்லும்போது குணநலன்களும் மாறுகின்றன. திருச்சூர் பகுதியில் உள்ளவர்கள் பழனிக்குத்தான் செல்வார்கள். பழனியில் வயது வித்தியாசம் எதுவும் பார்க்காமல் ரூம் கொடுப்பார்கள். பக்தர்களின் வருகை காரணமாகத்தான் இது. கோட்டயத்துக்காரர்கள், திருநெல்வேலிக்குத்தான் போவார்கள். திருவனந்தபுரத்தில் உள்ளவர்களுக்குக் கன்னியாகுமரிதான் விருப்பம். சுற்றுலாத்தலமானதால் ஆணையும் பெண்ணையும் சேர்த்துப் பார்த்தால் அங்கு பிரச்சனை எதுவுமில்லை. இப்படி மலையாளிகளின் செக்ஸ் கள்ளத்தனங்களைப் பாதுகாப்பதற்குப் புவியமைப்பு பெரிதும் உதவிசெய்கிறது.

கேரளத்திற்குள் பல்வேறு ஜாதிக்காரர்களுக்கும், மதக்காரர்களுக்கும், பணியாளர்களுக்கும் இடையே, இந்த விஷயத்தில் சிறு வேறுபாட்டைத்தான் பார்த்திருக்கிறேன். நான்

வாவனூரில் ரோஸியுடன் இருந்தபோது, அந்த ஏரியாவில் முஸ்லிம்களுக்கு இடையே கொஞ்சம் சரிசமமாக நடத்துவதைப் பார்த்திருக்கிறேன். நல்ல சாப்பாடு வாங்கிக் கொடுக்க வேண்டும் என்றெல்லாம் அவர்கள் நினைப்பார்கள். நான் கிழிந்த பாவாடை கட்டியிருப்பதைப் பார்த்து, ரோஸியின் நண்பருக்குக் கவலை வந்து, 'கிழிஞ்சதக் கட்டக்கூடாது' என்று சொன்னார். நாயர்களுக்கு 'டிஸ்போசபிள்' மனநிலைதான். பயன்படுத்திவிட்டுத் தூக்கியெறிதல். 'இதுகிட்ட இவ்வளவு போதும்' என்ற மனநிலை.

இந்த மூன்று மாநிலங்களுக்கும் வெளியே எனக்கு வாடிக்கையாளர்கள் இருந்ததில்லை. கல்கத்தாவிற்கும் தாய்லாந்திற்கும் டெல்லிக்குமெல்லாம் பயணம் செய்தபோது மலையாளிகளுக்கு மட்டுமேயுள்ள சில அற்பத்தனங்களையும் குரூரங்களையும் பற்றி, பின்னோக்கிப் பார்த்து என்னால் கூடுதலாகப் புரிந்துகொள்ள முடிந்திருக்கிறது.

தாய்லாந்தில் ஓர் அனுபவம் ஏற்பட்டது. தோழி லலிதா உடன் இருந்தார். லலிதாவிற்குக் கொஞ்சம் இந்தி தெரியும். ஆனால் அவளுக்குப் பொதுவாகவே முஸ்லிம்களிடம் ஓர் ஏளனம் இருந்தது. நாங்கள் ஹோட்டலில் உட்கார்ந்து மதுபானம் குடித்துக்கொண்டிருந்தோம். அந்தப்பக்க இருக்கையில் இரண்டு பாகிஸ்தான்காரர்கள் இருந்தனர். அவர்கள் மதுபானம் குடிக்கவில்லை. நான் எனக்கு முன்னால் இருந்த பாயச டம்ளரை உயர்த்தி அவர்களிடம் 'சியர்ஸ்' சொன்னேன். அவர்களும் உயர்த்தி, எங்களை அங்கே அழைத்தனர். லலிதா தயங்கினார். நம்முடைய எதிரிகள் அல்லவா என்று கேட்டார். பின்னர் நாங்கள் இருவரும் அங்கேபோய் உட்கார்ந்தோம். யார் என்று கேட்டபோது உண்மையைச் சொன்னேன். பாலியல் தொழிலாளர்கள் சந்திப்பு நிகழ்வுக்குக் கேரளத்திலிருந்து வந்ததாகச் சொல்லியும் அவர்கள் கிட்டத்தட்ட அரை மணிநேரம் பேசிக்கொண்டிருந்தனர். கேரளமாக இருந்திருந்தால், அப்போதே பேச்சை வெட்டிக்கொண்டிருப்பார்கள். ஒருமுறை கல்கத்தாவிலிருந்து வந்த தோழிக்குக் காய்ச்சல் வந்து, மருத்துவமனைக்கு அழைத்துச் சென்றபோது, நாங்கள் யாரென்று தெரிந்ததும், டாக்டர் தொடுவதற்குக்கூடத் தயாராகவில்லை. ஏளனமும் புறக்கணிப்பும்தான் இங்கே. தொற்றுநோய் வருவதுபோலத் தள்ளி நிற்பார்கள்; இருந்தும் பெண்ணைப் பார்த்தால் சும்மா விடவும் மாட்டார்கள். ஒருமுறை நான் மைசூரிலிருந்து கோழிக்கோட்டிற்குப் பஸ்சில் வந்துகொண்டிருந்தேன். வயநாட்டின் வனப்பகுதியில்

நுழையும்போது மாலை நேரமாக இருந்ததால், வெளியே அழகான காட்சிகள். பனிமூடிய மலைத்தொடர்கள். அதை இரசிப்பதற்காக எனக்குப் பின்னால் இருந்தவர் ஜன்னல் கண்ணாடியை முன்னோக்கி நகர்த்தியபோது அது என் கையில் பட்டது. நான் கோபமாகத் திரும்பிப் பார்த்தேன். மொத்தத்தில் நான் உட்பட ஏழெட்டுப் பேர்தான் பஸ்ஸில். என்னுடைய பார்வையைப் பார்த்து, ‘பின்னால் உள்ளவர் என்னை நோண்டியிருப்பார்’ என்று மற்றவர்கள் நினைத்தனர்.

சுவாரஸ்யம் அதுவல்ல; அவர்கள் எல்லோரும் எனக்கு எதிராகப் பேசிக்கொண்டு குறுக்கிட்டனர் என்பதுதான்! ‘அப்படிப் பட்டவளாக இருக்கலாம்’ என்று சொல்லி, விஷயம் தெரியாமல் அந்த நபரை நியாயப்படுத்தினார்கள். எனக்கு அருகிலிருந்த இளைஞன் உண்மையை விளக்குவதற்கு முயற்சித்தபோது, எல்லோரும் அவனுக்கு எதிராகத் திரும்பினர். ‘உனக்கு இன்னும் கல்யாணம் ஆகல இல்ல’ என்று சொல்லித்தான் தாக்குதல் நடத்தினர். ‘நம்முடைய மனைவிகள் யாரும் இப்படியெல்லாம் நடந்துகொள்ளமாட்டார்கள்; இவள் ஒரு சரியான பெண்ணென்று தோன்றவில்லை’ என்றெல்லாம் சொல்லிக் கோழிக்கோடு வரும்வரை தகராறு தொடர்ந்தது. இடிப்பதையும் தடவுவதையும் பொறுத்துக்கொள்கின்ற, எதிர்த்துப் பேசாத மனைவிதான் ‘நல்ல பெண்’ என்ற பாடத்தை அன்று நான் படித்தேன். நேரங்கெட்ட நேரத்தில் பயணம் செய்கின்றவள் மோசமான பெண்தான். அதே சமயம், வேலையின் காரணமாகக் கிட்டத்தட்ட ஆறு மாதகாலம் மைசூரில் விடியற்காலை மூன்றுமணிக்கெல்லாம் பஸ்ஸிலிருந்து இறங்கிப்போயிருக்கிறேன், எந்தவிதமான கேள்வியும் இல்லாமல்.

மலையாளிகள் மதிக்க வேண்டும் என்றால் ‘போனஸாக’ ஏதாவது இருக்க வேண்டும்; வெள்ளை நிறமோ, பார்ப்பதற்கு அழகோ எல்லாம் . . . குருவாயூரில் எனக்கு ஒரு தோழி உண்டு. கிட்டத்தட்ட முப்பதுவருடங்கள் குருவாயூரில் தங்கியிருந்து பொருளாதார அடிப்படையில் என்னைவிட மேல்நிலைக்கு வந்த தோழி. ஆனால் அவளால் பகலில் எந்த ஆணோடும் சேர்ந்திருக்க முடிந்ததில்லை. பார்ப்பதற்கு அழகாக இருக்கிறேன் என்பதற்காக எனக்கு ஒருபோதும் அதிகக் காசு கிடைத்ததும் இல்லை. இரவானால் அழகு, அழகின்மை என்றெல்லாம் எதுவுமில்லை மலையாளி ஆண்களுக்கு. என்னை அவர்களுடைய மனைவி என்று சொல்லி ரூம் எடுக்க முடியும் என்னும் வாய்ப்பு இருப்பதால்தான், என்னையெல்லாம் பகலில் அழைத்துக்கொண்டு செல்வார்கள். கோவிலாக

இருந்தாலும் தேவாலயமாக இருந்தாலும் அதற்குப் பக்கத்தில் ரூம் எடுப்பதற்குச் செல்கின்ற வெள்ளைநிறப் பெண்களுக்கு ரூம் கொடுப்பார்கள்; மற்றவர்களுக்குக் கொடுக்க மாட்டார்கள்.

தன்னைத் தவிர்த்து யாரும் பார்க்கவில்லை என்றால், மலையாளிக்கு இரவில் எந்தப் பெண்ணும் சம்மதமே. அமலா மருத்துவமனை அருகில் எனக்கு வேறொரு தோழி இருந்தாள். அவளிடம் குளிக்கச் சொல்லும்போது, “நேத்து ராத்திரி சார் என்னெ தேச்சுக் குளிக்கவச்சாரு” என்று சொல்வாள். குளிக்கவைத்துச் செக்ஸ் வைத்துக்கொள்கின்ற வாடிக்கை யாளர்கள் உண்டு. அழகு குறைந்தவர்களுக்கு நிறைய வாடிக்கையாளர்கள் கிடைக்கமாட்டார்கள் என்ற மூடநம்பிக்கை இதற்குப் பின்னால் இருக்கிறது. ‘கன்னித்தன்மை’ என்ற மூடநம்பிக்கையில் அல்லவா மலையாளியின் ‘தன்னுணர்வு’ நிறுவப்பட்டிருக்கிறது. முதலிரவில் அழாததனால் சந்தேகத்திற்கு உள்ளான அனுபவத்தைப் பல மனைவிகளும் என்னிடம் சொன்னதுண்டு. ஏராளமான வாடிக்கையாளர்கள் இருப்பதனால் பெண்குறியில் புண் ஏற்பட்டு, அதன் காரணமாக அழுதால் இத்தகைய வாடிக்கையாளர்களுக்கு மகிழ்ச்சிதான்; ஏனென்றால் அந்தப் பெண் கன்னித்தன்மை உள்ளவள் என்பதுதான் அவர்களுடைய நம்பிக்கை.

வெளிநாட்டில் வாழ்வதாலோ அல்லது வேறு ஏதோ செய்வதன் பெயரிலோ மாறுபட்டவர்கள்தான் மீதி வருகின்ற இருபத்தைந்து சதவீத ஆண்கள். ஒரு செயற்பாட்டாளராகவோ, எழுத்தாளராகவோ எதுவுமில்லாமலிருந்த காலத்தில் நான் பழகிய, என்னோடு நெருக்கம் காட்டிய சில நண்பர்களைப் பற்றித்தான் இந்தப் புத்தகத்தில் சொல்லியிருக்கிறேன்.

நளினி ஜமீலா

மொழிபெயர்ப்பாளர் முன்னுரை

பெண்ணைக் காமத்தின் அடையாளமாகப் பார்த்துவருகின்ற இந்தச் சமூகத்தில் பாலியல் தொழிலாளியாக இருந்து, சமூகச் செயற்பாட்டாளர், இயக்குநர் எனப் பரிணமித்திருக்கிறார் நளினி ஜமீலா. இவர்தம் வாழ்க்கை ஓட்டத்தில் கடந்துவந்த ஆண்களை மையமாகக்கொண்டு எழுதப்பட்டதுதான் ‘எனது ஆண்கள்’ என்ற இந்தச் சுயசரிதை நூல். ஒரு ஆண் எத்தனை பெண்களையும் இயல்பாகக் கடந்துவிட முடியும் என்ற சமூகச் சூழலில் பெண்ணுக்கு மட்டுமே கட்டுப்பாடுகளும் மறைமுகமான சட்டதிட்டங்களும் சமூகத்தால் வரையறை செய்யப்பட்டிருக்கின்றன. அத்தகைய சூழலில்தான் தன்னோடு பழகிய ஆண்களையும், அவர்களது உணர்வுகளையும் மனநிலைகளையும் துணிச்சலாக வெளிக்கொணர்கிறார் ஜமீலா. பல்வேறு சூழல்களால் பாலியல் தொழிலுக்குள் தள்ளப்படும் இவர், பாலியல் தொழிலாளியாக வெளிச்சமூகத்தில் தான் அறியப்பட்டது, ஆண் ஒருவன் செய்த துரோகத்தால்தான் என்கிறார். துரோகங்களும் வலிகளும் ஏமாற்றங்களும் எதிர்பார்ப்புகளும் கூடவே காதலும் எனப் பயணிக்கின்றது இந்நூல். தன்மீதான சமூகப் பார்வைகளையும் வக்கிரங்களை யும் கொடுமைகளையும் நூலில் தோலுரித்துக் காட்டியுள்ளார் ஆசிரியர். மலையாளச் சமூகத்தில் மிக மோசமாகப் புரையோடிப் போயிருக்கும்

ஆணாதிக்க மனோபாவம், சாதிய மனநிலை, காசு கொடுத்தால் பெண் எனக்கானவள் என்ற சிந்தனை, பெண்ணே பெண்ணுக்கு எதிராக இருக்கும் கொடுமை எனப் பலவற்றைத் தன் வார்த்தை அம்புகளால் கிழித்தெறியும் இவர், தன் வாழ்க்கையில் கடந்துவந்த சில நல்ல ஆண்களையும் நன்றியோடு நினைத்துப் பார்க்கிறார். இச்சுயசரிதை நம்மையும் அவர் வாழ்க்கைக்குள் அவருடனே இணைத்துப் பயணிக்கவைக்கிறது; அருகில் அமர்ந்து கதை சொல்லும் கதைசொல்லியாகி, அவர் செல்லும் இடங்களுக்கெல்லாம் நம்மையும் அழைத்துச்செல்கிறது; பகற்பொழுதுகளில், இரவுகளில், நடுநிசிகளில் அவருடன் சேர்ந்து பயணிக்கும் ஓர் உணர்வைத் தருகிறது. தன்னுடைய வாழ்க்கையைச் சொல்வதன் மூலம், ஒவ்வொரு பாலியல் தொழிலாளியின் மன ஓட்டத்தையும் சொல்லாமல் சொல்லிவிடுகிறார் இவர். மலையாளத்தில் வெளிவந்து, மலையாளச் சமூகத்தைப் புரட்டிப்போட்ட இந்நூலைத் தமிழில் மொழிபெயர்ப்பதற்குப் பேருதவி செய்த சாகித்திய அகாதமி யின் சிறந்த மொழிபெயர்ப்பாளர் விருது பெற்ற குளச்சல் யூசுஃபிற்கும், பல்வேறு ஆலோசனைகளும் வழங்கி, திருத்தங்களும் செய்து உதவிய கோவை, அரசு கலைக்கல்லூரி உதவிப் பேராசிரியர் மோ. செந்தில் குமாருக்கும், மொழிப்பிழைகளைத் திருத்தம் செய்து உதவிய கோவில்பட்டி, கே.ஆர். கல்லூரி உதவிப் பேராசிரியர் ரா. ராமச்சந்திரனுக்கும், இந்நூலை மொழிபெயர்க்க அனுமதி வழங்கியதோடு, வெளியிட்டு உதவிய ‘காலச்சுவடு’ பதிப்பகத்திற்கும் கடமைப்பட்டுள்ளேன்.

அய்ய நாடார் ஜானகி அம்மாள் கல்லூரி, **ப. விமலா**
சிவகாசி
17–01–2022

ரவுடிக் கட்டும் வரப்பு முத்தமும்

நான் பாஸ்கரனின் மண்மடையில் மண்வேலைக்குச் சென்றுகொண்டிருந்த காலம் அது. அப்பொழுது எனக்குப் பதினேழு வயது. அக்கால கட்டத்தில்தான் ஜோணி எனக்கு அறிமுகமானான். அத்தாணிப்புழை பாஸ்கரண்ணனின் மண்மடைக்கு லாரி கொண்டுவந்திருந்தான். பாஸ்கரண்ணனின் வண்டியில் மண் நிரப்பிக்கொண்டிருக்கும்போது, தனது லாரியை அங்கே நிறுத்திவிட்டு, எங்களுடைய மண்மடைக்கு ஓடிவந்து என்னைப் பார்த்தபடி நின்று, பல்லிளித்துக் காட்டிவிட்டுப் போனான். அப்போது நான் எதையும் பெரிதாக எடுத்துக் கொள்ளவில்லை. ஒரு வண்டி 'லோடு' போன பிறகு பிரகாசன் என்பவனை அழைத்துக்கொண்டு வந்து, 'டேய் மணமடையில் பாருடா, மண்மடையில்' என்றான். 'இவ்வளவு அழகான பெண்ணா மண்மடையில்!' என்று அவர்கள் மனதுக்குள் நினைத்திருக்கலாம்.

பெரும்பாலும் கூலி வேலை செய்து உடல் மெலிந்துபோன பெண்கள்தான் மண்மடை வேலைக்கு வருவார்கள். ஆனால், நான் அப்போது கொஞ்சம் திடகாத்திரமாகத்தான் இருந்தேன். நானும் என்னுடைய உறவுக்காரப் பெண் ஒருத்தியும் சேர்ந்துதான் வேலைக்கு வருவோம். ஜோணி அவளிடம், 'உங்கூட மண்ணள்ளிப்போட வர்ற நளினி ரொம்ப அழகா இருக்கா...' என்று அடிக்கடி

சொல்வானாம். 'ஜோணி உன்னைப் பத்தி அப்படிச் சொன்னான், இப்படிச் சொன்னான்' என்றெல்லாம் அவள் சொல்வாள்.

ஒருநாள் அவன், என் பின்னால் வந்துநின்று, 'நீ ஏன் இந்த மண் வேலைக்கெல்லாம் வர்ற, இந்த வேலைக்கெல்லாம் வந்தா சீக்கிரமே இளைச்சுப் போயிடுவேன்னு தெரியாதா?' என்று கேட்டான்.

எனக்கு மண் அள்ளிப்போடும் வேலை புதுசு இல்லை. எப்போதும் நாங்கள் வேலை முடிந்து வயல் வழியாக வரும்போது அவனும் எங்களுடன் வருவான். இதுவே வழக்கமாகிவிட்டது. நாங்கள் ஐந்து பெண்கள் சேர்ந்து வரப்பின் வழியே நடந்து வரும்போது அவதூறுக்காரியான பார்வதியை முன்னால் நடக்கவிடுவோம். இரண்டாவது அம்மிணி, பின்னால் பலருடைய காதல் நாடகப் பார்வையாளராக இருந்த ராதா, சாந்தா, கடைசியாக நான். டிரைவரிடம் லாரியைக் கொடுத்துவிட்டு அவனும் எங்களுடன் வந்தான். திடீரென்று வரப்புவழியாக வந்து என்னைக் கட்டிப்பிடித்து முத்தமிட்டான். இதை நான் கொஞ்சமும் எதிர்பார்க்கவில்லை. அவனிடம் விளையாடுவதற்கும் சிரிப்பதற்கும் ரகளை செய்வதற்கும் எனக்கு விருப்பம் இருந்தது. ஆட்களிடம் விளையாடுவதிலும் சிரிப்பதிலும் எனக்கு விருப்பம் இருந்தாலும் அவர்கள் செக்ஸ் விஷயத்திற்கு வரும்போது விலகிவிடுவேன். இயல்பாக இருந்திருந்தால் நடந்த சம்பவத்தை நான் பயங்கரக் கோபத்துடன் எதிர்கொண்டிருப்பேன். ஆனால், அன்று அவன் செய்தது எனக்கு வேடிக்கையாகப் பட்டது. அவனுடைய நடவடிக்கையில் ஏதோ வித்தியாசமிருப்பதாகத் தெரிந்தது. அப்படியாக, அவனிடம் ஒவ்வொரு விஷயங்களைச் சொல்லவும், கதைகளைக் கேட்கவும், சினிமாக் கதைகள் சொல்லவும் தொடங்கினேன்.

என்றாவது ஒருநாள் அவன் வரவில்லையென்றால், பொறுமை இழந்து காத்திருப்பேன். லாரி, ஜோணிக்குச் சொந்தமானது. லாரியை ஓட்டுபவன் பிரகாசன். சில நேரங்களில் டிரிப்பிற்குப் பிரகாசனிடம் லாரியைக் கொடுத்துவிட்டு இவன் மண்மடையில் வந்து உட்கார்ந்திருப்பான். இந்த இரண்டு மண்மடைகளும் எதிரெதில் இருந்தன. அங்கே காதலர்களுக்கான ஒரு இடமும் உண்டு. யாராவது வந்துநின்றால் நாங்கள் வேலையை நிறுத்திவிட்டு, சுற்றிவளைத்துத் தண்ணீர் குடிப்பதற்காக வந்து நிற்போம். இவர்களும் பெண்களைப் பார்ப்பதற்காகவும் ஜொள்ளு விடுவதற்காகவும் அங்கே வந்து நிற்பார்கள். அப்போது எதையாவது பேசிக்கொண்டிருப்போம். இப்போது பேசுவதைப்போல மறைத்து வைத்தெல்லாம் பேசமாட்டோம்; பச்சையாகவே பேசுவோம். கண் அழகாக

இருக்கிறது என்று சொல்வது போல்தான் மார்பு அழகாக இருக்கிறதே என்று சொல்வதும்; இல்லாவிட்டால், 'உம், யாரோ வேலை செஞ்சிருக்காங்க போலிருக்கே,' என்றும் சொல்வார்கள். அப்போதுதான் நாங்கள் பொறுக்கி, அல்பம் போன்ற வார்த்தைகளையெல்லாம் பயன்படுத்துவோம். சில நேரங்களில் 'போய் உன் வேலையைப் பாருடா' என்றும் சொல்வோம். ஆனால், அவன் இப்படி ஏதாவது சொன்னால், நான் எதிர்ப்பைக் காட்டுவதில்லை. பின்பு, அவன் பேசிய வார்த்தைகள், நின்ற விதம், உடுத்திய சட்டை என எல்லாவற்றையும் மீண்டும் மீண்டும் நினைத்துப் பார்ப்பேன்.

அன்று காதலர்களுக்கெல்லாம் ரவுடிக்கட்டு போல் தலையில் முண்டாசு கட்டும் கவர்ச்சியான பழக்கம் இருந்தது. துண்டின் ஒரு முனை மேல் நோக்கியும் இன்னொரு முனை தொங்கிக்கொண்டும் இருக்கும். காதலனுக்காகக் காத்து நிற்கும்போது இனம்புரியாத, மனதுக்கு இதமான சூழலில் நிற்பதைப்போல் தோன்றும். ஏதோ நமக்குக் கிடைக்கவிருப்பதைப் போலவும்; அது தாமதமாகும்தோறும் எதிர்பார்ப்பு அதிகமாகி மூச்சை அடைப்பது போலவும் இருக்கும்.

காலை உணவு நேரத்தில்தான் ஒன்றிரண்டு வார்த்தைகளை யாவது பேச முடியும். மண்மடை மொழியில் சொன்னால் பஞ்சாரையடி[1]. 'அதோ வர்றான் பாரு, ஜொள்ளு கேசு' என்றெல் லாம் பக்கத்தில் நிற்பவர்கள் சொல்வதுண்டு. ஒருநாள் எனது உறவுக்காரி கேட்டாள்; "அவன் உன்ன கல்யாணம் பண்ணிக்குவானா?" பெரிய முதலாளியின் மகன் அவன். சொந்தமாக லாரியும் நல்ல வசதி வாய்ப்பும் உள்ளவன். நான் நினைத்தாலும் அவன் என்னைத் திருமணம் செய்வதைப் பற்றி நினைத்துகூடப் பார்க்கமாட்டான். ஆனால், அதைப் புரிந்துகொண்டபோதுதான் அவன்மீது ஒரு விருப்பம் தோன்றியிருந்தது. எல்லாம் தற்காலிகம் என்று தெரிந்தும் . . . தத்தளிப்பான நிலை! அவனை மீண்டும் மீண்டும் பார்க்க ஆசைப்படுகிறேன்; மதியம் வரக் காத்திருக்கிறேன்; நான்கு மணி எப்போது ஆகுமென்று எதிர்பார்த்துக் காத்திருக்கிறேன். பிரகாசனிடம் வண்டியைக் கொடுத்துவிட்டு அவனும் வழியில் எனக்காகக் காத்திருக்கலாம். முண்டாசை அவிழ்த்து உதறி, மீண்டும் கட்டி ஒரு சிக்னல் தருவான். அப்போது, 'காத்து நிற்கிறான்டீ, சீக்கிரமா கூலியை வாங்கிட்டுப் போ, என்று தோழிகள் சொல்வதுண்டு. வெளியே சொல்ல முடியாத ஆனந்த நிலை உருவாகியிருந்தது. நமக்கு யாரெல்லாமோ, என்னவெல் லாமோ இருப்பதுபோல் ஒரு எண்ணம், மனக்கிளர்ச்சி! நடந்து

1. கடலை போடுதல்.

செல்கிற வரப்பு முடியும்போது எல்லாம் முடிந்துவிட்டதைப் போன்ற வருத்தம். இனி, பொழுது விடியும்வரை காத்திருக்க வேண்டுமே என்ற நினைப்பு.

இரவில் அம்மா சாப்பிடச் சொல்லும்போதும், பாத்திரம் கழுவச் சொல்லும்போதும் சில நேரங்களில் இதை நினைத்துச் சிரித்தபடிதான் சமையலறைக்குள் செல்வேன். அப்போது வீட்டில் உள்ளவர்களுக்குப் பயம், 'என்னடீ கனவு கண்டுட்டா நடக்கிற?' என்றெல்லாம் கேட்பார்கள். எனது தோழி அம்மிணிக்குப் பாட்டி இருந்தாள். எனக்குப் பாட்டி இல்லை. அவள் இப்படிச் சிரிப்பதைப் பார்த்து 'யார நெனச்சடீ சிரிச்ச,' என்றெல்லாம் கேட்டு வீட்டில் சண்டை வந்துவிட்டதாகச் சொல்வாள். அவளுக்கும் ஒரு காதல் இருந்தது. அவன் நேற்று விடைபெற்றுச் சென்றதையும், மறையும் வரை தூரத்திலிருந்து கைகாட்டியதையும் திரும்பத்திரும்ப நினைத்துப் பார்ப்பேன். ஜோணி நல்ல உயரமான ஆள்தான்; அதனால்தான், நான் வரிசையில் கடைசியாக நடப்பேன். தூரமாகப் பார்த்துப்பார்த்துக் கடைசியில் புள்ளிபோல மறையும்போது சொல்ல முடியாத ஒரு வருத்தம். இன்னும் கொஞ்சங்கூடப் பார்க்க வேண்டும் போலிருக்கும். இதையெல்லாம் தோழிகளிடம் சொல்வதிலும் உற்சாகம் இருந்தது.

வாய்க்காலில்தான் குளிக்கச் செல்வோம். அங்கே இரண்டு மூன்று இடங்களில் துணி துவைப்பதற்கான கற்கள் கிடக்கும். நாங்கள் குமரிப் பெண்களெல்லாம் ஒரு பக்கத்தில் கூடுவோம். சின்னச்சின்ன விஷயங்களைப் பெரிய அதிசயம்போல் பேசிக்கொண்டிருப்போம். அவர்களும் ஆர்வத்துடன், 'அதுக்கு நீ என்னடீ பதில் சொன்ன? பிரகாசன் இருந்ததால பேசாம இருந்திட்டியா?' என்றெல்லாம் கேட்பார்கள். அம்மிணிக்கு ராமன்குட்டிமீது காதல். 'அவன் என் கூடையில கொஞ்சமாத்தான் மண்ணு போட்டுத் தருவான்' என்றெல்லாம் அம்மிணி சொல் வாள். அது அப்படித்தான். காதலிகளுக்குப் பாரம் தோன்றாதபடி கூடையில் மண்ணைக் குறைத்தே போடுவார்கள்.

அவர்களில் சிலர், 'ஒரு ஃபிரா வாங்கித் தர்றதாச் சொல்லி யிருக்கான்' என்று மகிழ்ச்சியுடன் சொல்வார்கள். ஃபிராவை அப்போதெல்லாம் 'கட்டுபாடி' என்று சொல்வோம். காதலிக்கு ஒரு பரிசு கொடுப்பதென்றால் ஜாக்கட்டை விட, முண்டினை விட நல்லது ஃபிராதான். அதில் ஒரு இரகசியம் உண்டு. ஏனென்றால், பெண் மறைத்துவைக்கக்கூடிய ஒன்று அது. 'உனக்கு எதுவும் கிடைக்கலயா?' என்று என்னிடமும் கேட்பார்கள். நான் இன்னும் அந்த நிலைக்கு வரவில்லை என்று சொல்வேன்.

'பாடியெல்லாம் வாங்கிட்டு வழிமாறிப் போயிருவீங்களா,' என்று நான் அவர்களைக் கேட்டதுண்டு. 'கட்டிக்கப் போறவனுக்குத் தெரியுமா ஃபிரா வாங்கித் தந்த விஷயம்' என்று அவர்கள் திருப்பிக் கேட்பார்கள்.

நான் எதற்குமே வளைந்து கொடுக்காதவள். நான்தான் சரி என்ற எண்ணம் எனக்கு இருந்தது. நான் பெரிய வீட்டுப் பெண் என்றும் அதனால் எல்லாவற்றிலும் கொஞ்சங்கூடக் கவனமாக இருக்க வேண்டும் என்றும் நினைத்திருந்தேன். அப்போதெல்லாம் உடலுறவைப் பற்றிய சிந்தனைகள் எதுவுமில்லை. பகலில் பார்த்துப் பகலிலே முடிந்துபோகும் காதலுக்கு அந்தப் பக்கம் போவதற்கான எந்தச் சாத்தியமும் இல்லை. இப்போதுகூட ஜோணி தந்த முத்தத்தின் நினைவும் அவன் முகமும் என் மனதில் நிற்கின்றன. அமைதியான, அழகான முகம் அது. நன்றாகப் பழகக்கூடியவன். அந்தக் காதல் பிறகு யாருடனும் தோன்றியதில்லை.

தட்டான் தொட்டால்...

இருபத்தைந்து வருடங்களுக்கு முன், எனது இருபத்தேழாவது வயதில் பாலக்காட்டிற்கு அருகில், கூற்றநாட்டு இத்திரு[1]வம்மாவிற்குச் சொந்தமான கம்பெனி வீட்டில் தங்கியிருந்தேன். ஒரு நாயருக்குச் சொந்தமான குடும்ப வீடு அது. இத்திருவம்மாவிற்கு ஒரு நம்பூதிரியுடன் தொடர்பு இருந்தது. கூடவே, காரியஸ்தன் ராமன்நாயருடன் காதலும். அங்கிருந்த சிலருக்கு இத்தகைய முக்கோணக் காதல்கள் இருந்தன! அவர்கள் எல்லாருக்கும் எல்லாம் தெரியும். அதனால்தான் அவர்களிடையே ஒரு இறுக்கமான உறவு இருந்தது. எனக்கு மானிக்கா மீது காதல். கூடவே இன்னொருவருடனும்.

இந்த இன்னொருவர் ஒரு தோழியுடன் ஞாயிற்றுக் கிழமைகளில் அங்கே வந்துகொண் டிருந்தவர். தோழி, தையல் ஆசிரியர். அதனால் ஞாயிற்றுக் கிழமைகளில் மட்டும் அங்கே வந்து கொண்டிருந்தார். கடைக்குப் போகிறேன்; தோழியின் வீட்டிற்குப் போகிறேன் என்றெல்லாம் சொல்லிவிட்டு டீச்சர் அங்கே வருவார். அதிக வருமானத்திற்காகவே இந்த வேலையைச் செய்கிறேன் என்று சொல்லும் தைரியமுள்ள சுதந்திரமான பெண் அவர். இன்றைய மொழியில் சொன்னால் கால் கேர்ள்.

டீச்சர் வந்தால் என்னிடம் சமைத்துக் கொடுக்கச் சொல்வார். என்னைவிடப் பத்து வயது அதிகம். சமைப்பதிலோ பேசிக்கொண்டிருப்பதிலோ அவருக்கு

---

1. 'இத்திரு' என்ற சொல் நாயர் சமூகப் பெண்களை மரியாதை நிமித்தமாக அழைக்கும் சொல்.

எந்த விருப்பமும் இல்லை. வேலையை முடிக்க வேண்டும் என்ற காரியக்காரி. என்னுடைய சமையலும் பேச்சும் உருவமுமெல்லாம் மெல்லமெல்ல அவரை என்னுடன் நெருங்கச் செய்தது.

அவரை நாங்கள் தட்டான் திவாகரன் என்று அழைத்தோம். எங்களுடைய வாடிக்கையாளர்களில் தட்டான் என்று அப்படி வெளிப்படையாகச் சொன்னவர்கள் யாரும் இல்லை. சாவக்காட்டைச் சேர்ந்தவர் இவர். கூற்றநாட்டில் இருக்கும்போது பெரும்பாலான வாடிக்கையாளர்களும் சாவக்காட்டிலிருந்துதான் வருவார்கள். சொந்த ஊரை விட்டு, வளைகுடாவிற்குச் சென்று வளர்ச்சியடைய ஆரம்பித்த காலம் அது; தன்னுடைய ஏரியாவை விட்டு வேறு இடங்களுக்குச் செல்லும் முறைதான் அது. திருச்சூரிலிருந்து வளையலுக்குக் கம்பி அடிக்க வேண்டும் என்று சொல்லிவிட்டுத் திவாகரன் வீட்டிலிருந்து கிளம்புவார். திருச்சூரில் பொற்கொல்லர்கள் மெஷினில் கம்பியடித்துக் கொடுப்பார்கள். ஆனால், அவர் ஞாயிற்றுக் கிழமைதான் வேலை முடியும் என்று மனைவியிடம் சொல்லிவிட்டு, குன்னங்குளம் வழியாகக் கூற்றநாட்டிற்கு வந்துவிடுவார்.

இப்படியாக எல்லாரையும் ஒரே சமயத்தில் திருப்திப்படுத்தக் கூடிய சாதுரியம் அவருக்கிருந்தது. எங்களைப் பார்க்க வந்தால் ராமேட்டனுக்குப் பரிசு, இத்திருவம்மாவினுடைய சொந்தக்காரர் குட்டன்நாயருக்கு மது, எனக்கும் மானிக்காவிற்கும் சிகரெட் என்று பணத்தை நன்றாகச் செலவு செய்வார். மானிக்கா என்னுடைய காதலன் என்று தெரியாமல் இல்லை; ஆனாலும் சண்டை இல்லை.

இப்படி வளைந்துகொடுக்கத் தெரிந்திருந்ததால்தான் என்னுடனான உறவு கடைசிவரைக்கும் டீச்சருக்குத் தெரியவில்லை. டீச்சருக்குத் தெரியாமல் இருக்க வேண்டும் என்பதற்காகத்தான் மேலே சொன்ன கவனிப்புகள் எல்லாம்.

டீச்சரால் வரமுடியாத ஒரு ஞாயிற்றுக் கிழமையில்தான் அவருக்கு என்னுடன் உடலுறவு ஏற்பட்டது. ஒரு பாலியல் தொழிலாளி – வாடிக்கையாளர் என்ற உறவைத் தாண்டிய பரஸ்பர நம்பிக்கை எங்களுக்கு இடையே இருந்தது. அதனாலேயே சண்டையும் போடுவோம்.

இப்போது பார்த்தாலும் அவரை அடையாளம் கண்டு கொள்ளும் விதத்தில் அவருடைய தோற்றமும் சிரிப்பும் மனதில் மங்காமல் கிடக்கின்றன. மிகவும் விருப்பமான ஒருவர். அழகர், அதிகம் பேசுகின்ற கள்ளங்கபடமற்றவர், எதிர்பார்ப்பை ஏற்படுத்தும் அன்பான ஒருத்தர்.

ஏராளமான கதைகளைச் சொல்வார். ஒன்றுக்கு மேற்பட்ட தோழிகள் தேவைப்படுகின்ற அவருக்கு நல்ல பொருளாதாரப் பாதுகாப்பும் இருந்தது. எல்லோரையும் பக்குவமாகச் சமாளிக்கும் திறமை அவரிடம் உண்டு. கள்ளங்கபடமில்லாதவர் என்று சொன்னேன் அல்லவா! ஆயினும் டீச்சரிடம் அழகான பொய்களைச் சொல்வார். டீச்சர் இருக்கும்போது என்னிடம் சமையலைப் பற்றி மட்டுமே பேசுவார்; இல்லாதபோது காதல் சல்லாபங்களும்! சிலவேளைகளில் பரிசுகளையும் தருவார். அவர் வரும் நாளுக்காக நான் காத்திருந்தேன். டீச்சர் அவருடன் வரக்கூடாதே என்று பிரார்த்தனையும் செய்தேன். இன்னநாள் அவர் வருவார் என்று தெரிந்தால் இனம்புரியாத ஒரு மகிழ்ச்சி மனதில் ஏற்படும்.

'பணம் கொடுத்தால் பெண் எனக்கானவள்' என்ற எண்ணம் தான் பொதுவாக எல்லோருக்கும் இருக்கும். ஆனால், இது மனதுக்குள் வந்துசேர்ந்த உறவு. விருப்பங்களை வெளிப்படை யாகவே சொல்லிக்கொள்வோம்.

உண்மை என்று நம்பும் விதத்தில் புதுப்புதுக் கதைகளை உருவாக்கிச் சொல்லும் திறமை அவருக்கு இருந்தது. அவை யெல்லாம் விடுகதைகளைப்போல இருக்கும். இரட்டை அர்த்தங்கள் உள்ள பேச்சுகளும் இடையிடையே வரும். கெட்ட வார்த்தைகளைச் சொல்லும்போது, அவை கெட்ட வார்த்தைகள் என்று தெரியாத விதத்தில்தான் சொல்வார்.

இந்தப் பேச்சுமுறைதான் அவரோடு என்னை நெருக்க மாக்கியது. 'தட்டான் தொட்டால் எட்டில் ஒண்ணு குறையும்' என்றெல்லாம் நான் கேலி செய்தேன். அப்போதும்கூட, 'தட்டான் தொட்டால் பொன்னாகும்' என்ற கதையைத் திருப்பிச் சொன்னார். கொஞ்சம் 'ஏ (A)' சேர்த்து, அவராகவே உருவாக்கிய கதை.

ஏறக்குறைய ஒன்றரை வருடம் இந்த உறவு தொடர்ந்தது. நான் கூற்றநாட்டை விட்டு வந்தபிறகு பார்க்க முடியாமல் போய்விட்டது. என்னைப் பலமுறை விசாரித்ததாகப் பின்னர் பார்த்தபோது இத்திருவம்மா சொன்னார். மீண்டும் சென்று பார்ப்பதற்கான தைரியம் எனக்கு இல்லை. சாவக்காட்டிற்கு ஒரு பெண், ஒருவரைத் தேடிச்செல்வது அக்காலத்தில் நடக்கக்கூடியதல்ல. அது எனக்குத் தாங்க முடியாத இழப்புணர்வையும் மனதில் மெல்லிய விம்மலையும் உண்டாக்கியது.

நளினி ஜமீலா

சிற்றிலஞ்சேரி கதை

1979இல் நான், கூற்றநாடு இத்திருவம்மாவின் கம்பெனி வீட்டில் தங்கியிருந்து பாலியல் தொழில் செய்துகொண்டிருந்தேன். அக்காலத்தில் திடீரென்று ஒருநாள் அங்கிருந்து சண்டையிட்டுக்கொண்டு வெளியேற வேண்டிய சூழல் வந்தது.

சாலையில் நிற்கலாம் என்று நினைத்து, நான் திருச்சூர் டவுனிற்கு வந்தேன். ஆனால், டவுனில் பகலில் நிற்பது என்பது அக்காலத்தில் முன்பின் அறிமுகம் இல்லாத எந்தப் பாலியல் தொழிலாளியும் செய்யாத விஷயம். போதாக்குறைக்கு நான் ஒரு புதுமுகமும்கூட. சாதாரணமாக என்னைப் போன்றவர்கள் ரயில்வே ஸ்டேஷன் அருகே சென்று உட்கார்ந்திருப்பர். ஆனால், இதெல்லாம் எனக்குத் தெரியாது. நான் மனக்கவலையோடு நின்றுகொண்டிருந்தேன். அதைப் பார்த்த பெண் ஒருத்தி, எனக்கருகில் வந்து 'என்ன'வென்று கேட்டாள். அவள் பெயர் லைலா. அவளும் பாலியல் தொழிலாளிதான். அதற்கு முன்பு நாங்கள் ஒருவரையொருவர் பார்த்ததில்லை. ஆனால், இருவரும் பரஸ்பரம் புரிந்துகொண்டோம். நான் சொன்னேன்:

'வேற ஒண்ணும் இல்ல, எனக்குப் போகிறதுக்கு எந்த இடமும் இல்ல.'

அப்போது லைலா சொன்னாள்: 'அப்படீன்னா என்னோட வீட்டுக்குப் போலாம்.'

'எங்கே?'

அவள் சொன்னாள்: 'சிற்றிலஞ்சேரி – பாலக்காடு'.

அப்படி அவளுடன் சென்றேன். அன்றுதான் அந்த ஊருக்கு முதன்முறையாகச் செல்கிறேன். அங்கே விவசாயிகளும் மாடுகளை வளர்ப்பவர்களும் அதிகம். சிற்றிலஞ்சேரி ஜங்ஷனில் எங்குமில்லாத ஒரு சிறப்பு, அங்கிருக்கும் டாக்ஸி டிரைவர்கள்தான். சொல்லப்போனால், அந்த இடம் தனி கிராமம். வீடு இல்லாதவர்களுக்கு அரசாங்கம் கட்டிக்கொடுத்த 'இலட்சம் வீடு' காலனியில்தான் லைலா வசித்து வந்தாள். அதனருகே, வசதியான ஒரு முஸ்லிம் ஜமீன்தார் ஏழைகளுக்குத் தானமாகக் கொடுத்த நிலத்தில் வீடுகட்டி வாழ்ந்துகொண்டிருக்கும் கொஞ்சம் மனிதர்களும் அங்கிருந்தனர். அக்காலத்தில் எல்லோரும் வெவ்வேறு இடங்களில் இருந்து வந்து ஒரு புதிய பகுதியை உருவாக்கியிருந்தனர்.

லைலாவின் வீட்டிற்குப் பின்னால், காலனிக்கு அந்தப் பக்கம், ஒரு புறம்போக்கு நிலத்தில் பேபி பாலன் வசித்துவந்தான். கிராமத்திலுள்ள வசதிபடைத்த ஒருவரின் பணியாளனும், காரியஸ்தனும், எல்லோருடைய மனசாட்சிக் காவலனும், விவசாய நிலங்களின் காவல்காரனும், பொதுவாக எல்லோருக்கும் வேண்டப்பட்ட ஒருவனும்தான் பாலன். இந்தப் பாலனை ஒரு வாடிக்கையாளனாக மாற்றியதுதான் சிற்றிலஞ்சேரியில் நான் சென்றபிறகு முதலில் செய்தது. வாடிக்கையாளன் என்றெல்லாம் சொல்லமுடியாது, அவன் செய்துதருகின்ற பல உதவிகளுக்குத் திருப்பிக் கொடுப்பதற்கு எதுவுமில்லாத நிலையில் பதிலுக்குக் கொடுப்பது செக்ஸ் மட்டும்தான்.

லைலாவின் வீட்டில் ஒருநாள் தங்கியிருந்தேன். அப்போது முன்பே கூறிய பாலன் பெரிய ஒரு தடியையும் எடுத்துக்கொண்டு வந்து, "லைலா... லைலா... வெளிய வா! எல்லாரையும் இங்க கூட்டிட்டு வந்து தங்க வச்சுக் காலனியை நாசம் செய்யப் போறியா? யாரு இங்க வந்தது, அவள வெளிய வரச்சொல்லு" என்று சொன்னான். நானோ, நீண்ட மை தீட்டிக் கண்களைப் பெரிதாக்கிக் காட்டி, பெரிய பொட்டும் வைத்துத் தலைமுடியை விரித்துப்போட்டு உண்மையில் பாலியல் தொழிலாளிதான் என்று எண்ணத்தக்க வகையில் இருந்தேன். புருவத்தின் மேல் வரைந்திருக்கும் மையைப் பார்த்தால் கதகளிக்காரர்கள் வேஷம் கட்டியதுபோலத் தோன்றும். நான் வெளியே சென்றேன்.

"இங்க வா, நீ என்ன செய்ற?" என்று பாலன் கேட்டான்.

எனக்கு முக்கால் பாகம் உயரமுள்ள ஒரு திண்டின்மேல்தான் அவன் நின்றுகொண்டிருந்தான். அந்த 'இலட்சம்வீடு காலனி'யில் உள்ள வீடுகள் மேல்வரிசையிலும் கீழ்வரிசையிலும்

அமைந்திருந்தன. நாங்கள் வசித்தது கீழ்வரிசையில்தான். மேலே நின்று பார்த்துக்கொண்டிருக்கும் அவனது பார்வையைக் கண்ட போது என்னைத் துன்புறுத்திவிடுவானோ என்றொரு பயம் வந்தது. இந்தத் தடியைப் பார்த்தால் இவன் அடித்து விடுவான் என்றும் தோன்றியது. ஆனால், அடிக்கமாட்டான், எனக்கும் பயம் இல்லை என்று காட்டிக்கொள்ள வேண்டியது என்னுடைய தேவையும்கூட. நான் ஒரு காட்டன் சேலையைத்தான் கட்டியிருந்தேன். அந்தச் சேலையோ, 'பப்பரப்பா, என்று நின்றுகொண்டிருந்தது. நான் பார்க்கும்போது அவனுடைய பார்வையில் ஒரு 'பேராசை' தெரிந்தது. ஹா. . . என்றொரு பேராசை. அடிப்பேன், குத்துவேன் என்று சொல்லிக்கொண்டு வந்தான் என்றாலும் அவ்வளவொண்ணும் பலம் காட்ட முடியவில்லை; நானோ மிகவும் வலிமையானவள் என்ற பாவனையில் நின்றுகொண்டிருந்தேன். அப்போது அவன் மறுபடியும் என்னைப் பார்த்தான்.

எனக்குச் சிரிப்பு வரத்தொடங்கியது. அவன் சொன்னான், "ஹூம், இன்னைக்கு ஒருநாள் மட்டும் தங்கிக்கோ." நான் வீட்டினுள்ளே சென்றேன். அப்போது லைலா என்னிடம் வந்து சொன்னாள்.

"பாரு, நீ புதுசா வந்திருக்கிறதுனால உனக்கு ஒண்ணும் தெரியல, ஆம்பளைங்க வரும்போது கொஞ்சம் சிரிச்சு வெளையாடிட்டெல்லாம் நிக்கணும்."

(என்னுடைய கடந்த இரண்டு ஆண்டுகால வாழ்க்கையைப் பற்றி லைலாவிற்குத் தெரியாது. அவளுடைய கண்ணில் நான் புதுமுகம்தான்.)

நான் கேட்டேன், "எப்படி ?"

"நாம அவங்கள சிரிச்சு மயக்கணும், பாலண்ணா. . . ங்நே. . . என்னா. . . இப்படியே நிக்காதீங்க. . . வாங்க. . . உக்காருங்க. . . என்றெல்லாம் சொல்லணும்," அவள் சொன்னாள்.

ங்நே. . . ங்நே. . . என்றெல்லாம் சொன்னபோது நான் அவளைக் கேலி செய்தேன். நாம் அப்படியெல்லாம் பேசினால் நம்முடைய பலம் போய்விடும் என்பது எனக்கு உறுதி.

"ஓ. . . நீ ரொம்ப அழகி இல்லே . . . அதோட திமிர்" என்று அவள் சொன்னாள். நான் சொன்னேன், "கொஞ்சம் பேசாம இரு. . . முடிஞ்சாப் படுத்துத் தூங்கு." எனக்கோ தூங்காமலும் ஓய்வெடுக்காமலும் முடியாது என்று ஆகியிருந்தது.

"இல்லைன்னா போய்ப் படுத்துத் தூங்கலாம்," அவளும் சொன்னாள்.

நான் நன்றாகத் தூங்கினேன்.

மறுநாள் காலையில் பாலன் கீழ்ப்பக்கமாக வந்தான். அவனுடைய வீடு கீழேயுள்ள இலட்சம்வீடு அல்ல, சொந்த விருப்பத்தின்படி கட்டிய தனிவீடு. அவன் அங்கே ராஜாவைப் போல வசித்துக்கொண்டிருந்தான். லட்சுமி என்ற மனைவியும் அவனுக்கு உண்டு. அவர்கள் இருவரையும் பார்த்தால் அண்ணன் – தங்கை என்றே சொல்வார்கள்.

அவ்வளவு ஒற்றுமை. நெல் அறுப்பதற்கெல்லாம் செல்கின்ற ஒரு பெண். லட்சுமிக்குத் தெரியாமல் இவன் கீழ்ப்பக்கமாக வந்தான். சமையலறை வாசலில் வந்து மீசையை முறுக்கிவிட்டுக் கொண்டு தோரணையாக நின்றுகொண்டிருந்தான். நானோ அப்போதுதான் தூங்கி எழுந்து, சமையலறை வாசலில் வந்து நின்றுகொண்டிருந்தேன். நேற்று போட்ட மேக்கப் எல்லாம் கலைந்துபோயிருந்தது. முகம் கழுவி, முகப்பூச்சு எதுவுமில்லாமல், ஒரு ஒற்றை முண்டு மட்டும் கட்டியிருந்தேன்; பாவாடை எதுவும் இல்லை. ஏனென்றால் கூடுதலாகத் துணி எதுவும் எடுத்து வரவில்லை. நேற்றுக் கட்டியிருந்த புடவைக்குப் போட்டிருந்த கசங்கிய ஜாக்கெட்டைப் போட்டுக்கொண்டு நின்றேன். லைலா சிரிக்க வேண்டும் என்று சொல்லியிருக்கிறாள் அல்லவா? அவனுடைய முகத்தைப் பார்த்து நான் கொஞ்சம் சிரித்துவைத்தேன்.

அப்போது என்ன சொல்ல, ஆடிக் கொழுத்து, அடிவைத்து நிற்கும் சில வில்லன் கதாபாத்திரங்களைப்போல இவன் வந்து நின்றுகொண்டிருந்தான். தடி எதுவும் இல்லை.

நான் கேட்டேன்:

"பெயர் என்ன?"

"பெயரா, ம்... பாலன்!"

"என்ன, தடியக் காணோம்?"

"ஹேய், அதுவா! நான் இங்க... நானிப்ப... வேலை செய்யும்போது கூடவே வச்சிருப்பேன். ஏன்னா இது திருடங்க ஏரியா. நெல்லை எல்லாம் திருடிட்டுப் போயிடுவாங்க."

"ஓ! அப்ப போலிஸ்லதான் வேலையா!"

"ஆங்... போலிஸ்ல எல்லாம் இல்ல. ஆனா, போலிஸ்ல சேரணும்கிற ஆசை இருந்திச்சு."

இருந்தாலும் இவனுக்கு நல்ல அழகான மீசை. ஒரு எலி மீசை! நல்ல நீளமாக, அதை இப்படிப் பிடித்துக்கொண்டு "ஹ,

என்ன இங்க இருக்கறவங்க எல்லாரும் அங்கீகரிச்சிருக்கறாங்க. அந்தப்பக்கம் இருக்கற மொதலாளியுங்கூட" என்றான்.

'அந்தப்பக்கம் இருக்கற முதலாளியுங்கூட' என்று சொன்னால் முதலாளி இவனுக்கு மேலாகத்தான் இருக்கிறார். இவனோ அவருக்குக் கீழ்தான்; அவ்வளவுதான் இவனுக்கான இடம். அப்போது, 'இவன் ஒரு மரியாதைக்குரியவன்' என்பதுபோல லைலா என்னையே பார்த்துக்கொண்டிருந்தாள். ஆனால், நான் எப்போதோ உறுதி செய்துவிட்டேன், இவன் இன்று என்னுடைய இரையென்று! இவனுக்கு இங்கே எந்த வாய்ஸும் இல்லை.

இங்கே சொல்ல வேண்டிய மற்றொரு விஷயம் உண்டு. சாதாரணமாக ஒரு பாலியல் தொழிலாளி, ஏதாவது ஒரு ஏரியாவிற்குச் சென்றால் அந்த ஏரியாவை வளைத்துப்போடுவது என்றொரு முறை இருக்கிறது. சிறிது ஓய்வெடுக்க, குளிக்க, மது குடிக்க – இதற்கெல்லாம் அது அவசியம். அந்தக் காலத்தில் பெண்கள் வெளியே சென்று மது வாங்குவதில்லை. சாதாரண மாக, இப்படிப்பட்ட கிராமங்களில் ஆண்கள் ஷாப்பிலிருந்து 'கள்' வாங்கிக் கொண்டுவந்து தருவதும் அவ்வளவு எளிதானதல்ல. அதற்குச் சாராயம் காய்ச்சுபவர்களையோ ரவுடிகளையோ வளைத்துப்போட வேண்டும். அதேபோல, கொஞ்சம் திமிர் பிடித்த பெண்கள் இருக்கிறார்கள் என்றால் அவர்களையும் கைக்குள் போட்டுவைத்திருக்க வேண்டும். அப்படிப் பல வேலைகள் அங்கே உண்டு.

அப்போது லைலா வந்து கேட்டாள்: "டேய், நீ இன்னைக்குப் போறியா?" நான் எதுவும் பேசவில்லை.

எனக்குக் கள்ளு அல்லது சாராயம் குடிக்க வேண்டும். ஓய்வுக்குச் சமமான முக்கியத்துவம் அதற்கும் உண்டு. இவனை வைத்து விஷயங்களையெல்லாம் நிறைவேற்றிக் கொள்ளலாம் என்று நினைத்தேன். அப்போது இவன் வளைந்து, குழைந்து ஒரு நிலைக்கு வந்திருந்தான்.

நான் சொன்னேன்:

"பாலண்ணா, எனக்குக் கொஞ்சம் கள்ளு குடிக்கணுமே!"

"கள்ளா? நான் நல்ல பனங்கள்ளு கொண்டு வர்றேன்."

பனங்கள்ளு என்று சொன்னால் கொஞ்சமும் போதை இல்லாத மது அது. எனக்கு வேண்டியது, சாராயமோ அல்லது கள்ளச் சாராயமோ! இந்த கள்ளச் சாராயத்துக்கு ஒவ்வொரு இடத்திலும் ஒவ்வொரு பெயர் உண்டு. கல்யாணி கனால்பருங்கி, யானை விழுங்கி, மண்டை தாங்கி என்றெல்லாம். எனக்கோ

அந்த நேரத்தில் பொதுவான பெயர் நினைவுக்கும் வரவில்லை. எங்களுடைய ஊரில் பீச்சி டேமில் (அணைக்கட்டு) இருந்துவரும் கால்வாய் இருக்கிறது. அந்தக் கால்வாய்க் கரையில் வைத்துத்தான் இதனை விற்பார்கள். 'கனால்பருங்கி' என்று சொல்வார்கள். காரணம் அந்தச் சாராயத்தை இந்தக் கால்வாயில் இட்டு வைத்திருப்பர். அந்தப் பெயர்தான் என் நினைவுக்கு வந்தது.

நான் சொன்னேன்:

"உங்களோட பனங்கள்ளு ஒண்ணும் எனக்கு வேண்டாம். நல்ல கனால்பருங்கி வேணும்."

"கனால்பருங்கியா? அது என்ன?"

"பாலண்ணா, இந்த ஆளுங்க காய்ச்சி எடுத்திட்டு வர்ற சரக்கு! எனக்கு அதுதான் வேணும்!"

"ஐய்யோ! அதெல்லாம் முழுசா ஒரு கிளாஸ்கூடக் குடிக்க முடியாது! மட்டையாகிப் போகும்! இங்க விக்கிற ரொம்ப போதையுள்ள பொருள் அது."

"பரவாயில்ல போதை வரட்டுமே! நாம கொஞ்சம் குடிச்சுப் பாக்கலாம்."

"ஒரு பாட்டிலுக்கு மூணரை ரூபா. அதெல்லாம் வாங்க முடியுமா?"

"பரவாயில்ல பாலண்ணா வாங்கலாம்."

"நான் பாக்கெட்ல பணம் எடுத்துட்டு வரல."

இவனோட கையில அஞ்சு பைசா இருக்காது. நான் இவனைக் கேவலமாகச் சொல்லவில்லை – உண்மையில் அதற்கான வாய்ப்பினைத்தான் சொல்கிறேன். நான் சொன்னேன்:

"நான் அஞ்சு ரூபா தர்றேன். பாலண்ணா போயி வாங்கிட்டு வர முடியுமா?"

"அப்படியின்னா நான் ஒண்ணு செய்றேன், கொஞ்சம் ஆமைக்கறி கொண்டுவர்றேன், சாப்பிடுவியா? ஆனா லட்சுமிக்குத் தெரியாம எடுத்திட்டு வரணும். ரொம்பக் கஷ்டம்."

"அதுக்கெல்லாம் நீ போக வேணாம். இத மட்டும் வாங்கிட்டு வா. நான் இங்க ஏதாச்சும் சமச்சு வைக்கிறேன்."

சொன்னவுடனேயே அவன் எங்கோ போனான். அந்தச் சமயம் லைலா அருகில் இருந்த குளத்திற்குக் குளிக்கப் போனாள்.

திடீரென்று கதவில் யாரோ தடியால் தட்டினார்கள். இந்த இலட்சம்வீட்டுக் கதவிற்குக் கொஞ்சம் கனம் குறைவு.

கடகடவென்று சப்தம். பக்கத்திலுள்ள ரவுடிகள் யாராவது வந்தார்களோ என்று நினைத்துக்கொண்டு கதவினைத் திறந்ததும் இவன் திரும்பி வந்திருந்தான். உருட்டி எடுத்த நீண்ட மூங்கில் தடியும் கையில் இருந்தது. பெரிய ஒரு பாட்டிலை வேட்டியில் மறைத்து வைத்துக்கொண்டு வந்திருந்தான். பாட்டிலை வெளியே எடுத்துவைத்தான்.

"எனக்குக் கொஞ்சம் வேணும். ஆனா, லட்சுமிக்குத் தெரியக் கூடாது." லட்சுமி என்ற பெயரை இரண்டாவது முறையாகக் கேட்டேன். அது அவனுடைய மனைவி என்று அப்போது எனக்குத் தெரியவில்லை.

நான் கேட்டேன்: "லட்சுமிக்குத் தெரியக்கூடாதா? யாரு அந்த லட்சுமி?"

"அவள்தான்."

அக்காலத்தில் மனைவி என்று சொல்வதெல்லாம் இல்லையல்லவா! இந்த மனைவி என்று சொல்லக்கூடிய பொருளுக்கெல்லாம் எந்தப் பெயரும் இல்லை!

காலை ஆட்டிக்கொண்டும் மீசையைப் பிடித்துக்கொண்டும் பயங்கர ஸ்டைலாக அவன் இதைச் சொன்னான். ஆனால், மீசை தடிமனாக இல்லாததனால் பிடிக்கும்போது அது கையில் கிடைக்கவில்லை.

"அவளுக்குத் தெரியக்கூடாது."

"பாலண்ணனோட பொண்டாட்டியா? எங்க போயிருக் காங்க?"

இவனுக்கு அவள்மீது பயம் உண்டு. ஆனால், இவன் சொல்லும் உருவத்தைப் பார்த்து நான் பயப்பட வேண்டியதில்லை என்றாலும், மனைவி என்று சொல்லும்போது, கணவன் இவ்வாறு செல்வது தெரிந்தால், அவள் வந்து அடியும் தகராறும் உண்டாக்குவாள். ஊர்மக்கள் கூடுவார்கள். அங்கே ஒரு 'சீன்' உண்டாகும். அதனால் மனைவி எங்கே போனாள், எவ்வளவு தூரம் போனாள் என்றெல்லாம் தெரிந்துகொள்ள வேண்டும். அவள் கொஞ்ச அதிக தூரம் போயிருந்தால் இரண்டு 'பெக்' அடிக்கும்வரை சண்டைக்கு வரமாட்டாள்.

"அவ ராஜன் வீட்டுக்குப் போயிருக்கா."

“ராஜன் யாரு?”

“அதுதான் நம்ம மொதலாளி.”

முதலாளி என்று சொல்லச் சொல்ல இவனுடைய எல்லாப் பலமும் போய்விட்டது.

நான் என்ன செய்தேன் என்றால், கொஞ்சத்தை ஊற்றி அதனோடு கொஞ்சம்கூடத் தண்ணீரையும் ஊற்றி அவனுக்குக் கொடுத்தேன். கனால்பருங்கிலும் தண்ணீரைக் கலந்துதான் குடிக்க வேண்டும். பார்ப்பதற்கு அதுவும் நாம் ஊற்றக்கூடிய தண்ணீரைப் போலத்தான் இருக்கும். அதனால் எவ்வளவு குடிக்க வேண்டுமென்று தெரியாது. இவன் அதனை எடுத்து இரண்டு வாய் குடித்தான்.

“ஸ் ஸ் ஸ் – ஹ் – ஐயோ ரொம்ப ஸ்ட்ராங்! தொட்டுக்கிறதுக்கு எதாவது வேணும்.”

நான் வறுத்த கருவாட்டினை எடுத்துக் கொடுத்தேன். அதில் கொஞ்சத்தைச் சாப்பிட்டுவிட்டு, ‘வண்டியைக் கிளப்புகிறேன்’ என்று சொல்லிப் போனான். இவன் போனபிறகு நான் இதை எடுத்து, இவனுக்கு ஊற்றியதில் நான்கில் ஒருபங்கு தண்ணீரைச் சேர்த்துக் கையில் எடுத்தபோது ஒரு கடும் சாயாவின் ஸ்ட்ராங் கூட இல்லை.

இவன் ஹா – ஸ் ஸ் ஸ் என்றெல்லாம் எதற்குச் சொன்னான் தெரியுமா? இவன் இதை வாங்கி, இதனோடு கொஞ்சம் தண்ணீரையும் கலந்து பயங்கரமா நீர்த்துப்போகச் செய்துதான் கொண்டுவந்திருக்கிறான். அதுவுமல்ல கொஞ்சம் குடித்தாலே இவனுக்கு நன்றாகப் போதை ஏறிவிடும்.

நான் தண்ணீர் சேர்க்காமல் கொஞ்சம் குடித்துப் பார்த்தேன். லேசான எரிச்சல் இருந்தது. முழுபாட்டிலையும் குடித்து முடித்த போது ஒரு குவாட்டர் குடித்த உணர்வுதான் இருந்தது. சிறிது நேரத்திற்குப் பிறகு இவன் மறுபடியும் வந்தான்.

“எல்லாம் தீர்ந்து போச்சா? தலை நிமிர்த்த முடியல.”

இவனுடைய பலவீனத்தை யோசித்துப் பார்க்க வேண்டும்! பயங்கர ரவுடியாம், சரியான குடிகாரனாம், மொத்த உலகத்தையும் பயப்படுத்துறவனாம், முதலாளியாம், யானையாம், கூனையாம், அம்பத்தாறாம்!

இவன் உண்மையில் கிறங்கிப் போய்விட்டான். பார்ப்பதற்கு நல்ல சுவாரஸ்யம். மேல்வழியாக வந்து திண்டில் நின்றுகொண்டிருந்தான். “லட்சுமி வரல்ல. அப்புறம் என்னால கண்ணே திறக்க முடியல்ல. இங்க என்னாச்சுன்னு பாக்க வந்தேன்.”

நான் இங்கே நின்று சொன்னேன், "நான் குடிக்கல பாலண்ணா, நான் குடிக்கல" அதன் பிறகு எங்களுக்கிடையே நல்ல உறவு ஏற்பட்டது.

அன்று இரவு பாலன் யாருக்கும் தெரியாமல் இங்கு வந்தான். கீழேயுள்ள வழி நடைபாதைதான், ரோடு அல்ல; மறைந்து வருவதற்கான வழியும்கூட. மேலேயுள்ளதுதான் எல்லோரும் வரக்கூடிய சரியான வழி. வந்தவுடன் கதவைத் தட்டினான். நான் திறந்தேன்.

"லட்சுமிய அவங்க வீட்டுக்குப் போகச்சொல்லி அனுப்பிட்டேன்."

இதைச் சொல்லிக்கொண்டே அவன் உள்ளே வந்தான். அரைபாட்டில் நல்ல சாராயத்தைத் தந்தான். அப்பொழுது இவன் மனதில் என்மீது ஒரு ஆசையோ காதலோ என்னவென்று சொல்வது..!

"தண்ணி, துளிகூடச் சேக்கல, கொஞ்சமாத்தான் குடிக்கணும்."

"வீட்டுக்குள்ள உட்காரலாம் பாலண்ணா!"

அப்போது பகலில் கொண்டுவருவதாகச் சொன்ன ஆமைக்கறியைப் பொட்டலமாகக் கட்டிக்கொண்டு வந்திருந்தான். மிக அழகாகப் பொட்டலம் கட்டிய காதலனின் வருகையாக இருந்தது அது. கால் ஆடிக்கொண்டிருக்கும் பழைய பெஞ்ச் ஒன்று அங்கே இருந்தது. நான் ஆமைக்கறியை வாங்கி அதன்மேல் வைத்துவிட்டு, பாட்டிலை அதன் அடியில் வைத்தேன்.

"பாலண்ணா அடுத்த வேல என்னது?"

"எனக்கு... ஒண்ணு வேணும்."

"என்ன?"

"இல்ல... ஒண்ணு வேணும்."

இவனுக்கு வார்த்தையே இல்லை, 'ஒண்ணு வேணும்!' என்று மட்டும் சொல்லிக்கொண்டிருக்கிறான்.

நான் கேட்டேன், "இதுல இருந்து கொஞ்சம் ஊத்தித் தரவா."

"இல்ல. எனக்கொண்ணு வேணும்."

நான் சொன்னேன், "பாலண்ணா, நாங்க டவுன்ல நிக்கும்போது முதல்ல பணத்தத்தான் வாங்குவோம். நீயும் பணத்த குடு. அதுக்கப்புறம் நாம தொடங்கலாம். எனக்குப் பணத்த பாத்தாத்தான் பாலண்ணா, இதிலெ எல்லாம் விருப்பம் வரும்."

அப்போது இவன் உலகத்திலுள்ள எல்லா மனித கைகளிலும் மாறிமாறி வந்த ஒரு ஐந்து ரூபாய் நோட்டை (இப்போதும் அந்த ஐந்து ரூபாய் என்னுடைய மனதில் இருந்து மறைய வில்லை) எடுத்து நீட்டினான். இதைக் குற்றமாகச் சொல்லவில்லை; மனதில் தோன்றும் வேடிக்கை. அங்கே ஒரு ராந்தல் விளக்கு, பற்றவைத்து, திரி குறைத்து வைக்கப்பட்டிருந்தது. இந்த நோட்டிலுள்ள ஓட்டையின் வழியாக விளக்கு தெரியக்கூடிய அளவுக்குப் பழையதாக இருந்தது அது. இவன் ஏதோ தேவைக்கு மிகவும் பத்திரப்படுத்திவைத்த பணம் அது. அதை வாங்கி வைத்தேன்.

காசு தரவில்லை என்றாலும் இவனைக் கைக்குள் போட வேண்டியது என்னுடைய தேவை. "எனக்கு, காரியத்துக்கு முன்னாடி சாராயம் வேண்டா! அத குடிச்சா நடக்காது!"

இதையும் சொல்லிவிட்டு இவன் வேகமாக வீட்டுக்குள்ளே வந்தான். அங்கே ஏதாவது சம்பவம் நடந்தால் இந்த உலகம் முழுவதையும் கூப்பிட்டுச் சொல்லும் அளவிற்கான ஒரு கட்டில் கிடந்தது. லைலாவின் சம்பாத்தியம் அது. இவன் அதில் உட்கார்ந்தான். 'கரகர சப்தம்!' அதைக் கேட்டவுடனேயே இவன் குதித்து எழுந்தான்.

நான் அப்போது அந்த வாசல்வரை வந்தேன்.

"ஸ் ஸ் ஸ்... அங்க எல்லாம் ஒண்ணும் முடியாது, ஊர்க்காரங்களுக்கு எல்லாம் தெரிஞ்சுடும்" என்று சொல்லிக் கொண்டு இவன் கட்டிலில் இருந்த பாயை எடுத்து இரண்டு உதறு உதறித் தரையில் விரித்தான்.

"நான் ரெடியாயிட்டன்.'

இப்பொழுதாக இருந்திருந்தால் நான் கொஞ்சங்கூடச் சத்தமாகச் சிரித்திருப்பேன். என்ன சொல்வது, சர்க்கஸில் கோமாளியைப்போல அப்படிக்கூட எதுவும் சொல்ல முடியவில்லை அந்த வேஷத்துக்கு!

"இங்க... வந்து உட்காரு!"

அழைத்தான். அழைத்த பிறகு,

"துணியெல்லாம் கழட்ட வேண்டா, துணியெல்லாம் கழட்ட வேண்டா, நேரமில்ல, நேரமில்ல."

இந்தக் கிராமத்தில் உள்ள பலருக்கும் செக்ஸ் என்று சொன்னால் ஆடையை அந்தப் பக்கமோ இந்தப் பக்கமோ கொஞ்சம் விலக்குவது. ஆங்! முடிந்தது! அவர்கள் போய்விடுவார்கள். பெரிய வேலையெல்லாம் ஒன்றுமில்லை.

“நேரமில்ல, சீக்கிரமா முடிக்கணும்” என்று சொல்லிவிட்டு இவன் இங்கே வந்து சடபுடவென்று இரண்டு, ஙா, இதோ முடிந்தது. “ஆங், போகட்டுமா, ஏதாவது மறந்து வச்சிருக்கிறனா! ஓ, என் மடியில இருந்து ஒரு பீடி விழுந்திருக்கு.”

ஒரு பீடி! சிரிப்பதா அழுவதா?

“பீடிய இங்க பாத்தாச்சுன்னாலே லைலாவுக்குச் சந்தேகம் வந்திடும். லட்சுமி கிட்ட சொல்லிடுவா.”

நான் அங்கெல்லாம் தேடிப் பார்த்தேன். பீடியைக் காணவில்லை. இவனுக்கோ டென்ஷன்!

“ஹ. . . எனக்கு வேகமாக் கொஞ்சம் ஊத்திக் கொடு!”

நான் என்ன செய்தேன் தெரியுமா! இவனை ஏமாற்ற வேண்டும் என்று நினைத்துக் கொஞ்சம் அதிகமாகவே ஊற்றிக் கொடுத்தேன். தண்ணீர் சேர்க்காமல் கொண்டுவந்ததல்லவா!

“கொஞ்சமாத்தானே ஊத்திருக்க கொஞ்சமாத்தானே ஊத்திருக்க. . . தண்ணி ஊத்திக்கோ. . .” என்று சொல்லிக் கொண்டு மண்பாத்திரத்தில் இருந்த தண்ணீரை ஊற்றி ‘ஹா’ என்று குடித்தான்.

“நான் போயிட்டு வர்றேன்! நான் போயிட்டு வர்றேன்.”

இந்த மனிதன் முன்னோக்கி நடக்கவில்லை. அந்த அறை மொத்தத்திலேயே கொஞ்சம் நீளம்தான். அங்கிருந்து சமையலறை வரை தள்ளாடித் தள்ளாடிப் பின்னோக்கிப் போனான். காரணம் இவன் பெரும்பாவம் அல்லவா செய்துவிட்டுப் போகிறான்!

அன்றைய கூத்து முடிந்தது. நானும் விளக்கின் திரியைக் குறைத்து வைத்து, கதவைத் தாழிட்டு நன்றாகப் படுத்துத் தூங்கினேன்.

அடுத்தநாள் முதல், அவன் லைலாவின் வீட்டுவாசலில் நிரந்தர ஆளாக இருந்தான். இவன் மனைவியோ ரொம்ப அப்பாவி! அவளுக்கோ இவனைப்பற்றி அப்படியெல்லாம் எந்தச் சந்தேகமும் கிடையாது.

மறுநாள் லைலாவும் இருந்தாள். பாலன் பேசுவதற்காக வந்தான்.

“நமக்கிட்ட ஒரு நல்ல ஆளு இருக்கிறான், நல்ல ஆளு.”

“யாரு?”

“வந்தாச்சுன்னா எப்படியும் பத்துப் பதினஞ்சு ரூபா தருவான்.”

நான் சிரித்துவிட்டுச் சொன்னேன், "பாலண்ணா இதெல்லாம் சரிவராது."

லைலாவுக்குக் கேட்காமல்தான் இது. அவள் அந்தப்பக்கம் போனபிறகு நாங்கள் பேசிக்கொண்டிருப்போம். திரும்பி வரும் போது நாங்கள் டீசண்டாக உட்கார்ந்திருப்போம். காரணம் மயக்க வேண்டிய வேலையெல்லாம் முடிந்துவிட்டது அல்லவா!

அப்புறம் எங்கள் இருவருக்கும் இப்போதெல்லாம் அதைப் பற்றிப் பேச வேண்டிய தேவை இல்லை அல்லவா! அவளுக்கோ அது தெரியாது. அவள் கேட்பாள். "என்னடீ நீ பண்ற, இவ்வளவு பேசுறதுக்கு உங்களுக்கு என்ன இருக்குது?" அப்போது நான் சொல்வேன், "நீ கொஞ்சம் பேசாம இருடீ." அப்போது அவள் வெளியே சென்று பாத்திரம் கழுவுவாள் அல்லது சமையலறைக்குச் செல்வாள்.

"பதினஞ்சு ரூபா தருவாங்க. கூட்டிட்டு வரட்டுமா!"

"பாலண்ணா டவுனுக்குப் போனா எனக்கு 50 ரூபா கிடைக்கும்."

"மூணரை ரூபா பஸ் டிக்கெட், திரும்பி வர்றதுக்குப் பஸ் டிக்கெட், ராத்திரி பயம், செலவு, சோறு. . . அப்போ இங்க பதினஞ்சு ரூபாய் பத்தாதா?"

இவன் கணக்கு சொல்லத் தொடங்கினான். நான் சொன்னேன்,

"முடியாது பாலண்ணா, எனக்குப் பத்தாது!'

"அப்படீன்னா நான் நாராயணன கூட்டிட்டு வரட்டா? சரக்கு வாங்கிட்டு வந்தானில்ல! அவன்தான் இவன்! வேல முடிஞ்சா பத்து ரூபா தருவான், ஒரு பாட்டிலும் தருவான்!"

அப்படியே பேச்சில் நாராயணன் வந்துவிட்டான்.

நான் சொன்னேன்,

"கணக்கு பாத்தா ரொம்ப குறைவாயிருக்குப் பாலண்ணா. முன்னாடி சொன்ன கணக்கு இதவிட நல்லதா இருந்துச்சு. பத்து ரூபாயும் பாட்டிலும் சேர்த்தா பதிமூணரை ரூபாதான் வருது!"

"இல்ல, அது பிரச்சனையில்ல, மொத்தத்துல பாத்தா இத்துனூண்டு நேரம்தான் ஆகும்! டிரெஸ் ஒண்ணும் கழட்ட வேண்டா, டிரெஸ் ஒண்ணும் கழட்ட வேண்டா!"

பயங்கரமான கணக்குதான். நான் சொன்னேன், "பாலண்ணா நீங்க டிரெஸ் கழட்ட மாட்டீங்கனா, மத்தவங்களும் அப்படி யிருக்க மாட்டாங்க. ரொம்ப கஷ்டமான, சிரமமான வேலை

இது. அதுவுமில்லாம லைலாகிட்ட சொல்றதுக்கு ஒரு காரணம் வேண்டாமா? அவகிட்ட உடம்பு சரியில்லைன்னு சொல்லிட்டு இங்கே இருக்கணும். அவளுக்கு அஞ்சு ரூபா கொடுக்கணும். அப்படின்னா எனக்கு எப்படிப் பத்தும்?"

"அப்படீன்னா நாம ஒரு காரியம் செய்யலாமே! நம்ம பாரஸ்ட் ஆபிசரப் புடிக்கலாமா?"

"அது யாரு?"

"அதொரு பாரஸ்ட் ஆபிசர். ஆனா அவரு இன்னைக்கு வர மாட்டாரு. திருச்சூருக்குப் போயிருக்காரு. பயப்பட வேண்டாம், நான் புடிச்சுத் தர்றேன். ஆனா என்னை மறக்கக் கூடாது. நேத்து நான் அஞ்சு ரூபா கொண்டு வந்தேனில்ல? அது, நான் எவ்வளவோ நாளா பாதுகாத்து வச்சிருந்தது தெரியுமா? வல்லங்கித் திருவிழாவுக்குப் போயிட்டுச் செலவு பண்ணுனதோட மிச்சத்தைத் தான் பிடிச்சு வச்சிருந்தேன். எனக்கு ஃப்ரீதான் சரியா! பாரஸ்ட் ஆபீசரோட நாள்ல எனக்கு ஃப்ரீ!'

இவன் இவற்றையெல்லாம் சொல்லும்போது இவனுடைய கையும் காலும்கூடப் பேசிக்கொண்டிருக்கும்.

"அவன் தருவான். அவன பார்க்கணும். ஆளு ரொம்ப நல்லவன். பிரச்சன இல்லாத ஆளு; கூட்டிட்டு வரட்டா; கண்டிப்பா எனக்கு ஃப்ரீதான்."

ஒவ்வொரு வருணனையோடும் சேர்ந்து இவன் கையும் காலும் தூக்கிச் சொல்வான், "எனக்குக் காசு கெடையாது; ஃப்ரீதான்."

நான் சொன்னேன், "சரி பாலண்ணா, கண்டிப்பா, நாம பார்க்கலாம்." உண்மையில் இவன் இப்படிப்பட்ட விஷயங்களில் அல்லது இப்படிப்பட்ட பெண்களிடம் இதுவரை எந்த டீலிங்கும் செய்ததில்லை. ஆனால், இவனுடைய மனதில் பயங்கரமான சினிமா ஸ்டைலும், கொஞ்சம் கதைகளும் உண்டு. இவனுக்கு முடியாவிட்டால் அவன் என்பதுதான் இவனுடைய எண்ணம். அன்று நான் டவுனுக்குச் சென்றேன்.

ஒன்றிரண்டு சுற்று எல்லாம் சுற்றிவிட்டு ஒருநாள் டவுனில் தங்கிவிட்டுத்தான் திரும்பிவந்தேன். பஸ்லில் இருந்து இறங்கியபோதே பாலன் தயாராக உட்கார்ந்திருந்தான். சாதாரணமாக டவுனில் இருந்து திரும்பிவந்தால் குளித்துவிட்டு வெளியே செல்வதுதான் என்னுடைய வழக்கம்.

"குளிக்கவெல்லாம் வேணாம், வேலாயுதன் அண்ணனோட டீக்கடைக்கு வா."

வேலாயுதன் அண்ணன் என்றல்ல – பாலக்காட்டுப் பாஷையில் மரியாதையுடன் சொல்கின்ற ஏதோ ஒரு சொல்லைத்தான் அவன் சொன்னான்; நல்ல சொல் அது. ஆனால், இப்போது அச்சொல்லை நான் மறந்துவிட்டேன். டீக்கடை என்று சொன்னால் ஏறக்குறைய ஒரு குடிசைக்குள்ளே இரண்டு டீ கெட்டில் வைத்திருக்கும் ஒரு அமைப்புதான்.

"பாலண்ணா நான் குளிச்சிட்டு. . ."

"குளிக்கவெல்லாம் வேணாம். இதுதான் ஸ்டைல். குளிச்சிட்டா அப்புறம் மை எல்லாம் போயிடும்!"

நான் குளித்துவிட்டு வீட்டில் இருக்கும்போது பொட்டு வைப்பதோ நெற்றியில் சந்தனம் இடுவதோ கிடையாது. "பாலண்ணா நான் மை வரைஞ்சு பொட்டு வச்சிட்டுத்தான் வருவேன்."

அப்போதே செல்ல வேண்டுமென்ற பிடிவாதம். நான் அந்தப் பக்கமாக நடந்தேன். எனக்கோ டீக்கடை எங்கிருக்கிற தென்று தெரியாது. அதற்குப் பக்கத்தில்தான் பஸ்ஸில் இருந்து இறங்குவேன் என்றாலும் நான் அந்தக் கடையைக் கவனித்த தில்லை. நான் சொன்னேன், "பாலண்ணா, எனக்குக் கடை தெரியாது."

"அங்க ஒரு கடைதான் இருக்குது. அப்புறம் ராஜன் அண்ணாவோட கடையும்."

அப்படியென்றால் இரண்டு இருக்கிறது அல்லவா? என்ன வானாலும் நான் வந்த அதே ஸ்டைலில் நடக்கத் தொடங்கினேன்.

நான் சென்றபோது ஒரேயொரு பெஞ்ச் போட்டிருக்கும் டீக்கடை. ஒரு வராந்தாவும் இருந்தது. அதனுள்ளே செல்வதற்கு ஒற்றைக்கல் வைத்த மூன்று படிக்கட்டுகள் இருந்தன. எனக்கோ பெண்கள் சமையலறை வழியாக ஒதுங்கிச் செல்ல வேண்டுமென்ற விஷயமெல்லாம் தெரியாதல்லவா? இரண்டு மூன்று பேர் வராந்தாவில் உட்கார்ந்திருந்தனர். நான் அந்த வழியாக ஏறி உள்ளே சென்றேன். பனையோலையால் கட்டப்பட்டிருந்ததால் இரண்டு பக்கத்திலிருந்தும் வெளிச்சம் வரும் நல்ல பிரகாசம் உடைய அறைக்குச் சென்றேன். பெஞ்சில் முறுக்கு மீசையோடு பயங்கர ஸ்டைலாக ஒரு ஆஜானுபாகு உட்கார்ந்திருந்தார். கூடவே, அவருடைய சிஷ்யகணங்களில் ஒருவரும் உண்டு. நான் இந்த ஆஜானுபாகுவை உச்சந்தலையிலிருந்து உள்ளங்கால்வரை பார்த்துவிட்டுச் சமையலறைப் பகுதிக்குச் சென்றேன். அதன் பின்னால் உருண்ட மூங்கில் தடியுடன் 'டக் டக்' என்று ஸ்டைலாகத் தரையில் தட்டிக்கொண்டு பாலனும் அங்கே

வந்து, "சார், நீங்க போய் டீ குடிங்க. சார் ஏதாச்சும் சாப்டீங்களா? அப்புறம், சாப்டுவதற்கான விஷயம் இருக்கே. நான் எல்லாத்தையும் சொல்லிருக்கேன்" என்று சொன்னான்.

பெஞ்சுக்கு அப்பால், அந்த அறை, ஏறக்குறைய ஆறு அடி அகலமிருந்தது. நானும் ஒரு ஓரமாக நின்றுகொண்டிருந்தேன். மீதியுள்ள கொஞ்சம் இடத்தில் இவனும் தடியை வைத்து, வட்டமிட்டுச் சுற்றிக்கொண்டு, "சாப்டுவதற்கனான விஷயம்" என்றொரு பதினாறு விதத்தில் சொல்லிக்கொண்டிருந்தான், என்னைக் காட்டிக்கொடுக்கிறானாம்.

"பாலா எனக்குப் புரிஞ்சிடுச்சு" ஆஜானுபாகு சொன்னார். அவர் தெக்கன் பாஷைக்காரர். அப்படியென்றால் இந்த ஆஜானுபாகுதான் பாரஸ்ட் ஆபீசர் கரீம். அவரோடு இருப்பவன் அவரின் உதவியாளன் முரளி.

நான் சமையலறையில் இருந்து ஒரு டீ குடித்து என்னை நானே காட்டிக்கொடுத்தேன். காசு கொடுத்துவிட்டு வெளியே இறங்கினேன். இறங்கும்போது பின்னால் இருந்தெல்லாம் பேச்சு வந்தது, யாரெல்லாமோ என்னைக் கவனிக்கிறார்கள் என்பதுதான் என்னுடைய மனதில்.

என்னவானாலும் அங்கே இருந்த வயதானவர்களுக்கெல்லாம் என்னுடைய நடவடிக்கை பிடிக்கவில்லை. 'ஹூம்! இவ யாரு? சார் இருக்கும்போதே நேரா ஏறிவந்து டீ குடிச்சிட்டு இறங்கிப் போறா?' அதுதான் அங்கிருந்த விவாதம்.

டீக்கடையின் அருகில் ஒரு சிறிய மளிகைக்கடையும் உண்டு. அன்றைய காலத்துப் பெட்டிக்கடையின் ஒருவகை. ராஜன் 'மொதலாளி'யின் கடை. ராஜன், கையுள்ள பனியனைப் போட்டுக்கொண்டு விவசாயி தோற்றத்தில் இருந்தான். அவன் கடையில் உட்கார்ந்துகொண்டு, "அவளெல்லாம், அந்தத் திருச்சூர்ல இருந்து வந்த அவளெல்லாம் இப்படித்தான், அவளுக்கென்ன?" என்று ஏளனத்துடன் சொன்னான். நான் இதைக் கேட்டுக்கொண்டே சாலையின் குறுக்காக நடந்து வீட்டிற்கு வந்தேன்.

மதியச் சாப்பாட்டுக்குப் பின் பாலன் மறுபடியும் வந்தான்.

"மொத்தத்தில குழப்பமாயிடுச்சு, மொத்தத்தில குழப்பமாயிடுச்சு."

"என்னாச்சு பாலண்ணா?"

"அது. . . இப்போ ராஜண்ணாவுக்கு ஒண்ணு வேணும்."

“யாரு…‘இந்தத் திருச்சூர்ல இருந்து வந்த அவளெல்லாம்’ன்னு சொன்ன அந்த ஆளா?”

“ஆமா, ராஜனண்ணாவுக்கு ஒண்ணு வேணும். ஆனா, பிரச்சன என்னான்னு தெரியுமா? சாரு, ராஜனண்ணாவோட ரூமுக்கு வரமாட்டாரு. சாரோட ரூமுக்குக் கூட்டிட்டுப்போனா அங்க முரளி இருக்கிறாரு. ராஜனண்ணாவோட ரூமுக்குப் போனா சாருகிட்ட நிக்க முடியாது. இப்போ என்ன செய்றது. மொத்தத்துல குழப்பமாயிடுச்சு.”

அப்போது நான் சொன்னேன், “பாலா, சார் போனா போகட்டும். நீ ஒண்ணு பண்ணு. ராஜனண்ணாவ ரெடி பண்ணு. காசு கொஞ்சம் குறைவா இருந்தாலும் பரவாயில்ல.” காரணம் ‘திருச்சூர்ல இருந்துவந்த அவளெல்லாம்’ என்றொரு வார்த்தை சொன்னானல்லவா? அது என் மனதில் ஆழமாகக் குத்தியிருந்தது.

“பத்து ரூபா போதும்தானே?”

“இல்ல, ராஜனா இருந்தா இருபத்தஞ்சு ரூபா. சாரா இருந்தா அம்பது ரூபா.” ஐம்பது ரூபாய் என்று சொல்லும்போது சாதாரணமாக அங்கே நினைத்துப் பார்க்க முடியாத பெரிய தொகைதான்.

“அப்படீன்னா நாம சார ரெடி பண்ணலாம் இல்லியா?” மறுபடியும் குழப்பம். நான் சொன்னேன், “அது வேண்டாம், நீ ராஜன ரெடி பண்ணு. ராஜன் கிடைச்ச பிறகு நாம சாரப் பிடிக்கலாம்.” காரணம், சாருக்குச் சாதாரணமாகவே டவுனில் உள்ளவர்களின் நாகரிகம் உண்டு; வெறுப்புணர்ச்சி இல்லை. எனக்கு ராஜனின் திமிரை அடக்க வேண்டும்.

சாயுங்காலம் ஆகும்போது பாலன் ராஜனிடம் பேசி உறுதி செய்தான்; “இருபது ரூபாய் தருவார்” என்று சொன்னான். மீண்டும் லைலாவிடம் ஏதாவது பொய் சொல்ல வேண்டும். நான் பயங்கரமான ஒரு நாடகம் நடித்தேன். எப்போது வேண்டுமானாலும் எனக்கு மற்றவர்களை ஏமாற்றுவதற்கான வழிதான் மாதவிடாய். விருப்பமில்லாத வாடிக்கையாளர் வந்தாலோ, இலவசமாக யாராவது வேண்டுமென்று சொன்னாலோ என்னிடத்தில் உள்ள தந்திரம் மாதவிடாய்தான். நான் லைலாவிடம் சொன்னேன், “டேய், எனக்கு இன்னைக்கே ஆயிடும்னு தோணுது, அடிவயிறு பயங்கரமா வலிக்குது.”

அவள் சொன்னாள், “அடியே, இங்க இருக்கிறவங்க சரியில்ல. ரண்டு மூண்ணு நாளா நீ இங்க எல்லார்கிட்டயும் பேசிட்டு

இருக்க. நீ வேலாயுதன் அண்ணனோட கடையில போயி டீ குடிச்சிருக்கிற, பிரச்சன ஆயிடும். கதவெல்லாம் ஸ்ட்ராங் இல்ல.”

நான் சமாதானப்படுத்தினேன், “நீ பயப்படாத, நான் இங்கத் தூங்கமாட்டேன். பக்கத்தில உள்ள யாரையாச்சும் சோப்பிட்டு (சாரா, குஞ்ஞிபெண்ணு என ஒன்றிரண்டு பெண்கள் அப்போது அறிமுகமாயினர்) அவங்க வீட்டுல போய்ப் படுத்துக்கிறேன்.”

ராத்திரி என்னை அங்கே படுக்கவைப்பதற்கு அவளுக்குத் துளிகூட விருப்பமில்லை. அவளுக்கு இங்கே சிலர் உண்டு. அவளுக்கு அப்போது பாதிராத்திரியில் எழுந்துசெல்லும் வழக்கம் இருந்தது. நான் அங்கே தூங்குவது வழக்கமானால் அவளுக்கு அது தடையாக இருக்கும். அதுதான் காரணம். “நீ தைரியமா போ” என்று சொல்லி ஒருவழியாக அவளை டவுனுக்கு அனுப்பிவைத்தேன்.

இரவு எட்டு எட்டரை ஆனபோது ராஜண்ணாவின் கடையும் சுற்றுவட்டாரமும் காலியாயின. முன்பக்கம் பஸ் செல்லும் மெயின் ரோடு. யாராவது பார்த்துவிட்டால் இவனுக்கு அங்கே இருக்கமுடியாது. அவமானமாகிவிடும். பின்பக்கம் ஒரு ரகசியக் கதவு உண்டு. பெரும்பாலும் கிராமப்புறங்களில் உள்ள கடைகளில் உள்ளதுதான் இது. நான் அந்த வழியே குதித்து ஏறிச் சென்றேன். அப்போதுதான் தெரிந்தது அப்படியொரு லவ்வு. ராஜன், மாட்டுக் கறியையும் சாராயத்தையும் கொண்டுவந்து, சலவைக்காரி துவைத்துக் கொடுத்த நல்ல பெட்ஷீட்டையும் விரித்து, அழகான படுக்கையைத் தயார்செய்து, அப்படியொரு அழகான காட்சியில் காத்துக்கொண்டிருந்தான். உதாசீனம் எதுவும் காட்டவில்லை; பயங்கரமான அன்பு. அங்கே தூண்டுகோல் உள்ள சிம்னி விளக்கு; அதன் வெளிச்சத்தில்தான் இதையெல்லாம் பார்த்தேன். நான் உள்ளே செல்லும்போது விளக்கின் திரியைக் குறைத்தான். சென்றபின்பு கதவைத் தாழிட்டுத் திரியைக் கூட்டி, ‘திருச்சூர்ல உள்ள அவளெல்லாம்’ன்னு சொன்ன ஆள் சொல்கிறான், “டேய் . . . அன்னைக்கு முதன்முதல்ல பஸ்ல இருந்து இறங்கி இந்த வழியா நீ போனப்போ என்னோட மனசுல நெருப்பு பத்திக்கிச்சு.”

நான் கேட்டேன், “என்னாச்சு ராஜண்ணா மண்ணெண்ண எரிஞ்சு போச்சா?” நான் அவ்வளவு அன்போடு அல்லவா வந்திருக்கிறேன். என்னை அவமதித்த ஆள் இவன்.

“அய்யோ, என்னடா சொல்ற! நான் இப்புடிப் போற பொண்ணுங்களப் பாத்திருக்கேன் லைலாவ பாத்திருக்கேன், சரோஜினி, அம்மு எல்லாரையும் பாத்திருக்கேன், ஆனா, உன்னமாதிரி ஒருத்திய நான் இதுவரையும் பாக்கல டா.”

‘டா, உன்னமாதிரி’ என்றெல்லாம் தெக்கத்திப் பாஷையைக் கடன்வாங்கித்தான் இந்த ராஜன் என்னோடு பேசிக்கொண்டிருக்கிறான். பிரேம் நசீர் காதலிக்க வருவது போன்ற ஒரு சீன்.

“வா உட்காரு. உனக்கு என்னவெல்லாம் எடுத்துட்டு வந்திருக்கேன்னு தெரியுமா? மாட்டுக்கறி ரோஸ்ட். சீரகம் நிறையப் போட்டது!”

சுவையைப் பற்றி ஏதாவது முன்னபின்ன தெரியுமா? சின்னச் சீரகம் சேர்த்து மாட்டுக்கறி ரோஸ்ட். நல்ல மருந்தினுடைய வாசனை. “எல்லாத்தையும் சாப்பிட்டுட்டு, மெதுவாத் தொடங்கினா போதும், இந்தா இத சாப்பிடு,” நான் சொன்னேன், “ஒரு விஷயம் பண்ணு ராஜண்ணா, பாட்டிலை எடு.”

“ரெண்டு துண்டு வாயில போட்டுட்டுப் போதாதா? அப்புறம் தலைக்கு ஏறிடும், தண்ணி சேர்க்கட்டுமா?”

“வேண்டாம், அத இங்க கொண்டுவா.” இதைச் சொல்லும் போதும், நான் இவனுடன் சண்டைக்கு அல்லவா வந்திருக்கிறேன்.

ஆனால், இவன் ஒன்றுமில்லை. இவன் என்னை மோசமாக அவமதித்தான், அதற்கு நான் பழிவாங்க வேண்டும் என்று நினைத்துத்தான் வந்தேன். ஆனால், இவனோ ஒன்றுமில்லை. நான் பெரிய டம்ளரில் கொஞ்சம் அதிகமாக ஊற்றினேன்.

“அய்யோ எரியும், எரியுமே.”

“எரியட்டும் பாலண்ணா, பேசாம இரு, எரியட்டும்.”

“அப்புறம் பிரச்சனயாயிடும்.”

நான் சொன்னேன், “ஒண்ணும் ஆகாது, இதெல்லாம் பிரச்சனயில்ல. பிரச்சன இனிதான் வரவிருக்குது.” அப்போது இவனும் லேசாக உறிஞ்சிக் குடித்தான்.

“அய்யோ மொத்தத்தில பிரச்சன ஆச்சு. என்னக் கூட்டிக்கிட்டுப் போய் விடுறதுக்குப் பாலன் வரலியே.”

அதன்பிறகு அவன் வந்தான். பாலன் துணிகூடக் கழற்ற வேண்டாம் என்று சொன்னான். இவன் இடுப்பில் இருந்த ஒரு துண்டுத்துணியை உருவி மடித்துக் கொடிக்கயிற்றில் போட்டான். நான் அப்போது சற்று அகலம் குறைந்த பெஞ்சில் ஒருவிதமாக பேலன்ஸ் செய்து உட்கார்ந்திருந்தேன். இவன் பரிபூரண நிலையில் வந்து கேட்டான்.

"பிரச்சன ஒண்ணும் இல்லதானே, நாம தொடங்கலாமில்ல?" சாராயம் குடித்திருப்பதால், நான் படுத்தால் எந்திரிப்பேனா என்று இவனுக்கொரு சந்தேகம். நான் சொன்னேன்,

"ஒரு பிரச்சனையும் இல்ல, அப்புறம் ராஜண்ணா, நான் எந்த உருவத்தில நிக்கணும்? எனக்கு ரொம்ப கஷ்டமான விஷயம் இது."

"இல்ல, ஆம்பிளைங்களப்போல இல்லியே, பொண்ணுங்களுக்கு அங்க ஒண்ணும் இல்லதானே? பொண்ணுங்களுக்கு என்ன இருக்குது? கழட்டினாலும் ஒண்ணும் தெரியாது, கழட்டலனாலும் ஒண்ணும் தெரியாது" என்று சொல்லிவிட்டுப் பாலண்ணாவின் இரண்டாவது அண்ணனாக இவன் இங்கே வந்து வேகமாக எல்லாவற்றையும் முடித்துவிட்டுக் கேட்டான், "போதுமா?"

நான் அதை இப்போதும் நினைத்துநினைத்துச் சிரிப்பேன். வியர்வையில் குளித்து, தளர்ந்து, சோர்ந்தவனாக இவன் இப்படி "போதுமா?" என்று கேட்கிறான்.

எனக்கு அப்போது வாய் விட்டுச் சிரிக்காத, எல்லாச் சிரிப்புகளையும் எல்லாப் பிரச்சனைகளையும் மனதில் அடக்கிக்கொள்ளும் பழக்கம் இருந்தது. எல்லாம் முகத்தைப் பார்த்தால் மட்டும்தான் தெரியும். அதிர்ஷ்டவசமாக இவன், என்னுடைய முகத்தைப் பார்க்கவில்லை. நான் சொன்னேன், "ராஜண்ணா பிரச்சனயில்ல."

இவன் என்னவாக இருந்தான்? பாலண்ணன் யுத்தத்திற்கு வரவில்லை என்றால், இவன் யுத்தம்தான் செய்யப்போகிறேன் என்றல்லவா வருகிறான். நான் இதையெல்லாம் யோசித்துக் கொண்டே நின்றேன். ஆனால், இவனோ மிகுந்த மகிழ்ச்சியில் வேறொரு உலகத்தில் இருந்தான்.

"நான் கொண்டுபோய் விடமாட்டேன், மானம் போயிடும். என்னால அதை யோசிக்கக்கூட முடியாது."

எல்லாம் முடிந்தபிறகும் இவன் துணி உடுத்தவில்லை. துணி உடுத்தாமலிருக்கும் இவன்தான் சொல்கிறான், "மானம் போயிடும்." அப்போதும் நான் சொன்னேன், "பிரச்சனயில்ல."

அங்குள்ள ஒரு பிரச்சனை என்னவென்றால், இரவு நேரங்களில் உணவு கிடைக்காமல் அலைந்து திரிகின்ற நாய்கள். எனக்கு அவற்றைப் பார்த்துப் பயங்கரப் பயம். அதை நினைத்தபோது மனதிலுள்ள வேடிக்கை முழுவதும் போய்விட்டது. "சரி அப்ப போ."

நான் அதைக் கேட்டுக்கொண்டே சென்று கதவைத் திறந்ததும் இவன் ஓடிவந்து கட்டிப்பிடித்து, ஐந்தாறு முத்தங்களைக் கழுத்திலெல்லாம் கொடுத்தான். அந்த அளவுக்குத்தான் இருந்தான் இவன்; உயரம் குறைந்த, சாதாரண, சிறிய மனிதன்.

குழந்தைகள் சாப்பாடு வேண்டாம் என்று சொல்லும்போது கையும் காலும் போட்டு அடித்துக்கொண்டல்லவா சொல்வார்கள். அதுபோல ஐந்தாறு முத்தங்களைத் தந்துவிட்டுச் சொல்கிறான், "எனக்குப் போதும்," அப்புறம் நான் துணி உடுக்காதது ஏன்னா, உடம்புல ஒட்டிடும், உங்களுக்கு அதெல்லாம் ஒண்ணும் பிரச்சனை இல்லியே?"

அது அப்படி முடிந்தது.

பின்பு அவனுடைய கடையில் உப்பு, மிளகு, ஒரு கிலோ அரிசி என்றெல்லாம் வாங்கச் செல்வேன். பொருள்களை வாங்கிய பிறகு ஒரு துண்டு பேப்பரில் மடித்துச் (காகிதத்திற்குத் தட்டுப்பாடு நிலவிய காலமது) சிறிய ஒரு பொதியைக் கையில் வைத்து அழுத்தித் தருவான். முதன்முறையாக நான் அதை வாங்கும்போது இவன் சில்லறைக்காசைப் பொட்டலம் கட்டித் தருகிறானோ என்று நினைத்தேன். பார்த்தபோது இரண்டு ஆரஞ்சு மிட்டாய். பின்னர் ஒருநாள் கடலை மிட்டாய். அக்காலத்தில் கடலை மிட்டாய்க்கு விலை கால் அணாவோ, இரண்டு பைசாவோ இருந்தது.

ஒன்றரை வருடம் அங்கே தங்கியிருந்தேன். அதனிடையே ஒன்றிரண்டு முறை அவனுடைய அறைக்கும் சென்றேன். ஆனால், இந்தக் கடைக்குச் செல்லும்போது கிடைக்கின்ற (ஒரு வாய்க்கு மட்டுமே அளவான) கடலை, கடலை மிட்டாய், ஆரஞ்சு மிட்டாய், பட்டாணிக் கடலை – காதலாக இருந்தது அது!

அது ஒரு கூத்தாக இருந்தது.

பின்னர் கடைக்குச் செல்லும்போதெல்லாம் அவனுக்கு என்னை அங்கே கொஞ்சம் நேரம் நிறுத்தி வைக்க வேண்டும். நானோ ஏதாவது குறும்புகள் செய்துகொண்டுதான் நிற்பேன். ராஜண்ணா "இதுக்கு என்ன விலை? இந்த வெங்காயம் கெட்டுப் போயிருச்சே" என்றெல்லாம் சொல்லி அவனுடைய கவனத்தைத் திருப்புவேன்.

ஒரு சிறிய ஜாக்கெட்டும் ஒற்றை வேட்டியும்தான் என் உடை. மார்பில் துண்டு போடுதல் என்றொரு நடைமுறை எதுவும் இல்லை.

அப்போது அவன் என்னைப் பார்த்து, மெதுவான குரலில், இரகசியம் சொல்வதுபோலத் "தர்றேன்" என்று சொல்வான்.

அங்கே பொருட்களை வாங்க வந்துநிற்கின்ற மற்றப் பெண்களுக்கும் அவசரம் இருந்தது.

அறுவடைக்கும், கற்றைக் கட்டுவதற்கும் சென்றுவிட்டு வருபவர்கள் அவர்கள். அவர்களுக்கு வேகமாக வீட்டிற்குச் செல்ல வேண்டும். நானும் உடனே, "அந்த அரிசி என்ன விலை? அது போதும், சீக்கிரமா எடுத்துக் குடுங்க!" என்றெல்லாம் அவசரம் இருப்பதாக நடிப்பேன்.

அப்போது அவன் பார்ப்பான். "ஆங். . . சீக்கிரம் அனுப்பி வைக்கிறேன்" என்று சப்தம் இல்லாததுபோலச் சொல்வான். ஆனால், இந்த 'அனுப்பி வைக்கிறேன்' என்பது தெளிவாகக் கேட்கும். அது எல்லோருக்கும் கேட்கும்.

இரண்டு மூன்று முறை இந்த "அனுப்பி வைக்கிறேன்" என்பதைக் கேட்கும்போது இந்தப் பெண்களெல்லாம் வெறுமனே திரும்பிப் பார்ப்பார்கள்; யாரை 'அனுப்பி வைக்கிறேன்' என்று சொல்கிறார் என்று! ஒருவேளை வயதான தம்மையாக இருக்குமோ என்று நினைப்பார்கள்.

சில வயதான பெண்களுக்குக் கோபம் வரும், அவர்கள் சொல்வார்கள், "எங்களுக்குச் சீக்கிரமா பொருளத் தாங்க." அப்போது இவன் மறுபடியும் சின்னச்சின்ன தக்காளிப் பெட்டிகளில் வைத்திருக்கின்ற ஒவ்வொரு பொருளையும் எடுத்துப் பொட்டலம் கட்டுவான். பின்பு மீண்டும் சொல்வான், "அனுப்பி வைக்கிறேன்". உண்மையைச் சொன்னால் அதீத அன்பும் மரியாதையும் கலந்து, தொழுது வணங்கிச் சொல்லும் இந்த "அனுப்பி வைக்கிறேன்" என்ற காட்சி மிகச் சுவாரசியமாக ஒன்றரை ஆண்டுகள் தொடர்ந்தது.

இதனிடையே பாரஸ்ட் ஆபீசருக்கு என்னுடனான ஆசையை நிறைவேற்ற இயலாமல் நீண்டுகொண்டிருந்தது.

ஒரு காரணம் அவர் லைலாவின் காதலர். அது பாலனுக்கு தெரியாது. பாலன் சென்று அவரைப் புக் செய்வான். அப்போது லைலா வீட்டில் இருப்பாள். அதனால் அவரால் வரவும் முடியாது. இதற்கிடையே சில ஒளிவுமறைவு எல்லாம் கழிந்தபின் நான் திருச்சூருக்குப் போவேன். போனால் மட்டுமே என்னால் பேலன்ஸ் செய்யமுடியும். அப்படித்தான் அது நீண்டுபோனது.

இந்தப் பாரஸ்ட் ஆபிசரின் பெயர் கரீம். அப்படியிருக்க ஒருநாள் அவர் 50 ரூபாய்க்கு உறுதிசெய்யப்பட்டார். நான் தங்கியிருக்கும் இடத்திற்கு வருவதாக அவர் ஒப்புக்கொண்டார்.

ஒரு வாய்க்கால் வரப்பின் வழியாகத்தான் வர வேண்டும். அங்கே எல்லோரும் கூடிநின்று பேசுகின்ற ஒரு வளைவு உண்டு. வளைவில் பாலன் நிற்பதாகவும் அவர் வரும்போது சிக்னல் தருவதாகவும் ஒத்துக்கொண்டான். நான் வீட்டில் காத்திருந்தேன்.

சொன்னது போலவே கரீம் வரப்பினூடாக வந்தார். அதேநேரம் சாராயம் காய்ச்சும் நாராயணன், பாலனுக்கு அருகில் வந்தான். நாராயணன் இருப்பதால் பாலனால் சிக்னல் தர முடியவில்லை. காரணம் என்னை ஏற்பாடு செய்து தருவதாகக் கூறிப் பாலன் நாராயணனிடமிருந்து ஃப்ரீயாகச் சாராயம் குடித்து வந்தான். கரீம் சிக்னல் கிடைக்காமல் திரும்பிச் சென்றார்.

இவர் வரவில்லை என்றபோது நான் என்ன செய்தேன் தெரியுமா? அடுத்த நாள் காலையில், இவர் வருகின்ற நேரத்தில் நானும் டீ குடிப்பதற்காகச் சென்றேன். எங்களுடைய சந்திப்பெல்லாம் டீக்கடையில் அல்லவா. அங்கே செல்லும்போது, டீக்கடையில், எல்லோரும் நின்றுகொண்டும் தரையில் உட்கார்ந்து கொண்டும் டீ குடித்துக்கொண்டிருந்தனர். இந்தக் கரீமுக்கும் அவருடைய உதவியாளன் முரளிக்கும் மட்டும் இருக்கை இருந்தது. என்னைப் பார்த்தவுடன் கரீம், முரளியிடம் சொல்வதுபோலச் சொன்னார்.

“நான் நேத்தைக்கு வராததுக்குச் சங்கடமெல்லாம் வேண்டாம். நான் அந்தப்பக்கம் வந்தப்போ நாராயணன் வழியில நின்னுட்டிருந்தான்.”

எனக்கு எதுவும் புரியவில்லை. இவர், நாராயணனை எனக்குத் தெரியும் என்றும் நேற்று நடந்த சம்பவம் எனக்குத் தெரிந்திருக்கிறது என்பதுமான பாவனையில் சொல்லிக் கொண்டிருந்தார்.

பின்பு அவர் பாலனிடமும் அதையே சொன்னார். ஒரு சம்பவத்தைச் சொல்வதுபோல, “பாலா, அப்புறம், உனக்குத் தெரியுமில்லியா, நான் அங்க வரணும்னு நினச்சது. அப்ப நாராயணன் வந்தான்.” அப்போதும் எனக்கொன்றும் புரியவில்லை. யார் இந்த நாராயணன்? பாலன், நாராயணனைப் பற்றிச் சொல்லியிருக்கிறான் என்றாலும் நான் அவனைப் பார்த்தது இல்லை. நேற்றைய சம்பவமும் எனக்குத் தெரியாது. நான் டீ குடித்துவிட்டு வந்தேன். சிறிது நேரத்திற்குப் பிறகு பாலண்ணா வந்தபோது நான் கேட்டேன், “என்ன பாலண்ணா அவரு என்னமோ சொன்னாரே?”

“அதுவா. . . நாராயணன் வந்து அந்த மூலையில உக்காந் திருந்தான்,” பாலன் அவ்வளவுதான் சொன்னான்.

அப்படியானால் நாராயணன் என்னுடைய வாடிக்கை யாளன் என்று இவர் நினைத்திருக்கலாம்; நான் யூகித்தேன். அதனால்தான் இவர் திரும்பிச்சென்றிருக்கிறார். முதலில் நாராயணன் வருவதனால் இவர் திரும்பிச்சென்றிருக்கிறார். அதன்பிறகு சில நாட்கள் கழித்துப் பாலன் வந்து சொன்னான், “நமக்கு இந்த வீட்டுல வேண்டா; அவரோட வீட்டுக்குப் போலாம்.”

அப்படி நானும் பாலனும் சேர்ந்து அங்கே செல்வதற்குக் கிளம்பினோம். கரீம் அங்கே பள்ளியறையைத் தயாராக்கிக் காத்திருந்தார். நாங்கள் அங்கே செல்லும்போது நாராயணன் வழியில் நின்றுகொண்டிருந்தான். என்னை ஏற்பாடு செய்து தருவதாகச் சொல்லிப் பாலன் நாராயணனிடமிருந்து சாராயம் வாங்கிக் குடித்துக்கொண்டிருந்தான். அதனால் பாலன், “நான் நாராயணன்னு சொல்லிருக்கேனில்ல இவன்தான் அந்த ஆளு. உனக்கு உடம்புக்கு முடியாம இருந்ததுனாலதான் அறிமுகப் படுத்தாம இருந்தேன் (உடம்புக்கு முடியவில்லை என்று சொன்னால் மாதவிடாய் என்று அர்த்தம்) உன்ன பாக்கணுமாம். காசு தருவான்” என்று அறிமுகப்படுத்தினான். அப்போது நாராயணன் கேட்டான், “ஏன் நீங்க இங்க வந்திருக்கீங்க?” அவனுக்கொரு சந்தேகம். “உங்க கிட்ட சும்மா பேசிட்டுப் போலாம்ன்னு” என்று நான் சொன்னேன். சொல்லிவிட்டு நாங்கள் திரும்பிவந்தோம். கரீமின் பள்ளியறையைப் பார்க்கவும் முடியவில்லை.

மறுநாள் விளக்கம் சொல்வதற்காக நான் டீக்கடைக்குச் சென்றேன். ஆனால், நான் எப்படி அதைச் சொல்வேன்? கரீமுக்கு வேறு யாரிடமாவது சொல்வதுபோலச் சொல்ல முடியும். முதல் நாளில் நடந்த கோலாகலத்திற்குப் பின்பு நான் முன்பக்கம் வழியாகச் செல்லும் போக்கினை நிறுத்தியிருந்தேன். சமையலறை வழியாக உள்ளே சென்று டீ வாங்கினேன்.

அப்போது கரீம் பெஞ்சில் உட்காராமல் டீயைக் கையில் பிடித்துக்கொண்டு அங்குமிங்குமாக நடந்துகொண்டிருந்தார். நான் நின்றுகொண்டிருக்கும் சமையலறை வாசல்வரை வருவார்; திரும்பிப் போவார். பின்பு அவர் பாலனிடம் சொல்வதுபோல் சொன்னார்,

“நான் எல்லாத்தையும் சரிபண்ணி வச்சிருந்தேன். ஆனா ஆளு வரல. என்னாச்சு?” என்று கேட்டுவிட்டு அவர் என்னைப் பார்த்தார். அப்போது பாலனின் பதில், “அதுவா, அன்னைக்குப் போலவே நாராயணன் வந்துட்டான்.”

“அதெப்படி நாராயணன் கரெக்டா அந்த நேரத்துக்கு அங்க வருவான்?”

“அதுவா, கொஞ்ச நாளா சாராயம் யாருக்குண்ணு கேட்டிட்டிருந்தப்போ நான் பொண்ணுங்களுக்குன்னு சொன்னேன்.”

“பொண்ணுங்களுக்குன்னு சொன்னா அது இந்த ஆள்தான்னு அவன் எப்படித் தீர்மானிச்சான்?”

“அதுவா? அவனுக்கு இந்தப் பொண்ணுங்களத் தெரியும்.”

ஒரு டம்ளர் டீயைக் கையில் வைத்துக்கொண்டு அவர்கள் தொடர்ச்சியாகப் பேசிக்கொண்டே இருந்தனர். நான் திரும்பி வந்தேன். அதுமுடிந்து பின்பொரு நாள் வழியிலுள்ளவர்களின் கண்களைக் கட்டிவிட்டு லைலாவின் வீட்டில் வைத்து என்னைச் சந்திக்கலாம் என்று அவர் நேரடியாகத் தொடர்புகொண்டார். பாலன் வேண்டாம் என்றொரு தீர்மானம் எடுத்தோம். லைலா பெரும்பாலான நாட்களிலும் ஒரு தூக்கத்திற்குப் பின்பு எழுந்து எங்கோ செல்வதைப் பார்த்திருக்கிறேன். ஆனால் பார்த்ததாக நான் ஒருபோதும் காட்டிக்கொள்ளவில்லை. லைலா இந்தக் கரீமைப் பார்ப்பதற்குத்தான் போகிறாள். அவள் அவருடைய காதலி. என்னிடம் வரத் தீர்மானித்தபோது இவர் முரளியை யும் கூட்டிக்கொண்டு வந்தார். முரளியை லைலாவிடம் அனுப்பலாம். அந்த நேரத்தில் இவர் என்னிடம் வரலாம். இதுதான் அவருடைய தந்திரம்.

அப்படி ஒரு ஏழரை எட்டு மணி ஆனபோது சாதாரண மான ஒரு ‘கெஸ்ட்’ வருவதுபோல இவர் வந்தார். நடு அறையில் அந்த ஆடுகின்ற கட்டிலில் மிக அழகாக உட்கார்ந்துவிட்டுச் சொன்னார்,

“லைலா, உன்ன ஒருத்தருக்குப் பாக்கணும், பேசணும்ன்னு ஆசை உண்டு. அதனால நீ அங்க போய் உக்காந்து முரளிகிட்ட பேசிட்டிரு.”

ஒருவிதமான பத்திரிகை பாஷையில்தான் இதைச் சொன்னார். இயல்பான பேச்சாக அது இல்லை. லைலா கேட்டாள், “எனக்கொரு சந்தேகம்... நான் அங்க போகும்போது வேற யாரையும் பாக்கமாட்டிங்க இல்ல?”

“ஏய், நான் பாக்கமாட்டேன்.”

லைலா முரளியுடன் படுக்கும் நேரத்திற்குள், கரீமுக்கு என்னிடம் வந்து செல்லலாம் என்ற ஏற்பாட்டுக்கு ஒத்துப்போவதில்லை என்று அப்போது மனதில் ஒரு தீர்மானம் எடுத்தேன். காரணம் லைலா இவருடைய மனைவி அல்ல; என்னைப்போன்ற ஒரு பெண்; அவளிடம், எனக்கு வேறொரு

ஆளுடன் போக வேண்டும் அல்லது அவளுடன் உட்கார்ந்து பேச வேண்டும் என்று சொல்லி இவரால் சமாளிக்க முடியவில்லை என்றால் இவருடன் செல்லமாட்டேன் என்று நான் மனதில் உறுதி எடுத்துக்கொண்டேன்.

இதற்கிடையே சாராயம் ஊற்றினார். லைலாவை ஒத்துக் கொள்ள வைக்க இரண்டு 'கிளாஸ்' லைலாவுக்கு ஊற்றிக் கொடுத்தார். முரளிக்கு ஒருமுறை கொடுத்துவிட்டுச் சொன்னார், "நீ அதிகமாக் குடிச்சா அங்கப் போயிட்டுச் சிக்கலாயிடும்." நான் இந்த நாடகத்தையெல்லாம் பார்த்துக்கொண்டு வாசற்படியில் நின்றுகொண்டிருந்தேன். எனக்குக் கடுமையான கோபம் வந்தது. காரணம், நீண்ட நாட்களாக இவருக்கு என்னோடு பயங்கரமான காதல், விருப்பம் என்றெல்லாம் சொல்லிக்கொண்டிருக்கிறார். இரவில் உணவுப் பொருட்களைக் கொடுத்தனுப்புகிறார். உண்மையில் நான் வேண்டுமென்று நினைத்திருந்தால் இவரே அதற்கான எத்தனையோ வழிகளை உருவாக்கியிருக்கலாம். இந்தக் குறுகிய வட்டத்துக்குள் கிடந்து சுற்ற வேண்டிய ஏதாவது தேவை உண்டா? மற்றவர்களைப்போல இவர் வெறும் கிராமத்தான் இல்லை அல்லவா? அப்போது முரளியும் லைலாவும் உள்ளே சென்றனர். திரைச்சீலையும் வந்து விழுந்தது. வேகமாக இந்தச் சிவப்புத் தெருக்களில் காண்பதுபோல, கரீம் ஓடிவந்து என் கையைப் பிடித்துச் சொன்னார், "வா, வா, போலாம்."

நான் கையை விடுவித்துக்கொண்டு சொன்னேன், "வேணும்னா அதுக்குவேண்டிய முறையில இடத்தையும் வசதிகளையும் கண்டுபிடியுங்க. அந்த டீக்கடையில நடத்துறது மாதிரியான வெட்டி நாடகம் ஒண்ணும் இங்க என்கிட்ட நடத்த வேண்டாம்."

அப்போது அவர் சொன்னார், "அதுக்கு இனி வாய்ப்பில்ல. அவ என்ன காதலிக்கிறா."

அப்போது நான் வாசற்படியில் நின்றேன், இவர் மிக அருகிலுள்ள ஜன்னலுக்குப் பக்கத்தில் நின்றார். இவர் சொல்வதையெல்லாம் கேட்கும்போது, எந்த உறவும் இல்லாதது போன்ற தொனி இருந்தது. யாருக்கும் சந்தேகம் வராமலிருப்பதற் காக இவர் சொன்னார், "வெளியே போய் நின்னு பேசலாம்." நான் சொன்னேன், "உங்ககிட்டப் பேசுறதுக்கு எனக்கு எதுவும் இல்ல. உங்களுக்குன்னு ஒரு இடத்த கண்டுபிடிக்க முடியலன்னா இந்த வேலை வேண்டான்னு விடுங்க."

"அய்யோ, மொத்தத்தில தலகீழாயிடுச்சு. நான் இன்னிக்கு நடக்கும்னு நெனச்சு வந்தேன். பாலன்தான் எல்லாத்துக்கும் காரணம்."

அப்படீன்னா இடத்தைக் கண்டுபிடிக்காததெல்லாம் இந்த ஆளோட பிரச்சனை இல்லை; பிரச்சனைக்கு முழுக் காரணமும் பாலன்தானாம். இதற்கிடையில் அந்நாட்களில், 'நெருக்கமாக நின்றுகொண்டு' என்று சொல்வதுபோல நாராயணன் என்னைக் காதலித்துக்கொண்டிருந்தான். கரீமிடம் பேசிக் கொண்டிருக்கும்போது நாராயணன் மேல்வழியாக வந்தான்.

கீழேயுள்ள வழி, பதுங்கிச் செல்பவர்களும் துணிதுவைக்கச் செல்பவர்களும் செல்கின்ற இரண்டாம் தர வழியல்லவா? நாராயணன் ஆஜானுபாகுவாக மேல்வழியாக வந்து பாலனைக் கூப்பிட்டு வரவைத்து, "அவகிட்ட மேல ஏறிவரச் சொல்லு" என்று சொன்னான்.

கரீமுக்கு லைலாவிடம் பயங்கரமான காதல் என்றால் அவளை வேறொருவனோடு அனுப்பி விடுவானா? எந்த வேலை செய்வதாக இருந்தாலும் – மனைவியானாலும் காதலியானாலும் அவ்வளவு ஆழமான காதல் இருந்தால் அவளை வேறொருவனிடம் அனுப்பிவைக்க முடியுமா? பயங்கரமான காதல் என்று நடித்து, அவளை வேறொருவனிடம் அனுப்பிவிட்டு அந்த நேரத்தில் இங்கே வந்து என்னிடத்தில் காரியத்தை நடத்தும் இந்தத் திட்டத்தில் எந்தவிதத்திலும் எனக்கு விருப்பம் இல்லை. அப்போதுதான் நாராயணன் பயங்கர பொசிஷனுக்கு வந்து "அவகிட்ட இங்க வரச் சொல்லு" என்றான்.

பாலன் உடனே திண்ணைக்கு வந்தான். அரிக்கன் விளக்கின் மங்கிய வெளிச்சத்தில் ஓடிவந்து சொன்னான்: "நாராயணன் கூப்பிடுறான். அவன் கூப்பிட்டா கண்டிப்பாப் போய்த்தான் ஆகணும். அந்தப் பாரஸ்ட்கார மயிரானுங்க வருவானுக போவானுக.'

(ஒரு பாரஸ்ட் மயிரான் உள்ளே, மற்றொருவன் வெளியே.)

அந்த விளையாட்டு எனக்கு மிகவும் பிடித்திருந்தது. உற்சாகம் வந்தது போன்று, நான் சென்று கொடிக்கயிற்றில் இருந்த துண்டை இழுத்தெடுத்து மார்பின்மீது போட்டுக்கொண்டு வெளியே இறங்கியதும் இவர் என் கையைப் பிடித்தார், 'நில்' என்ற அர்த்தத்தில். நான் கையைப் புல்லைப்போன்று விடுவித்துக் கொண்டு நேராக இறங்கி நாராயணனுடன் சென்றேன். அவனுக்குச் சொந்தமாக வயலும் சாராயம் காய்ச்சும் இடமும் உண்டு (களம் என்று சொல்வர்). அங்கே போனேன். பின்னர் இங்கு என்ன நடந்ததென்று எனக்குத் தெரியாது.

நான் சென்ற கோபத்தில் கரீம் பாலனை அடித்தார். பாலன் கோபத்தில் எல்லாவற்றையும் வெளியே சொன்னான். "சாரா

இருந்தா மட்டும் போதாது. பொண்ணு வேணும்னா கூட்டிக் கிட்டுப் போகணும், எடுக்கணும், பிடிக்கணும்" என்றெல்லாம்.

அதைக் கேட்டபோது லைலாவிற்கு விஷயம் புரிந்தது. அவள் துணி உடுக்காமல் (ஒற்றை ஜாக்கெட்டு மட்டும் போட்டுக் கொண்டு) குதித்து வெளியே வந்தாள். அவளுடைய வீடானதால் பயமும் இல்லை.

"அப்ப நீங்க என்ன ஏமாத்துறீங்களா? அவளப் பாத்திட்டுத்தான் நீங்க இங்க வந்தீங்களா?" என்றெல்லாம் கேட்டுக் கரீமுடன் சண்டை போட்டாள்.

நான் அங்கே இருக்கிறேன் என்று நினைத்துத்தான் அவள் சண்டையிட்டுக் கொண்டிருந்தாள். என்னுடைய துணிகளெல் லாம் காற்றில் பறந்தன. எல்லாப் பொருட்களையும் வீசியெறிந்தாள். ஊர் சனங்களும் கூடினர். ஆகக் குழப்பம்.

எல்லோரும் கலைந்துசெல்லும் நேரத்தில்தான் நானும் நாராயணனும் கைகோர்த்துப் பிடித்துக்கொண்டு உற்சாகமாக வந்துகொண்டிருந்தோம். ஏறக்குறைய எங்களுக்கு ஒரே வயது. அவனுக்கு இன்னும் திருமணம் ஆகவில்லை. அதனால் ஒரு தனிப்பட்ட அன்பும் உண்டு. நாங்கள் அப்படி யாருக்கும் பயப்பட வேண்டாம், தீப்பந்தத்திற்கும் பயப்பட வேண்டியதில்லை, விளக்குகளுக்கும் பயப்பட வேண்டியதில்லை. ஆடிப்பாடி வந்துகொண்டிருந்தோம். அப்போது தேவயானி ஓடிவந்து எங்களைத் தடுத்தாள். அவ்வப்போது நான் சாப்பாடும் பிறவும் கொடுத்து உதவும் பெண் அவள். எனக்காக வழியில் அவள் காத்துக்கொண்டிருந்தாள். அவள் சொன்னாள்:

"அங்க போக வேண்டாம், அங்க பயங்கர சண்ட. கரீம் சாய்பு பிரச்சனப் பண்ணுனாரு, முரளியும் லைலாவும் சண்ட போட்டாங்க. ஊர்க்காரங்க எல்லாம் கூடிட்டாங்க. இக்பால், கம்பும் தடியுமெல்லாம் எடுத்திட்டு உன்ன அடிக்கிறதுக்கு வந்தான். சீன் எல்லாம் முடிஞ்சு நின்னிட்டிருக்கோம். நீ அந்தப் பக்கம் போயிடாத."

உண்மையைச் சொன்னால் பல மனிதர்களையும் பார்க்கும்போது, நம்மிடம் மனதார அன்பு செலுத்துபவர்கள் சிலர் இருப்பார்களல்லவா? நாராயணன் அப்படித்தான். அவன் சொன்னான், "நீ எதுக்கும் பயப்பட வேண்டாம். உனக்குத் தங்குறதுக்கு எங்கயும் இடம் இல்லைண்ணாலும் என்னோட களத்தில இடம் கொடுப்பேன்."

இவன் சத்தமாகச் சொல்வதையெல்லாம் கேட்டுக்கொண்டு அருகிலிருந்த ஐந்தாறு பேர் வெளியே வந்தார்கள். பயங்கரச்

சந்தோசத்தோடு நாங்கள் டூயட் பாடிக்கொண்டு வந்ததுபோலவே திரும்பிச்சென்றோம்.

அப்போது என்னிடத்தில் எதுவும் இல்லை. எல்லாப் பொருட்களும் அவளுடைய கஸ்டடியில். மறுநாள் நாராயணன், அவனது நண்பனின் வீட்டில் என்னைத் தங்கவைத்தான். அதற்கடுத்த நாள் லைலாவின் வீட்டிற்கு எதிரிலுள்ள ஒரு இலட்சம்வீட்டை நாராயணன் எனக்காக ஏற்பாடு செய்து தந்தான். ரவியின் வீடு அது. நான் மூன்று நான்கு வேட்டிகளும், கொஞ்சம் பாத்திரங்களும், சில வீட்டு உபயோகப் பொருட்களும் வாங்கி, இரண்டு கட்டு விறகுமாக நாராயணனின் சில சிஷ்யர்களோடு அந்த வீட்டிற்குச் சென்றேன். அங்கே வசித்தேன்.

லைலா, இந்தச் சண்டையெல்லாம் முடிந்து ஆட்களை எதிர்கொள்ளத் தயங்கி ஒருவாரத்திற்கு டவுனிற்குச் சென்றாள். இவள் 'இப்படிச் செல்பவள்' என்று ஊர்மக்களுக்குத் தெரியும் என்றாலும், அந்தப் பகுதியில் இப்படிச் செய்யமாட்டாள் என்றொரு நம்பிக்கை இருந்தது. ஆனால் அவளும் செய்தாள்; அவளோடு வந்த நானும் செய்தேன் என்றானபோது மொத்தமும் நாறிப் போய்விட்டது. அதனால்தான் ஒருவாரத்திற்கு அங்கிருந்து வேறு இடம் மாறினாள்.

அப்பொழுது நாராயணன் ஒரு கண்டிஷன் வைத்தான். "இனி எங்கேயும் போகக்கூடாது, ஊருக்குத் தெரிஞ்சு போச்சு, ஊர்க்காரங்களுக்குத் தெரிஞ்சு போச்சு. பயங்கரமா நாறிப் போயிடிச்சு. நான் உன்னோட செலவுக்கெல்லாம் காசு தர்றேன். நெல்லு கொடுத்தனுப்புறேன்" (விவசாயி ஆனதனால் அரிசி கொடுத்தனுப்புகிறேன் என்று சொல்வதில்லை – நெல் கொடுத்து அனுப்புகிறேன்.)

நான்கைந்து நாட்கள் நான் அங்கே சுகமாய் அமைதியாக இருந்தேன். முதலாவது விஷயம், டவுனிற்குச் சென்றால் லைலாவிற்கு அங்கே ஏராளமான ரவுடி கும்பல்கள் உண்டு. பாதுகாப்பு இல்லை. இரண்டாவது, நாராயணனிடமிருந்து உடனடியாகச் சென்றுவிட்டால் அவன் பின்னாலே வந்து விடுவான். அப்போது அவனையும் சுமக்கவேண்டி வரும். அவனுக்கோ என்னிடம் பயங்கரமான காதல்.

இந்நிலையில் நாங்கள் இருவரும் சேர்ந்து சினிமா பார்ப்பதற்காகப் பாலக்காட்டிற்குச் சென்றோம். திரும்பி வரும்போது நாராயணன் என்னைத் திருப்பாளூரில் இறக்கி விட்டுவிட்டு அவனுடைய வீட்டிற்குச் சென்றான்.

நாங்கள் சினிமாவிற்குச் சென்ற நேரத்தில்தான் லைலா திரும்பி வந்திருக்கிறாள். அவளும் அவளுடைய கும்பலும் சேர்ந்து

என்னுடைய வீட்டிற்கு வந்து என் பொருட்களையெல்லாம் தூக்கி வெளியே வீசினர். சில பெண்களும், முஸ்லிம் கும்பலும், அதில் பிச்சாத்து, சாரா ஆகியோரும் இருந்தனர். இவள் முஸ்லீம் அல்லவா? அப்படி அப்பிரச்சனையைச் சிறிய அளவில் அவள் மதப்பிரச்சனையாகவும் மாற்றினாள். இந்தக் கும்பல் கூட்டமாக வந்து என்னுடைய வீட்டுக்கதவை உதைத்து உடைத்தனர்.

நான் வீட்டிற்கு வந்தபோது என்னுடைய சட்டியும் பானையும் அரிசியும் எல்லாம் முற்றத்தில். நான் அப்படியே ஸ்தம்பித்து நின்றேன். இவளிடம் சண்டை போடுவதா? வேண்டாமா? காரணம், இவளல்லவா என்னை இங்கே அழைத்துக்கொண்டு வந்தவள்? என்னைக் காப்பாற்றியவள் இவள் அல்லவா?

நான் வந்ததைப் பார்த்தவுடன் பாலன் நேராக நாராயண னிடம் சென்றான். இதற்கிடையே பாலனின் மனைவி லட்சுமி கோபித்துக் கொண்டு போய்விட்டாள். இந்த அடிதடி சண்டையின் காரணமாக அவள் பாலனை விட்டுவிட்டுத் தன்னுடைய வீட்டிற்குச் சென்று விட்டாள். நாராயணன் பாலனிடம் சொன்னான், “நீங்க போலீஸ் ஸ்டேஷனுக்குப் போங்க, பொண்ணுங்களுக்கு வாழறதுக்கான வழி அதுதான்.” அப்படியென்றால், போலீஸ் ஸ்டேஷனுக்குப் போகலாம் என்று தீர்மானித்தோம். காரணம், இவள் பிரச்சனை எதுவும் உண்டாக்கவில்லை என்றால் ஒரு ‘இலட்சம்வீடு’ எனக்குச் சொந்தமாகக் கிடைத்திருக்கும். அதுமட்டுமல்ல, இந்த வீட்டு உரிமையாளனான ரவி, என்னுடைய வாடிக்கையாளன் ஆவதற்கு வாய்ப்புள்ள ஆளும்கூட.

அப்படி அந்தவொரு தைரியத்தில், ஒரு குறுக்கு வழியினூடாக, நான் ஆலத்தூர் போலீஸ் ஸ்டேஷனுக்குச் சென்றேன்.

நாங்கள் போலீஸ் ஸ்டேஷனுக்குப் போகிறோம் என்பதை அறிந்து, எங்களுக்கு முன்பே லைலாவும் கரீமும் காரை வாடகைக்கு எடுத்துக்கொண்டு போலீஸ் ஸ்டேஷனுக்குச் சென்றனர். ஜங்ஷனில் பழனிமலை என்ற டாக்ஸி டிரைவர் இருந்தான். நானும் பாலனும் நாராயணனின் ஒரு கையாளும் சேர்ந்து வேறொரு ரோடு வழியாகப் பழனிமலையின் காரில் ஆலத்தூருக்குச் சென்றோம். லட்சுமி ஊரில் இல்லாததால் எங்களுடன் வருவதற்குப் பாலனுக்குப் பயங்கரத் தைரியம்.

நாங்கள் ஸ்டேஷனிற்கு வந்தபோது லைலாவும் அவளுடைய ஆட்களும் அங்கே வந்திருந்தனர். உள்ளே வருமாறு அவர்களை அழைத்தனர். நாங்கள் வெளியே நின்றுகொண்டிருந்தோம். பாரஸ்ட் ஆபீசராக இருந்ததனால் கரீமுக்குப் போலீஸ்

ஸ்டேஷனில் ஒரு அரசியல் தலைவருக்குக் கிடைக்கக்கூடிய மரியாதை கிடைத்தது. அவர்கள் வெளியே வந்தனர். பாரஸ்ட் ஆபீசருக்கு என்மேல் பயங்கரமான ஆசை இருந்தது. நடக்காமல் போனதனால் வந்த கோபமல்லாமல் வைராக்கியம் எதுவும் என்னிடம் இல்லை. வெளியே வந்தவுடன் அவர் சொன்னார், "ஸ்டேஷனுக்குள்ள போகவேண்டாம்; நாம பேசி முடிச்சுக்கலாம்." லைலா அவருக்குப் பக்கத்தில் ஸ்டைலாக நின்றுகொண்டிருந்தாள். அப்போது நான், "ம், நானும் சொல்றனே . . . அதுக்கப்புறம் நாம இத முடிச்சுக்கலாம்" என்று சொல்லிவிட்டு உள்ளே சென்றேன்.

உள்ளே சென்றபோது கோபாலன் என்றொரு எஸ்.ஐ உட்கார்ந்திருந்தார். பார்த்த உடனே அவர், "ஹேய், என்ன நீங்க? திருச்சூர்ல இருந்து இங்கவந்து, விபச்சாரம் பண்ணிக் கிட்டு, அந்தச் சார அவமானப்படுத்துறீங்களா?"

என்னுடன் வந்தவர்களெல்லாம் கைகுவித்துத் தொழுது கொண்டு நின்றனர். தொழ வேண்டுமா வேண்டாமா என்ற நிலையில் நான். போலீஸ் ஸ்டேஷன் ஆனதனால் கொஞ்சம் பணிந்து கொடுக்க வேண்டும். அதனால் நான் பேசாமல் நின்றேன்.

"ம்; என்ன? நீ எதாச்சும் சொல்லணுமா?"

நான் சொன்னேன், "சார், அந்தச் சாரு சொல்லத்தக்க பெரிய ஆளு ஒண்ணும் இல்ல; அந்தச் சாரு என்கிட்ட வந்த விஷயம் நடக்கல. அந்தச் சாரு என்கிட்ட வர்றது அவளுக்கும் புடிக்கல. அதனாலதான் பிரச்சன. அப்புறம் திருச்சூர்ல இருந்து வந்து மோசமா வாழ்றேன்னு சொன்னீங்களே? நாங்க ரெண்டு பேரும் அப்படித்தான். வித்தியாசம் ஒண்ணும் இல்ல."

எஸ். ஐ. உடனே கோபமாக, "உனக்கு இதப் பற்றி ஒண்ணும் தெரியாது; அவரு கவர்மெண்ட் அதிகாரி.!"

"ஓ, புரிஞ்சுது" என்று நான் சொன்னேன். இந்த 'ஓ' என்னும் சொல்லில் அவருடைய ஒருபக்க சாய்வில் உள்ள கோபம் வெளிப்பட்டது.

"நாம இத பேசி முடிச்சுக்கலாமே," – எஸ். ஐ.

அவருடைய பிரச்சனை என்னவென்றால், கரீம் அரசாங்க ஊழியர். அதனால் அவரை மதித்தே ஆக வேண்டும். நானோ அவளைவிடப் பார்ப்பதற்கு அழகாக இருக்கிறேன். அப்போது அவர் ஸ்டைலை மாற்றினார். மென்மையானார். "பேசி முடிச்சுக்கலாமே." நான் அப்போது 'ஓ' என்று சொன்னேன். இந்த 'ஓ' ஒரு பணிவினுடைய சொல்தான்; ஆனால், நான் சொன்ன 'ஓ'வில் அந்த 'ஓ' இல்லை.

நான் கேலி செய்கிறேன் என்று அவருக்குப் புரிந்துவிட்டது. அப்போது அவர் வித்தியாசமாக ஒரு பார்வை பார்த்தார். நான் போலீஸ் ஆபீசரா என்பதுபோன்ற ஒரு பார்வை.

என்னவானாலும் அப்படி அழைத்துப் பேசிச் சமாதானப்படுத்தி, என்னுடைய காரில் சில போலீஸ்காரர்களும் வந்து, என்னை மறுபடியும் வீட்டிற்கு அழைத்துவந்து தங்கவைத்தனர்.

இந்தப் பிரச்சினையில் இருந்து நாராயணன் கைகோர்த்துப் பிடிப்பதை நிறுத்திவிட்டான். ஏதாவது பிரச்சினை என்றால் பின்னால் இருப்பான்; முன்னால் வரமாட்டான். எங்களுக்கு இடையேயான உறவு களத்தில் உண்டு. நேரடியாக முன்னால் வருவதில்லை. அக்காலத்தில் உள்ள பெரிய சிக்கல் என்ன வென்றால், ஒரு பெண்ணோடு சேர்ந்து பிரச்சினை வந்தால் ஊர்க்காரர்கள் சேர்ந்து இரண்டுபேருக்கும் திருமணம் செய்து வைத்துவிடுவார்கள். திருமணம் செய்துகொள்ளும் அளவிற்கான காதல் நாராயணனுக்கு என்மீது இல்லை.

கரீமின் காதல் அப்போதும் எந்தத் தொடர்பும் இல்லாமல் அப்படியே இருந்தது. அவர் அங்கிருந்து இடம் மாறுவது வரைக்கும் – பயங்கரமான ஆசை அவருக்கு இருந்தது – அவர் எனக்காக முயற்சித்திருந்தார். ஆனால், அவருடைய பெரிய தோல்வி (அதை இப்போதும் என்னால் புரிந்துகொள்ள முடியவில்லை) லைலாவைச் சமாதானப்படுத்தி, அவளை முதல் மனைவியாகவும் என்னை இரண்டாம் மனைவியாகவும் வைத்துக்கொள்வதற்கு நடத்திய முயற்சிதான். லைலாவைத் தாண்டிவருவதற்கு அவர் தயாராகவில்லை. என்னைவிட முக்கியத்துவம் அவளுக்கு உண்டு என்றால் நமக்கிடையே எந்தத் தொடர்பும் வேண்டாம் என்று நானும் உறுதியாக இருந்தேன். ஒன்றரை வருடம் இப்படியாக அவர் எட்ட நின்று ஆசைப்பட்டார். கடைசிவரைக்கும் அவருடனான உறவு நடக்கவில்லை.

அதற்குப் பிந்தைய காதல் முழுவதும் பழனிமலையுடன்தான்.

பழனிமலையுடனான காதலின்போது சில காலங்கள் திருச்சூர் டவுனில் இருந்து விலகிநின்றேன் என்று சொல்லலாம். பழனிமலையின் கையில் அதிகமான பணம் இருந்தது. பாலன் தேவைக்குப் பனங்கள்ளு, மாட்டுக்கறி, ஆமைக்கறி எல்லாம் கொண்டுவருவான். ஆமைக்கறி எனக்கு இங்குதான் அறிமுகமானது.

பழனிமலை எப்போதும் என்னுடைய வீட்டிற்குத்தான் வருவான். வெளியே செல்லுதல் அல்லது வயலுக்குச் செல்லுதல் என்பதெல்லாம் இல்லை. அப்போது எனக்கு அங்கே வசைப்பெயர்

கிடைத்த அதேநேரத்தில் என்னைச் சிலர் அங்கீகரிக்கவும் செய்திருந்தார்கள்.

இந்த இலட்சம்வீடு காலனியில் எப்போதும் உணவுக்குப் பஞ்சம் இருந்தது. எனக்கோ இந்த வறுமையெல்லாம் இல்லை. அதனால் யாராவது ஒன்றோ இரண்டோ ரூபாய் வந்து கேட்கும்போதோ, ஒரு டம்ளர் அரிசி கேட்கும்போதோ, இல்லையெனில் மளிகைப் பொருட்கள் கேட்கும்போதோ என்னால் கொடுக்க முடிந்தது. இல்லையெனில் குழந்தை களுக்கு மருந்து வாங்க வேண்டும், அப்படி ஏதாவது பிரச்சனை வரும்போது அந்த இரவு நேரங்களில் அவர்களுடன் செல்ல முடியும். நான்கைந்து முஸ்லிம் குடும்பங்கள் தவிர, எனக்கு அங்கே நல்ல செல்வாக்கு இருந்தது. அதனால்தான் பழனிமலைக்கு, என்னுடைய வீட்டிற்கு வருவது அவ்வளவு பெரிய பிரச்சனையாக இருக்கவில்லை. மற்றொன்று ஒரு வீட்டில் இருந்து உரக்கப் பேசினால் மட்டுமே பக்கத்து வீட்டில் கேட்கும். அப்படி அவன் வரும்போது நாங்கள் மெதுவான குரலில் தேவைக்கு மட்டுமே பேசுவோம் – அப்படியானபோது பெரிய பிரச்சனை எதுவும் இல்லாமலிருந்தது. பழனிமலை 'வந்த' விஷயம் என்று சொல்லும்போது அதுவும் பாலன் அழைத்துக்கொண்டு வந்ததுதான். நான் திருச்சூருக்குப் போய்வரும்போது சிற்றிலஞ்சேரி சென்ட்ரலில்தான் வந்து இறங்குவேன். பழனிமலை அங்கே இருக்கின்ற டாக்ஸி டிரைவர். அப்படி அவன் என்னைப் பார்த்து வைத்திருந்தான். கிடைக்க வேண்டும், பார்க்க வேண்டும் என்றெல்லாம் ஆசை அவனுக்கு இருந்தது. எப்போதும் ஒரு வாடிக்கையாளருக்கு அல்லது வாடிக்கையாளர் ஆக விரும்புகிற ஒருவருக்காகப் பேச மற்றொருவர் தேவை. அப்படியொருவர் இருந்தால் பெரும்பாலானவர்களும் பெண்களிடம் வருவார்கள். நேரடியாக வந்து பேசுவதற்குப் பெரும்பாலான ஆண்களுக்கும் பயம் இருக்கும். திடீரென வந்து 'நீ என்கூட வரணும்' என்றோ 'உனக்கு நான் காசு தர்றேன்' என்றோ சொல்லி ஒரு உறவை ஏற்படுத்துவது கடினம். அப்போது பாலன் எல்லோரிடமும் தொடர்புள்ள, எல்லோராலும் தொடர்புகொள்ள முடிகின்ற ஒரு கதாபாத்திரமாக மாறினான்.

எதற்கும் துணையாக நிற்கும் குணம்தான் பாலனின் சிறப்பு. முதலில் அவன் கள்ளுக் குடிப்பதற்கான நண்பனாக இருந்தான். கள்ளு என்று சொன்னால் பனங்கள்ளு, அங்கே வெளிப்படையாகவே ஆண்கள் குடிக்கலாம். தென்னங்கள்ளு என்றால் கொஞ்சங்கூட இரகசியம். சாராயம் என்றால் பரம இரகசியம். பெரிய ஆட்களின், இத்தகைய இரகசியச் செயல்பாடுகளுக்கெல்லாம் பாலன்தான் உதவியாளன்.

அப்போது அந்த ஏரியாவில் நானும் லைலாவும் தங்கியிருந்த போது, 'கூட்டிக்கொடுக்கிறவன்' என்பதற்கும் மேலாக 'அறிமுகம் செய்துவைப்பவன்' என்றுதான் சொல்ல வேண்டும் – பாலன் அந்த வேலையையும் சந்தோஷத்தோடு ஏற்றுக்கொண்டான். முதலில் அங்கே வந்தது லைலாதான் என்றாலும் உண்மையில் லைலாவுக்கு அங்கே "மார்க்கெட்" ஒருபோதும் இருந்ததில்லை – கரீமுடன் ஒரு உறவை ஏற்படுத்திக்கொள்ள முடிந்ததைத் தவிர!

(அதனால்தான் இவள் 'ஆளுங்கள வளச்சுப் போடணும், வளச்சுப் போடணும்' என்று என்னைக் கட்டாயப்படுத்தினாள்.)

லைலா என்னை அங்கே அழைத்துவந்ததன் பின்னாலும் அவள் ஒரு மார்க்கெட் கண்டுவைத்திருந்தாள். யாராவது வந்து ஏதாவது பிரச்சினை செய்தால் நான் சென்று முன்னே நிற்கும்போது பெரிய அளவில் சண்டை இல்லாமல் போய்விடும் என்பதுதான் அது. காரணம் எப்போதும் எல்லோரிடமும் பேசிச் சமாளிப்பதற்கான என்னுடைய திறமையை அவள் பயன்படுத்தியிருந்தாள்.

யாராவது சண்டைக்கு வந்தால் நான் நிற்கமாட்டேன்; அவர்கள் சண்டைக்குத்தான் வருகிறார்கள் என்று கருதவும் மாட்டேன் என்பதுதான் என்னுடைய குணம். வருபவர்கள் பயங்கரமான தசை முறுக்கத்தோடு வரும்போது நான் ரொம்பப் பாவமாக நிற்பேன். 'நீங்க எதுக்கு வந்தீங்க, எனக்கு எதுவும் தெரியாது' என்ற பாவனையில் கேட்பேன். அப்படி நின்றால் பெரும்பான்மையாக யாரும் பெண்களிடம் சண்டைக்கு வரமாட்டார்கள். இப்போதுவிட அப்போது அப்படியொரு நிலை இருந்தது. அதை ஒரு தந்திரமாக எடுத்துக்கொண்டேன்.

கோபமாக வரும் ஒருவரோடு நான் எப்போதும் சாந்தமாக 'ஏ; என்ன பிரச்சின' என்று கேட்பேன். அப்போது அவர்கள் நினைப்பர், 'ஓ... இதுக்கொண்ணும் தெரியல்ல' (அது என்னோட பாவனை என்று அவர்களுக்குத் தெரியாதல்லவா?) பிறகு அவர்கள் கோபத்தை வெளிப்படுத்த முயற்சிக்கும்போது வந்த வேகம் காணாமல் போய்விடும். இதை அன்றும் இன்றும் நான் பயன்படுத்துவதுண்டு. சிறிய பிரச்சனைக்கெல்லாம் நான் அசையமாட்டேன். எதிராளிக்குச் சண்டை போடவேண்டுமென்ற எண்ணம் எவ்வளவு அதிகம் இருக்கிறது என்பதை அறிய, காத்திருப்பதற்கான பொறுமை எனக்கு உண்டு. நான் அதை நிறைய இடங்களில் பயன்படுத்தியிருக்கிறேன். அப்படிப்பட்ட சண்டையில்தானே பாலன் அறிமுகமானான். அறிமுகமானபின் பாலன் என்று சொன்னால் அவனுக்குக் குடிக்கணும் – வேறு தேவையெல்லாம் எதுவுமில்லை. நெல் அறுப்பதிலும் மிதிப்பதிலும்

கிடைக்கின்ற வருமானத்தில் அவனுக்குக் குடிப்பதற்கு வழியில்லை. அதுபோல லட்சுமி அல்லாமல் வேறு எந்தப் பெண்ணிடமும் செல்வதைக் கற்பனைகூடச் செய்துபார்க்க முடியாதவனாக இருந்தான். அன்று எனக்குத் தந்த அந்த ஐந்து ரூபாய் நோட்டு வல்லங்கித் திருவிழாவுக்குச் செல்வதற்குப் பாதுகாத்து வைத்திருந் தது என்று சொன்னான். அதை எனக்குத் தர வேண்டுமென்றால் அவனுடைய மனதில் நீண்ட நாட்களாக அப்படியொரு ஆசை இருந்திருக்க வேண்டும். ஒருவேளை, லைலாதான் அவனுடைய கற்பனையில் முதலில் இருந்திருக்கலாம். பின்பு எதிர்பாராமல் என்னிடத்தில் வந்தபோது, பல வாடிக்கையாளர்களை ஏற்பாடு செய்து தந்தால் தன்னுடைய தேவைகளும் நிறைவேறும் என்று அவன் நினைத்திருக்கலாம். ஆனால், அவன் பலரையும் ரெடி பண்ணிவிட்டு, கள்ளுக் குடித்து வந்தபோது, முதல் நாளின் பரவசத்தோடு அவனது பரவசமும் தீர்ந்துபோனது. ஒருவேளை, அவன் பார்த்தபோது லட்சுமியுடன் படுப்பதைவிடப் பெரிய வித்தியாசம் எதுவும் என்னிடம் இல்லை அல்லவா? அந்தப் பொண்ணு நல்லாயிருக்கா, இந்தப் பொண்ணு நல்லாயிருக்கா என்றெல்லாம் ஒருவன் செலக்ட் செய்யும் வித்தியாசம், 'அந்த ஆசை' உள்ளவர்களிடம் மட்டும்தான் இருக்கும். இவனுக்கு அப்படியெல்லாம் எதுவுமில்லை. அந்த அளவிற்குச் சராசரி மனிதன்தான் இவன்.

பழனிமலைக்குத் திரும்பவும் வருவோம். இறுதியாகப் பழனிமலை மனைவியைக் கைவிடுவதற்குக்கூடத் தயாரானான். அதன் காரணமாக நானே அங்கிருந்து ஓடவேண்டிய நிலை வந்தது. அந்தக் கதையைத்தான் இனிச் சொல்லப்போகிறேன்.

பாலன், 'என்னோட பழனிமல, என்னோட பழனிமல' என்று சொல்லிச்சொல்லித்தான் ஒருநாள் என்னிடம் அழைத்து வந்து அறிமுகப்படுத்தினான். இவனுக்கு டாக்ஸி ஓட்டுவதில் கிடைக்கும் வருமானத்தோடு மாட்டு வியாபாரமும் உண்டு. அறிமுகமான நாளில் பத்து ரூபாயைக் காணவில்லை என்று சொல்லி என்னிடம் சண்டைக்கு வந்தான்.

'இப்படியுள்ள பெண்களெல்லாம் காசு திருடுவார்கள்' என்று முதலிலேயே இவனுடைய மனதில் ஒரு சந்தேகம் இருந்தது. அதை நினைத்து ரூபாய் நோட்டுக்களை எண்ணித் தனியே வைத்திருந்தான். அதில் பத்து ரூபாய் குறைந்தது. அப்படிக் கடுமையான சண்டை வந்தது. அப்போது, "நான் உன் காச திருட வேண்டிய நிலமையில ஒண்ணும் இல்ல" என்று சொல்லிவிட்டு அவன் தந்த ஐம்பது ரூபாயை (பத்து ரூபாய் நோட்டுகள் ஐந்து) அவனிடமே திருப்பிக் கொடுத்துவிட்டு, "நீ இனி இங்க நிக்க வேணாம், காச எடுத்திட்டுப் போயிடு" என்றேன்.

அது அவனுக்கு மிகப்பெரிய ஷாக் ஆக இருந்தது.

உண்மையில் என்ன நடந்தது என்றால், அவன் பணத்தை வேட்டிக்குள்ளே சுருட்டி, கொடிக்கயிற்றில் சொருகிவைத்திருந்தான். அதை இழுத்தெடுத்தபோது ஒரு பத்து ரூபாய் நோட்டு லூஸாகிக் கொடிக்கயிற்றிலேயே மாட்டியிருந்தது. இவனுடைய கையில் நூறு, ஐம்பது, இருபது எனப் பல நோட்டுகள் – ஒரு பெரிய கட்டுப் பணமிருந்தது. இவன் உடனே, "இங்க பாரு, நான் பொய் சொல்லமாட்டேன்" என்று சொல்லிக் கொடிக்கயிற்றில் மடித்துப் போடப்பட்டிருந்த வேட்டியை மறுபடியும் இழுத்தெடுத்தபோது, பத்து ரூபாய் கொடியில் இருந்து பறந்து கீழே விழுந்தது.

இவனுக்கு அவமானமாகிவிட்டது. நான் இல்லையெனில், பாலன் திருடியிருக்கலாம் என்றுதான் இவன் சண்டை போட்டுக் கொண்டிருந்தான். "நான். . .தெரியாமத்தான். . ." மன்னிப்புக் கேட்கவில்லை. ஆனால் தன்னுடைய பக்கம்தான் தவறு என்பதை அவன் ஒப்புகொண்டபோது நான் சொன்னேன், "நீ மட்டுமில்ல, எல்லாரும் கஷ்டப்பட்டுத்தான் சம்பாதிக்கிறாங்க. எனக்கு டவுனுக்குப் போனா 100 ரூபா கிடைக்கும். நான் உன்கிட்ட 50 ரூபாதான் வாங்கறேன். இது எனக்கு நஷ்டம்தான்."

அப்போது முன்பு பாலன் சொன்னதுபோலவே இவனும் சொன்னான், "அங்க போறதுக்குக் காசு செலவாகும். டிக்கெட்டு. சாப்பாடு. நல்ல டிரெஸ் உடுத்திட்டுப் போகணும்."

நான் சொன்னேன், "இங்க இருந்தாலும் டிரெஸ் போடணும்."

"இங்க லுங்கியும் ப்ளவுசும் போட்டுக்கிட்டா போதுமே! அங்கப் போனா சாரி வேணும், அதையெல்லாம் துவைக்கணும், அதெல்லாம் செலவுதானே" என்றான் அவன்.

நான் கேட்டேன், "நீ பத்து ரூபாய்க்குப் பிரச்சன பண்ணுன ஆள்தானே?" அவன் சொன்னான், "நான் கஷ்டப்பட்டு, பைத்தியம் புடிச்ச மாதிரி சம்பாதிக்கிற காசு அது." அப்படி ஒரு வாக்குவாதம் நடத்தினான். பின்பு அவன் அடங்கிப்போனபோது, தான் ஒன்றுமே இல்லை; தனக்கு எந்த மதிப்பும் இல்லை என்பதுபோலப் பேச்சளவில் சுருங்கிப் போனான்.

அந்த நோட்டு பறந்து வந்து விழுந்ததோடு அவனுடைய பலம் போயிருந்தது. ஆனால் அது ஒரு விருப்பமாக, (சினிமாவில் ஒரு எபெக்ட் கிடைப்பதற்காகக் காட்டுவார்கள் அல்லவா, ஒரு சண்டைக்குப் பின்பு காதலிப்பதைப்போல) 'ரொம்ப நேர்மையானவங்கள நான் தப்பா நெனச்சிட்டேனே' என்பது போலக் காதலாக மாறியது. பழனிமலை தொடர்ச்சியாக வரத்

தொடங்கினான். வந்தால் பலநேரங்களிலும் சாலையில் நடந்த விஷயங்களைப் பற்றிப் பேசிக்கொண்டிருப்பான். அக்காலத்தில் பாலக்காடு ரூட்டில் ஏராளமான காளை வண்டிகள் இருந்தன. "ஏதோவொரு வளைவில் வந்தபோது வண்டியை ஸ்டியரிங் பிடித்து ஒடித்து நான் ஓரமாகத் திருப்பினேன்; காளை வண்டிக்கு ஸ்டியரிங் இல்லாததனால் அது என்னுடைய காரின்மீது உரசிச் சென்றது" என்றெல்லாம் சொல்வான். காளை வண்டியை இவன், 'பெல்லும் பிரேக்கும் இல்லாத ஒரு வண்டி'யாகத்தான் பார்க்கிறான். "வளைவில் வரும்போது அது ஒண்ணும் பெல் அடிக்காது. என்னோட வண்டில வந்து இடிச்சிச்சு. என் வண்டியோட பெயின்ட்தான் போச்சுது. இனி என்ன பண்றது? ஒர்க்ஷாப்புக்குக் கொண்டுபோக வேண்டித்தான் வந்தது."

உண்மையைச் சொன்னால் இந்தக் காரும், கார் ஸ்டியரிங்குமெல்லாம் எனக்குப் புரியாத மொழிதான். நானோ காரின் பின்சீட்டில் அல்லாமல் வேறு எங்கும் உட்கார்ந்தது இல்லையே, அதுவும் ராத்திரியில். வண்டி வலதுபக்கமாகப் போகிறதா, இடதுபக்கமாகப் போகிறதா என்ற தெளிவு இல்லாத நேரங்களில்.

இவன் வந்தால் எப்போதும் புகார் சொல்லிக்கொண்டே இருப்பான். புகார் கேட்கும் ஒரு நபராகத்தான் என்னை அவன் பார்த்தான். பணம் தருவான்; பணத்திற்குப் பின்னால் ஏதாவது பொருட்களும் – ஒரு குடும்பத் தலைவனைப்போல வாங்கிக் கொடுத்தனுப்புவான்; புதிய ஒரு கோரைப் பாய், மண் பாத்திரம், விதவிதமான காய்கறிகள் எல்லாம். புதிய மீன் வந்தால் "இத நளினிக்குக் கொண்டுபோய்க் குடு" என்று சொல்வான். இதற்கெல்லாம் பாலனைத்தான் பயன்படுத்தினான். அந்த நேரத்தில் லட்சுமி சண்டையிட்டுப் போயிருந்ததால் பாலனுக்கு அது ரொம்ப எளிதானதாக இருந்தது.

காதல் இறுக்கமாகி நென்மார, கரையான்பறம்பு, ஆலத்தூர் முதலான இடங்களிலெல்லாம் சினிமாவுக்குப் போகத் தொடங்கினோம். சினிமாத் தியேட்டரில் கட்டிப்பிடிப்பதோ நோண்டுவதோ கிடையாது. அவன் ஒரு முழம் பூ வாங்கிக் கொண்டு சினிமாத் தியேட்டருக்கு வருவான். பயங்கரமான காதல் அல்லவா? சினிமாத் தியேட்டரின் உள்ளே பூ இல்லாமல் செல்வேன்; வெளியே வரும்போது என்னுடைய தலையில் பூ இருக்கும்.

அப்படி அந்தத் தியேட்டரிலுள்ள எல்லோரும் நோட்டமிடத் தொடங்கினார்கள். 'என்னடீ, நீ பூ வைக்கிற டைம் எப்போ' என்று கேட்டுச் சிரிக்கத் தொடங்கினர். நான் அவனுடைய மனைவி

என்ற எண்ணம் யாருக்கும் வரவில்லை; ஆனால், அவனுடைய காதலி என்ற எண்ணம் எல்லோருக்கும் வரத்தொடங்கியது. காரணம் நான் எனக்கான டிக்கெட்டை எடுத்துக்கொண்டு உள்ளே போய் உட்கார்ந்திருப்பேன். இவன், இவனுடைய டிக்கெட்டை எடுத்துக்கொண்டு பின்னாலேயே வந்து எனக்கருகில் உட்கார்வான். அப்படித்தான் செய்துகொண்டிருந்தோம்.

பக்கா மலையாளியாக இருந்தாலும், பழனிமலையிடம் தமிழ்ச் சாயல் இருந்தது. காதலின் அடையாளமாக மல்லிகைப்பூ தருகின்ற செயல்களிலெல்லாம் அது இருந்தது. இந்த மல்லிகைப்பூ பல இடங்களிலும் பேசும் பொருளானது.

ஒருநாள் நாங்கள் திருப்பாளூரில் ஒரு ஓலைக் கொட்டகைக்குச் சென்று, இந்தப் பூ கொடுத்து விளையாடியபோது இவன் மனைவி தெரிந்துகொண்டாள். "பழனிமல ஒரு பெண்ணையும் கூட்டிக்கிட்டு, பூவும் வாங்கிட்டு, சினிமாவுக்கு வர்றான்." பழனிமலைக்கு வேறொரு காதல் உண்டு என்றல்ல. பழனிமலையோடு வரும்பெண் உள்ளே செல்லும்போது பூ இல்லாமலும் வெளியே வரும் போது பூவோடும் வருகிறாள், இதுதான் விவாதம். இந்த விவாதம் அங்கும் இங்குமெல்லாம் நடந்துவிட்டு இறுதியாக நடுத்தெருவுக்கு வந்தது, மனைவி அறிந்துகொண்டாள்.

ஒருநாள் பகலில் நன்கு குடித்துவிட்டு வந்து, "நல்லா மாட்டிக் கிட்டேன், குடும்பம் போயிடுச்சு . . . எல்லாத்துக்கும் நீதான் காரணம்," என்றான்.

அப்போதும் பிரச்சனை எனக்குத்தான். நான் கேட்டேன்,

"என்னாச்சு?"

"அதுவா? பூ வச்சேன் என்று அவளிடம் சொல்லி அவ கேட்டாவே" (இது அவர்களுடைய மொழி)

நான் சொன்னேன், "சொன்னாவே, கேட்டாவேண்ணு ஒண்ணும் இல்ல. நீ பூ வாங்கிட்டு வரும்போதே நான் சொல்லிருக்கேன்ல, இது பிரச்சன ஆவும்ன்னு." அவனுக்கோ தலையில் பூ வைத்து அதனோட வாசனை வர வேண்டும்.

அப்போது அவன் சொன்னான், "யார கைவிட்டாலும், அவளக் கைவிட்டாலும் உன்ன விடமாட்டேன்."

என்னுடைய மனதில் எப்போதும், இந்த மனைவி, குடும்பம் – இதெல்லாம் என்னைக் காரணமாக வைத்து முறிந்துபோகக் கூடாது என்ற உறுதி இருந்தது. நல்ல வருமானம்

உடையவர்களாக இருந்தால் எனக்குப் பணம் தருவர், என்னிடம் வந்துபோவர். அவ்வளவுதான்.

“இப்ப ஒரு ஆளு காரிலும் ஒரு ஆளு காள வண்டியிலும் ஆயாச்சு.”

நான் கேட்டேன், “ஒரு ஆளு காரிலும் ஒரு ஆளு காள வண்டியிலுமா?”

“அவ்வளவு இடைவெளி ஆகிப்போச்சு. அந்த வண்டிக்கோ ஸ்டியரிங்கும் இல்ல.” மனைவிக்கு கன்ட்ரோல் இல்லை என்று சொல்லி ஊதிப்பெருக்க முயற்சித்தான். காருக்கு எங்கேயும் ஒடிப்பதற்கும் வளைப்பதற்கும் திருப்புவதற்கும் ஸ்டியரிங் உண்டு. ஸ்டியரிங் உள்ள ஆள் நான். எனக்கு விஷயம் சொன்னால் புரியும். அவள் அப்படியல்ல.

நான் அப்போது சொன்னேன், “அது சரியில்ல பழனிமல, நீ எப்பவும் இப்படி வந்திட்டு இருந்தா சரியாகாது.” பழனிமலைக்கு என்னைவிட வயது அதிகம்தான் என்றாலும் நாராயணண்ணா, ராஜண்ணா என்பதுபோல இவனைக் கூப்பிடத் தோன்றவில்லை. இவன் பார்ப்பதற்கு எனக்குச் சமமாக இருந்தான். நீ, நான் என்றெல்லாம் சொல்லும் ஒரு நல்ல நட்பு எங்களுக்குள் இருந்தது. ‘நீ இப்படி எப்போதும் வரக்கூடாது’ என்று நான் மீண்டும் அவனிடம் சொன்னேன். ஆனால் அவன் வருவதும் அழுவதும் பேசுவதும் தொடர்ந்தது. இவனுக்கு மனைவியையும் குழந்தைகளையும் கைவிட விருப்பமில்லை. அதேசமயம் என்னை விட்டுவிட்டு அவர்களோடு நிற்கவும் முடியவில்லை. பின்பு அவன் என்னிடம் செக்ஸ் தேவைக்காக வருவதைவிட அவனுடைய கவுன்சிலிங்காக வருவதுபோல மாறிப்போனான்.

அவனுடைய மனைவி நல்ல குடும்பத்திலிருந்து வந்த பெண். சுத்தக் கிராமத்துப் பெண். அதுதான் இவனுக்கும் பிரச்சனை. உதாரணமாக, நானோ, இவன் வீட்டிற்கு வந்தால் டீ போட்டுக் கொடுப்பேன். உண்மையில் எங்களுக்கு டீ தேவையில்லை; காரணம் சாராயம் கொண்டுதான் வருவான்.

ஆனாலும் வந்தவுடனே ‘சாராயத்த ஊத்து’ என்று சொல்ல முடியாத காதலுக்கு நாங்கள் வந்திருந்தோம். அதனால் பொதுவாகவே ‘டீ வேணுமா, சாப்பாடு சாப்டுறியா?’ என்றெல்லாம் நான் கேட்பேன் – என்றாலும்கூட இவன் ஒருபோதும் என் வீட்டில் சாப்பாடு சாப்பிட்டதில்லை. ஆனால் இவனோ, ‘என்னுடைய மனைவி நான் செல்லும்போது டீ தர்றதில்ல; டீ வேணுமான்னு கேக்கிறதில்ல’ என்றெல்லாம் சொன்னான். அவள் காலையில் ஆறு மணிக்கும், சாயுங்காலம்

நான்கு மணிக்கும் கொடுக்கும் டீயைத் தவிர்த்து அதற்குமேல் யோசிக்காத ஒருத்தி.

அப்படியாக என்னுடைய இந்தப் பழக்கங்கள் அவனுக்கு என்மீதான காதலாக மாறத் தொடங்கியது. எனக்கும் அவனிடம் மாளாத காதல் உண்டு. அதனால்தானே 'சாப்பாடு வேண்டுமா? டீ வேண்டுமா' என்றெல்லாம் கேட்கிறேன்.

சிலநேரங்களில் வண்டியை நிறுத்திவிட்டு நேராக இங்கே வரும்போது வெள்ளை வேட்டி கட்டிக்கொண்டு வருவான். மற்ற வாடிக்கையாளர்கள் செக்ஸை மனதில் வைத்துக் கலர் வேட்டியைக் கட்டிக்கொண்டு வருவார்கள். கலர் வேட்டி என்றால், ஏதாவது அழுக்கு அதில் பட்டால் கண்டுபிடிக்க முடியாத நிலையிலுள்ள கலர். வெள்ளை வேட்டி கட்டி இவன் வரும்போது நான் லுங்கியைக் கொடுத்து, 'வெள்ள வேட்டிய அழுக்காக்க வேண்டாம்' என்று சொல்வேன். இதெல்லாம் அவனுடைய மனதில் காதலாக மாறியது.

இதற்கிடையில் பழனிமலையின் மனைவி வீட்டார் என்னிடம் ஆள் அனுப்பினார்கள். அவர்களுக்கு நேரில் வந்து ஒரு வேசியுடன் பேசுவதற்கு விருப்பமில்லை. கௌரவமான விவசாயக் குடும்பத்தினர் அவர்கள்.

இதனைச் சொன்னபோது பழனிமலை சொன்னான், "என்னோட மூணு மச்சான்களும் இதுவரைக்கும் என்கிட்ட எதுவும் கேட்கல. அப்புறம் எப்படி நமக்குள்ள வெவகாரம் இருக்குன்னு அவங்களுக்குத் தெரியும்ன்னு நீ சொல்ற?"

அப்போது நான் சொன்னேன், "குஞ்ஞிப்பெண்ணு கிட்டச் சொல்லி அனுப்பிருந்தாங்க" இல்லையெனில் "அப்பு அண்ணங்கிட்ட சொல்லிருந்தாங்க". அப்பு அண்ணன், எனக்கு மிக அருகில் வசிக்கும் நல்ல ஒரு குடும்பத் தலைவர். அப்போதும் அவன் சொன்னான், "என்னோட வீட்டுக்காரங்களுக்குத் தெரியாது, அவங்களுக்கு வேற யார்மீதோ சந்தேகம்". சந்தேகம் உள்ள ஒருத்தியாக மனைவியைக் காட்டுவதற்குத்தான் இவன் அவளைக் காளைவண்டியாக்கி இருக்கிறான். மறுபடியும் நான் சொன்னேன்,

"அவளுக்குச் சந்தேகம் ஒண்ணுமில்ல; உறுதியாவே தெரியும்." இந்தப் பிரச்சனைகளுக்கு இடையே பாலனின் மனைவி லட்சுமி திரும்பி வந்திருந்தாள். பழனிமலை சென்று சமாதானம் செய்து வைத்தான். "அவன் எனக்காகத்தான் போனான், அவனுக்காக வேண்டி இல்ல" என்று பாலனைப் பற்றிப் பழனிமலை அவளிடம் சொன்னான். அப்போது அவள்,

"நாராயணண்ணா போகல, ராஜண்ணா போகல" என்று ஒரு பட்டியலையே தயார்செய்து வைத்திருந்தாள். பாலன் சென்று, "நாராயணனுக்காகத்தான், ராஜனுக்காகத்தான், பழனிமலைக்காகத்தான் போனேன்" என்றெல்லாம் பாவமன்னிப்புக் கேட்டிருக்க வேண்டும். அப்போது அவள், "பழனிமல கிட்ட நேரா வந்து சொல்ல சொல்லுங்க" என்று சொல்லியிருக்கிறாள். அப்படி பழனிமலை சென்று பாலனின் குடும்பத்தை ஒன்றுசேர்த்தபோது இவன் குடும்பம் உடைந்துபோனது.

திரும்பி வந்தபிறகு லட்சுமி என்னிடம் வந்து பேசவும், சாப்பாடு செய்து தரவும் தொடங்கினாள். ரொம்ப அன்பு காட்டினாள். காரணம் அவள் கணவனுடன் எனக்கு எந்தத் தொடர்பும் இல்லை அல்லவா? அதுமட்டுமல்ல பாலன் பகலில் இங்கே வந்தால், வீட்டின் முன் உள்ள, வெட்டிய தென்னை மரத்தின் அடிக்கட்டையில்தான் உட்கார்ந்து பேசுவான்; நான் வாசலிலும்... வீட்டினுள்ளே வரமாட்டான். கதவையும் பூட்டுவ தில்லை (அது எல்லாம் ஒரேநாளில் தீர்ந்துபோயிற்றே.) செக்ஸ் பண்ண வேண்டுமென்றால் வீட்டுக்குள்ளே செல்ல வேண்டுமல்லவா!. யாருக்கும் எந்தப் பிரச்சனையும் இல்லை. 'கூடப் படுப்பது' என்பது கணவனைத் தட்டிப் பறித்துக்கொண்டு போவதுபோல. அது பிரச்சனைதான். அதைத்தாண்டிய காதலைப் பற்றியும் பிற விஷயங்களைப் பற்றியும் அவர்களுக்குப் பிரச்சனை இல்லை. பல சமயங்களில் ஆலத்தூரில் சினிமாவுக்குச் செல்லும்போது பாலன்தான் துணையாக வருவான். அது எதுவும் பிரச்சனை இல்லை. அவன் பஸ்ஸின் பின்பகுதியில் உட்கார்ந்திருப்பான். நான் முன்னால் உட்கார்ந்திருப்பேன். இறங்கிய பின் அவன் முன்னால் நடப்பான். நான் பின்னால் நடப்பேன். நான் பேசுவதில்லை; தொடுவதில்லை. நாங்கள் கதவைச் சாத்துவதில்லை. இப்படியென்றால் யாருக்கும் எந்தப் பிரச்சனையும் இல்லை, அப்படித்தானே?

ஒருநாள் லட்சுமி என்னிடம் சொன்னாள், "அக்கா, நீங்க வந்த பின்னாடி என்னோட ஆளு சினிமா பாக்கறதுக்கெல்லாம் கத்துக்கிட்டாரு." அவன் என்னுடன் வருவதிலும் சினிமா பார்ப்பதிலும் எல்லாம் அவளுக்கு ஒரு பிரச்சனையும் இல்லை. அவளுடைய ஆளை நான் மடக்கிப்போடவில்லையே.

பழனிமலை பிரச்சனையைக் கொஞ்சங்கொஞ்சமாக எல்லோரும் அறியத் தொடங்கினார்கள். நெல் அறுப்பதற்குச் செல்லும் அங்குள்ள பெண்களுக்கெல்லாம் இது தெரிந்தது. பழனிமலையின் அந்த உண்மையான ஆள் நான்தான் என்று

தெரிந்ததோடு அங்குள்ளவர்களுக்கு என்மேல் கோபம் வரத் தொடங்கியது.

அதுமட்டுமல்ல, மனைவியை அவளது வீட்டிற்குக் கொண்டு போய்விட்டது பழனிமலைக்குப் பெரிய மனஉளைச்சலை ஏற்படுத்தியது. அவன் வீட்டுத்தேவைக்கான பணத்தைக் கொடுத்தனுப்புவான். ஆனால், 'நான் சென்று அவளை அழைத்து வரமாட்டேன், அவள் தானாகவே திரும்பி வரட்டும்' என்பதுதான் அவனுடைய தீர்மானமாக இருந்தது. அவளுடைய பிரச்சனை, 'என்னை வைத்துக்கொண்டிருக்கும் ஆள் எனக்கு வேண்டாம்' என்பதுதான். அதுவும் ஊரிலிருந்து ஒரு பெண்ணைத் திருமணம் செய்திருந்தாலும் பரவாயில்லை. ஒரு வேசியை!

அவர்களுடைய மொழியில், 'போக்கு', 'கேசு', 'பெட்டி' என்றெல்லாம் இல்லை, வேசி மட்டுமே. 'வேசிகிட்ட எல்லாம் நாங்க போய்ப் பேசமாட்டோம்' என்று அவளுடைய சகோதரர்களும் சொன்னார்கள். உண்மையில் சகோதரர்கள் பேசுவதற்கு வந்திருந்தால் அவர்களும் என்னுடைய வாடிக்கை யாளர்கள் ஆகி இருப்பார்கள்; வேறு பிரச்சனை எதுவும் இருந்திருக்காது.

என்னவானாலும் பின்பு நான் அவ்விடத்தை விட்டுச் சென்றேன். கொஞ்சம் தூரம் தள்ளித் திருப்பாளூரில் வசிக்கத் தொடங்கினேன். இவர்களுடனான தொடர்பை எல்லாம் விட்டு விட்டு மறுபடியும் திருச்சூருக்குச் செல்லத் தொடங்கினேன்.

ஆனாலும் ஒருமுறை நான் பாலண்ணாவையும் மற்றவர்களையும் பார்ப்பதற்காகத் திரும்பிச் சென்றபோது, முன்பு நடந்த கரீமின் சண்டையில் தலையிட்டிருந்த இக்பால் என்னிடம் சண்டைக்கு வந்தான். 'நீதானே பழனிமலைய நாசம் ஆக்குனவ?' என்று பிரச்சனை செய்தான். பாலனை நாசம் ஆக்கியவள் என்று அவன் சொல்லமாட்டான்.

காரணம், அவன் பாவப்பட்டவன் அல்லவா? இப்படிச் சில கேள்விகளும் பேச்சுகளும் வந்த பின்பு அங்கே போகவில்லை. ஆனால், அவர்களைப் பார்க்க வேண்டுமென்றும், அங்கே போக வேண்டுமென்றும் தோன்றும். ஆனால், போகவில்லை.

மசாலா தோசையும் கூறைப்பேனும்

ராமநிலையத்தில் இருந்துதான் எனது பாலியல் தொழில் தொடங்கியது. பின்பு அங்கிருந்து மேழத்தூர் சென்றேன். அங்கே கொஞ்சம் நபர்களை வாடிக்கையாளர்களாக்கிக் கொண்டேன். அங்கிருந்து திரும்பவும் தெருவிற்கு வந்தேன். தெருவில் நின்றெல்லாம் வாடிக்கையாளர்களைப் பிடிப்பதற்கு முந்தைய காலம் அது. மேழத்தூரில் வைத்து ரோஸி அக்கா, கார்த்தி, லேகா – அப்படிச் சிலர் தெருவில் நின்றுகொண்டு வாடிக்கையாளர்களைப் பிடித்த பல விஷயங்களைக் கேள்விப்பட்டிருக்கிறேனே தவிர, தெருவில் நிற்பதைப் பற்றியெல்லாம் எனக்குப் பெரிய அளவில் அறிவு ஏதும் இருக்கவில்லை.

தெருவிற்கு வந்தபோது எங்கே நிற்க வேண்டும், எங்கிருந்து ஆட்கள் கிடைப்பார்கள், காசு தருவது யார் என்பதையெல்லாம்விட ஒரு இரவு உறங்குவதற்கான, பாதுகாப்பான இடம் கிடைப்பது என்பதுதான் அத்தியாவசியம். அக்காலத்தில் அறிமுகமான பாபு என்ற நபரைப் பற்றித்தான் சொல்லப் போகிறேன்.

அப்போதெல்லாம் நான் சினிமாத் தியேட்டரின் டிக்கெட் கவுண்டருக்கெல்லாம் சென்று நிற்பேன். நானாகவே எல்லோரையும் பார்ப்பேன். ஒரு நபரைப் பார்ப்பேன்; பின்பு மற்றொருவரைப் பார்ப்பேன். சிலவேளைகளில் எனக்கு விருப்பம் தோன்றினால் 'ஹாய்' என்ற பாவனையை முகத்தில் கொண்டுவருவேன். அதெல்லாம் என்னுடைய குணத்தின் ஒருபகுதிதான். அப்படி ஒருநாள் நான் ஜோஸ் தியேட்டரின் முன்னால்

நின்றுகொண்டிருந்தேன். ஜோஸ் தியேட்டர் ஆரம்பித்த காலம் அது. எனக்கோ, அன்று இரவு எங்காவது, யாருடனாவது சென்று, படுத்து உறங்க வேண்டும், பணம் கிடைக்க வேண்டும் என்பதைவிட. பாலியல் தொழிலுக்குச் செல்வதே பணம் கிடைப்பதற்காகத்தான். ஆனால், அப்போதைய நிலைமையில் எங்கே செல்வது என்பது பெரியதொரு சிந்தனையாக இருந்தது. ஜோஸ் தியேட்டரின் முன்னால் ஆண்களின் வரிசையும் பெண்களின் வரிசையும் இருந்தன. என்னவானாலும் இரண்டாம் வகுப்புதான், முதல் வகுப்பாக இருக்க வாய்ப்பில்லை. என்னுடைய கண்களில் முழுவதும் என்னைக் கவனிக்கின்ற யாராவது இருக்கின்றார்களா என்பதுதான். இருந்தார்களென்றால் அவர்களுடன் பேசி, நெருக்கம் உண்டாக்கிய பின்பு எங்காவது செல்ல வேண்டும். முதல் காட்சியின் வரிசை அது. காட்சி முடிந்து எல்லோரும் சென்றபின், எவரும் எனக்குக் கிடைக்காமல் போனால் வாழ்க்கையே கரும்புகையாகி விடும். அன்று திருச்சூரில்கூட இரவில் பெண்கள் தனியாக நடமாட முடியாது; குறிப்பாக, என்னைப்போன்ற சற்று வயது குறைந்தவர்கள்.

அப்படி நான் பதற்றத்துடன் அங்குமிங்கும் அலையும் போதுதான் இந்த பாபு அறிமுகமானான். அவனுடைய கையில் சிறியதொரு பெட்டி இருந்தது. என்னிடம் வந்து ‘ஒரு டிக்கெட் எடுத்துத் தர்றீங்களா’ என்று கேட்டான்.

அவனைப் பார்த்தால் என்னைவிட இரண்டு, மூன்று வயது குறைவு என்று தோன்றும். இல்லையெனில் சம வயது என்று தோன்றும். முகபாவனையை வைத்துச் சின்னப் பையன் என்று எனக்குத் தோன்றியிருக்கலாம். ஆனால், உயர்ந்து, நிமிர்ந்து, மெலிந்து சினிமா நடிகர் ஸ்ரீநாத்தைப் போன்று இருந்தான்.

என்னுடைய மனதிலோ நானொரு அம்மா என்றுள்ள மனநிலைதான் இருந்தது. இரண்டு குழந்தைகளின் தாய் அல்லவா. குடும்பத்தாய் என்ற மனநிலை.

நான் அவனை, உச்சந்தலை முதல் உள்ளங்கால்வரை பார்த்தேன். ஒரு பழக்கதோஷம். உண்மையில் இவன் ஏமாற்றுக் காரனோ? இல்லையெனில் கூட்டிக்கொண்டு போவானோ? இவையெல்லாம்தான் நான் பார்த்த பார்வையில் இருந்தன.

அப்போது அவன் என்ன செய்தான் என்று தெரியுமா? தன் பேன்ட்டைப் பார்த்துவிட்டு அதன் ஜிப்பைச் சரிசெய்தான். அக்காலத்தில் பேன்ட் உடுத்துபவர்கள் குறைவு; வேட்டிதான் கட்டுவார்கள். எனக்குச் சிரிப்பு வந்தது. காரணம் நான் பார்த்தது அதையல்ல. பார்வைக்கு இவன் சின்னப் பையன்தான். இவனோடு போக முடியுமா முடியாதா என்பதுபோன்ற பல விஷயங்களைத்தான் பார்த்துக்கொண்டிருந்தேன்.

ஆனால், அவன் ஜிப்பை இழுத்துப்போட்ட நேரத்தில் என்னைப் பார்த்து ஜொள்ளூ இறக்கினான். என்னுடைய பார்வையை அவனால் சகித்துக்கொள்ள முடியவில்லை. “ஒரு டிக்கெட் எடுத்துத் தருவீங்களா” என்று மீண்டும் கேட்டான். அப்போது நான் சொன்னேன், “காசு தந்தால் டிக்கெட் எடுக்கலாம்.” உடனே அவன், “ரெண்டு எடுத்திடுங்க.”

“ஆங்... ஒண்ணுன்னு சொல்லிட்டு இப்ப ரெண்டாயிடுச்சி. இங்க தா.” எனக்குக் கோபம் வந்தது.

அவன் பணம் தந்தான். எனக்கு ஒன்று, அவனுக்கு இரண்டு என்று மூன்று டிக்கெட்டுகள் எடுத்தேன். எனக்கும் சேர்த்துத்தான் அவன் இரண்டு என்று சொன்னான் என்று எனக்குத் தெரியவில்லை. டிக்கெட்டைக் கொடுத்தபோது அவன் சொன்னான், “ஒண்ணு உங்களுக்குத்தான்.”

“ஏய், எனக்கு நீ டிக்கெட் எடுக்கிறியா? எதுக்கு? எனக்கெந்த வருமானமும் இல்லயா?” நான் அப்போதும் கோபமாகக் கேட்டேன்.

அப்படியென்றால் இவனுக்குப் பெண்களிடம் செல்லத் தெரியும். என்னுடைய இந்தச் சுற்றும்முற்றும் உள்ள தேடுதலைப் பார்த்து எனக்கருகில் வந்து சேர்ந்தவன்தான் இவன். சென்று உட்கார்ந்தபோது கேட்டான்:

“ராத்திரிக்கு எங்கப் போறது!”

அப்போது இவன் வாடிக்கையாளனாக முடியுமா என்று பார்த்துவிட்டு, இவனால் முடியும் என்று தீர்மானித்திருக்க வில்லை.

“ராத்திரிக்கு எங்க போறதா? ராத்திரி எல்லாரும் எங்க போவாங்க? வீட்டுக்குப் போவாங்க!”

“அதெல்லாம் சும்மா. இந்த நேரத்திலெல்லாம் வந்திட்டு இப்படி நிக்கமாட்டாங்கங்கிறது எனக்குத் தெரியும்.”

உண்மையில் நாங்கள் படம் எதுவும் பார்க்கவில்லை. என்ன படம் என்றொரு யூகமும் இல்லை. நான் உடனே கேட்டேன்:

“என்ன சொல்ல வர்ற?”

“நாம ரூம் எடுக்கலாம்.”

“நீ போனா யாராச்சும் ரூம் தருவாங்களா?” உண்மையில் இவன் என்னைவிடக் கொஞ்சம்கூடப் பக்குவப்பட்ட ஆள்தான். ஆனால், நான்தான் பக்குவமானவள் என்பது என்னுடைய எண்ணம். இரண்டு குழந்தைகளின் தாய் அல்லவா?

கல்யாணமெல்லாம் முடிந்து, கணவனுள்ள பயங்கரமான ஆள் அல்லவா? அதனால்தான் இவனோடு சென்றால் “யாராவது ரூம் தருவார்களா” என்று கேட்டேன். அப்போது அவன் உடனே சொன்னான்,

“ஆ... அப்படியின்னா ரூம் எடுக்கலாமில்ல.”

“ஆங்... ரூம் எடுக்கலாம்.”

“அப்படியின்னா படம் பார்த்திட்டுப் பாதியில கிளம்பலாம்.” இவனுக்கு அப்பொழுது சீக்கிரமாகவே கிளம்ப வேண்டும். பயங்கரமான அவசரத்தில் அல்லவா நிற்கிறான். நான் சொன்னேன், “பாரு, படத்தோட பாதியில எந்திரிச்சுப் போக வேண்டாம். பாதியில போனா எல்லாரும் நினைப்பாங்க, வேற ஏதோ விஷயத்துக்கு வந்தவங்கன்னு” (அப்புறம் நாம ரொம்ப யோக்கிமானவங்க இல்லையா – வேற என்ன விஷயம்?)

அவன் சொன்னான்: “எனக்கு பஸ் கிடைக்காது. அப்புறம் என்ன செய்றது?”

“அப்படியின்னா ரூமுக்குப் போலாம். பாக்க வேணாம்.”

“இல்ல, கொஞ்ச நேரம் பார்க்கலாம். கொஞ்சம் இருட்ட வேண்டாமா?”

“கொஞ்சம் நேரத்துக்கு அப்புறம் கேட் திறக்கமாட்டாங்க.”

“கேட் எல்லாம் நமக்கு அத்தியாவசியம்தான், இல்லாட்டி வண்டி கிடைக்காதுன்னு சொல்லித் திறக்கவைக்கலாம்.”

அப்படியென்றால் இவனுக்கு இதில் நல்ல அனுபவம் உண்டு. அப்படிப் பாதி படம் முடிந்து நாங்கள் வெளியே வந்தோம்.

என்ன படம் என்றுகூட என்னுடைய மனதில் பதியவில்லை. வெளியே வந்து நாங்கள் சேர்ந்து நடக்கும்போது நான் தீவிரமாகக் கவனித்தேன், யாரும் கவனிக்கவில்லை என்பதை. ‘என்னவானாலும் நாம் சமூகத்தில் ஒரு கள்ளத்தனத்தை அல்லவா செய்கிறோம்’ என்ற எண்ணம் எனக்கு இருந்தது. இப்போது அதெல்லாம் இல்லை. ஆனால், அன்று ‘கள்ளத்தனம்தான் செய்கிறோம்’ என்று நினைத்துக்கொண்டு யாராவது என்னைப் பார்க்கிறார்களா என்று எப்போதும் பார்த்துக்கொண்டிருந்தேன்.

அப்படி நடந்து தனியார் பேருந்து நிலையத்திற்கு வந்தோம். சொல்லப்போனால் தனியார் பேருந்து நிலையம் ரொம்பத் தூரத்தில் இல்லை.

ஒரு ‘எல்’ வடிவில், நகராட்சி அலுவலகத்தின் முன்புறம்தான் பஸ் வந்து நிற்கும். அப்போது நான் சொன்னேன், “பாபு,

நம்மள யாரும் கவனிக்கல." அப்போது அவன் சொன்னான், "பேசாம இரு, மத்தவங்களுக்குக் கேட்கும்."

உண்மையாகச் சொன்னால், இப்போதுள்ள திருச்சூர் மெடிக்கல் காலேஜ் மருத்துவமனை அப்போது இல்லை. ரவுண்டானாவில் உள்ள அந்தத் திருப்பத்தில், அரிசிக் கடைக்குப் பக்கத்திலெல்லாம் கொஞ்சம் ரவுடிகள் இருந்தனர்.

அவனோடு சேர்ந்து நடந்தபோது, அங்கெல்லாம் சுதந்திரமாக நடக்க முடிந்தது.

அறைக்குச் சென்றபோது இவன் ஒரு கண்ணாடியை எடுத்துக் காட்டினான். பார்ப்பதற்குப் புத்தகம்போல, பாதிப்பகுதி மூடி இருந்தது. அதைத் திறக்கும்போது கண்ணாடியை அதற்குள் சாய்த்து வைக்கலாம். ஒரு காகிதம் போலுள்ள பிளாஸ்டிக் சப்போர்ட் அதற்கு உண்டு. பிளாஸ்டிக் சப்போர்ட்டில் சாய்த்து வைத்தால் புத்தகம் போன்ற சதுரப் பெட்டியின் உள்ளே கண்ணாடி சாய்ந்து இருக்கும். அழகான நீல நிறமுள்ள ஒரு புத்தகம் போன்ற கண்ணாடி. அப்படிப்பட்ட கண்ணாடியை நான் வாழ்க்கையில் பார்த்ததே இல்லை.

அவன் கண்ணாடியை எனக்குத் தந்துவிட்டுச் சொன்னான், "இத நீ வச்சுக்கோ."

நான் அப்போது சொன்னேன், "எனக்கு இது மட்டும் பத்தாது, புரிஞ்சுதா? எனக்குக் காசு வேணும்." பணத்துக்குப் பதிலாகத்தான் இந்த அற்புதக் கண்ணாடியைத் தருகிறான் என்று எனக்குத் தோன்றியது. அப்படிப்பட்ட கண்ணாடி, இப்போது தேடிப்பார்த்தும் கிடைக்கவில்லை.

அப்போது அவன் சொன்னான், "காசு தருவேன். நான் எல்லாப் பொண்ணுங்களுக்கும் காசு கொடுத்துத்தானிருக்கிறேன்." என்னுடைய நினைப்பு, 'இவன் இது பழக்கம் எதுவும் இல்லாத பையன்' என்பதாய் இருந்தது. நான் கேட்டேன்,

"நீ நிறைய பொண்ணுங்க கிட்டப் போயிருக்கிறியா?"

"ஓ . . . நிறைய பொண்ணுங்க கிட்டப் போயிருக்கிறேன். ஆனா, ஒரு விஷயம், நான் முழுக் காசும் கொடுக்கமாட்டேன்."

"அப்புறம்? அப்புறம் எவ்வளவு தருவ?"

"இப்ப இங்கிருக்கிறவங்க – சுமாரான பொண்ணுங்களா இருந்தா இருபது ரூபாய்க்குப் போறவங்க உண்டு, முப்பதுக்கும் போறவங்க உண்டு – அம்பது வரை உண்டு" (அப்படியென்றால் இவனுக்கு ரேட் தெரியும். ஐம்பது வரை உண்டு.)

"... ஆனால், நான் இருபதோ, இருபத்தைந்தோ வரைதான் கொடுப்பேன். நான் அவங்களுக்குப் புடவை வாங்கிக் கொடுப்பேன். ஆட்டோ ரிக்ஷாவில பகல் முழுசும் அவங்க என்கூடச் சுத்தலாம்."

நான் கேட்டேன், "உன்னாலே எப்படிக் கூட்டிக்கிட்டுச் சுத்த முடியும்."

"நான் கண்ணாடி விக்கிறதுக்குப் போறேன் இல்லையா. அப்ப அந்தக் கடையில போயிச் சொல்வேன், என்னோட சிஸ்டர் ஊர்ல இருந்து வந்திருக்கிறாங்கன்னு. இல்லைன்னா எனக்குத் தெரிஞ்சவங்க வந்திருக்காங்கன்னு. கொஞ்ச நேரம் இந்தக் கடையில உக்காந்து இருக்கட்டும்ன்னு சொல்லுவேன். அப்படி நான் கடைக்கும் சுற்றியுள்ள இடங்களுக்கும் கூட்டிட்டுப்போய் உட்கார வைப்பேன்."

நான் அப்போது கேட்டேன், "நீ என்ன பண்ற?"

"கண்ணாடி விக்கிறேன்."

கண்ணாடி விற்கிறாயா? அப்போது இந்தக் கண்ணாடி என்று சொன்னவுடன் என்னுடைய மனதில் வந்தது ஜன்னலில் போடுகின்ற கண்ணாடிதான். அக்காலகட்டத்தில்தான் 'சிரிகுடுக்க' சினிமா வெளிவந்தது. அதில் நஸீரும் நண்பனும் சேர்ந்து கண்ணாடியைக் கல் எறிந்து உடைத்துவிட்டு அங்கேயே சென்று வியாபாரம் நடத்தி, புதுக்கண்ணாடி போட்டுக் கொடுக்கின்ற ஒரு நிகழ்வு உண்டு. அந்தச் சினிமா அப்போது என் நினைவுக்கு வந்தது. நான் கேட்டேன்,

"அப்படின்னா நீ கண்ணாடிய எறிஞ்சு உடச்சிருவியா?"

"நான் கண்ணாடிய எறிஞ்சு உடைக்கமாட்டேன்; ஆனால் கண்ணாடி விற்பேன். கண்ணாடிய எப்படி எறிஞ்சு உடைகிறது?" அதைத்தாண்டி அவன் யோசித்ததே இல்லை. கடைகளில் சென்று ஆர்டர் வாங்குவான்.

தனக்கு டில்லியில் கம்பெனி இருக்கிறது என்றெல்லாம் அவன் சொன்னான். அப்போதெல்லாம் டில்லி என்று எப்போதாவது கேள்விப்பட்டிருக்கிறேனா என்றுகூடத் தெரியவில்லை. அவ்வளவு அறிமுகம் இல்லை எனக்கு. "டில்லி ரொம்ப தூரமா? அங்கிருந்து கண்ணாடிய நீ தூக்கிட்டுத்தான் வருவியா" என்றெல்லாம் கொஞ்சம் முட்டாள்த்தனமான கேள்விகளை அப்போது கேட்டேன்.

ஆனால், என்ன நடந்தது என்றால், எங்களுக்கிடையே ஒரு நல்ல நட்பு உருவானது. பின்னர் உள்ள காலம் முழுவதும் –

ஏறக்குறைய மூன்று மாத காலம் – கோயம்புத்தூர், இப்படி ஏதேதோ – நகரங்களுக்குள், இவனுடன் நடப்பதுதான் என்னுடைய வேலை.

பகலில் திருச்சூரில் ஏதாவது தியேட்டரின் முன்னால் சந்திப்போம். பின்னர் இவன் எங்கெல்லாம் ஆர்டர் வாங்கச் செல்கிறானோ, அங்கெல்லாம் கூடவே செல்வேன். இடையில் நேரமிருந்தால் அவனிடம் சொல்லிவிட்டு வந்து வேறு காசு சம்பாதிப்பேன். காரணம் இவன் பாதி காசுதான் தருவான். இவனுடன் சுற்றித்திரிந்து நடக்கும்போது குளிக்க வேண்டும், துணி மாற்ற வேண்டும் என்ற பிரச்சனையெல்லாம் இல்லை. இவன் ரூம் எடுப்பான். ஆனால் ரொம்ப லோக்கலாக இருக்கும். அந்த அறையில் பயங்கரமான கொசுவும் மூட்டைப்பூச்சியும் இருக்கும். அப்படியே நடக்கும்போதெல்லாம் இவன் எப்போதும் சொல்கின்ற ஒரு காமெடி உண்டு. “எங்களுடைய ஊரில் பஸ் கிளீனர்கள் எப்படிக் கூப்பிடுவார்கள் என்று தெரியுமா” என்று கேட்பான்.

நான் சொல்வேன்: “சாதாரணமாக எங்களுடைய ஊரிலோ, “திருச்சூர்... திருச்சூர், கல்லூர்... கல்லூர்” என்று கூப்பிடுவார்கள். முன்பு பஸ்ஸூக்கெல்லாம், வண்டி செல்கின்ற இடப்பெயரைச் சொல்லிக் கூப்பிடுவதற்குப் புரோக்கரைப்போல ஒரு ஆள் இருந்தார்.

இவன் சொல்வான், எங்களுடைய ஊரில் ஒரு கிழவன் உண்டு. அந்தக் கிழவன் கூப்பிடுவான், “பொங்கும்பம் தொடவழி பாலா...”, ‘பொன்குன்னம் தொடுபுழா வழி பாலா’ என்பதுதான் ‘பொங்கும்பம் தொடைவழி பால்’ – இந்த மொழியை டக் என்று சொல்வான். இவனால் இதை நன்றாகச் சொல்ல முடியும். இதுதான் இவனுடைய மிகப்பெரிய நகைச்சுவை. கொஞ்சம் செக்ஸ் கலந்தது. ஆரம்பத்தில் இவன் இப்படிச் சொல்லிக்கொண்டே இருக்கும்போது நினைத்தேன், இவனுக்குக் கிறுக்குப் பிடித்திருக்கிறதென்று.

பின்னர் இவனுடைய மிகப்பெரியதொரு பொருள், இவன் வரும் வழியில், எங்கு பிராமண ஹோட்டலைப் பார்த்தாலும், ஒரு மசாலா தோசை வாங்கி இவனுடைய கண்ணாடி வைக்கின்ற பெட்டியின் உள்ளே வைத்திருப்பான்.

இவன் போகும்போது என்னுடைய அறையை அடைத்து விட்டுப் போவான். திரும்பி வரும்போது மசாலா தோசை இல்லையென்றால் நெய் ரோஸ்ட் வாங்கி வருவான். நான் அதைச் சாப்பிட வேண்டும். இவனுக்குப் பயங்கரமான காதல் அல்லவா? இந்தத் தோசைப் பொட்டலத்தைக்

கண்ணாடிப் பொருட்களெல்லாம் வைக்கின்ற பெட்டியில்தான் வைத்திருப்பான். வாழையிலை, பேப்பர், பின்பு வாழை நாரினால் ஒரு கட்டு – இதுதான் அப்போதைய பொட்டலம் கட்டும் முறை. இப்படி இதொரு மூன்று நான்கு மணிநேரம் இந்தப் பெட்டியில் இருக்கும்போது உண்மையில் இது புளித்து நாறும். ஒருநாள் இவன் வந்து “ஏண்டீ, நான் உனக்கு ஒரு பொருள் கொண்டுவந்திருக்கிறேன்” என்று சொன்னான்.

எங்களுக்கிடையே ‘ஏண்டா, போடா’ என்றெல்லாம் கூப்பிடுகின்ற சுவாரசியமான காதல் இருந்தது. நான் கேட்டேன்,

“என்னடா?”

“ஒரு மசாலா தோசை.”

“நீ எப்போ இங்கயிருந்து கிளம்புன?”

“எட்டு மணிக்கு.”

“இப்போ மணி எத்தன ஆச்சு?”

“ரெண்டு மணிதான் ஆயிருக்கு.”

“நீ எப்போ இதை வாங்கின?” இவனுடைய குணம் தெரியும் என்பதால்தான் கேட்டேன்.

“அது. . . நான் இங்கேயிருந்து கிளம்பினேன் இல்லயா; அப்பவே, பட்டரோட டீக்கடையப் பாத்தேன். அப்போ நான் அங்கேயிருந்து மசாலா தோசை வாங்கிச் சாப்பிட்டேன். பார்சலும் வாங்கினேன்.”

அப்படின்னா இரண்டு மணிக்கு இதைக் கொண்டு வரும்போது, இந்தக் கண்ணாடியை மாற்றுவதும் எடுப்பதும் திருப்பிவைப்பதும் எல்லாம் செய்துவிட்டு, இது கெட்டுப்போவது மட்டுமல்ல, இதன் உள்ளே இருந்து வெந்து, அவிந்து, நாறி, குழைந்து. . .

நானோ, அன்றும் இன்றும், கவனமாக வாங்கிச் சாப்பிடும் பொருள் சாப்பாடு. சுத்தம் வேண்டும், சுவை வேண்டும், தருகின்ற பாத்திரம் நன்றாக இருக்க வேண்டும்; அக்காலம் தொட்டு உள்ள என்னுடைய குணம் இது.

அதற்கிடையே இதைக் கொண்டுவந்து ‘சாப்பிடு’ என்று சொல்லும்போது நான் என்ன செய்வேன் தெரியுமா? இவனை உற்றுப் பார்த்துக்கொண்டிருப்பேன். அப்போது இவன் என்ன செய்வானென்றால், இவனுடைய துணியைத் துவைத்துப் போட்டு விட்டு, துண்டைக் கட்டிக்கொண்டு வருவான். இது ஒவ்வொன்றையும் நான் பார்த்துக்கொண்டிருப்பேன். பின்பு

இவன் அங்குமிங்கும் நகரும் நேரத்தில்தான் இந்தத் தோசையை என்னால் வெளியே போட முடியும். அன்றெல்லாம் அறையில் குப்பைத்தொட்டி இல்லை.

இவனோடு இருந்த காலம் பயங்கரத் துன்பமாக இருந்தது என்று சொல்லலாம், பயங்கரத் துன்பமாக...இவன் எடுக்கின்ற எல்லா ரூமிலும் ஏராளமான மூட்டைப்பூச்சி இருக்கும். பெயின்ட் அடித்த அறை அல்ல, வெற்றிலை போட்டுத் துப்பியதும் பீடியைக் குத்தி அணைத்ததும் என எல்லாச் சுவரிலும் புள்ளியும் கோடுகளும் நிறைந்த அறையைத்தான் இவன் எடுப்பான். நான், இவன் வரும்வரை சிறிய ஒரு காகிதத்தையோ வேட்டியையோ மூட்டைப்பூச்சி கடிக்காத ஒரு இடத்தில் விரித்து ஒதுங்கிப் படுத்து உறங்குவேன். ராத்திரி ஆகும்போது, இவனுக்கோ படுக்கையில் நீண்டு நிமிர்ந்து படுத்து உறங்க வேண்டும்; வேற எந்தப் பைத்தியமும் இவனுக்கு இல்லை. நான் சொல்வேன், "டேய், மூட்டப்பூச்சி கடிச்சிட்டு என்னால தூங்க முடியல்ல."

"மூட்டப்பூச்சி கடிக்குதா? அதனாலே என்ன பிரச்சன?"

"என்னால தூங்க முடியல, உடம்பு முழுக்க அரிக்குது."

கடைசியில் ஒருநாள் எனக்கு விஷயம் புரிந்தது. இவனுடைய தொப்புளிலிருந்து கோடுபோட்டதுபோல மயிர்கள் இருக்கிறதல்லவா – அந்த இடம் முழுவதும் 'கூறைப்பேன்' என்று சொல்கிற ஒருவகையான பேன் இருந்தது. பார்த்தால் அவனுடைய உடல் முழுவதும் இந்த வயிற்றுப் (வெள்ளை) பேனும் அதனுடைய ஈரும்தான்.

அக்காலத்திலிருந்தே நான் அழகானவள் என்றொரு எண்ணம் எனக்கு உண்டு; அப்புறம் நான் பயங்கரமான சுத்தம் என்றும். இருந்தும் இவனுடன் இரண்டு மூன்று மாதம் சுற்றித்திரிந்து விட்டுப் பார்க்கும்போது பார்க்கின்ற இடத்திலெல்லாம், உடலிலும் முடியிலும் கழுத்திலுமெல்லாம் இந்தப் பேன்தான். அது சட்டென்று தெரியாது; காரணம் அவன் பால் போன்ற வெள்ளை நிறம். அப்படியான உடலில் நீலநிற மயிர்கள் உள்ள பேன் எளிதில் தெரியாது, பயங்கர அழகன் அல்லவா?

சாதாரணமாக ஒரு வாடிக்கையாளர் வந்ததும், உடனடி யாகச் சென்றுவிடுவதால் நாம் அவருடைய உடலை அவ்வளவு கவனிப்பதில்லை. ஆனால், இவனுடைய இந்தப் பேனைப் பார்த்ததும் எனக்குப் பயங்கர அருவருப்பாகிவிட்டது. எனக்கு இவனை விட்டுப் போனால் போதும் என்றாகிவிட்டது.

ஒருநாள் நான் சொன்னேன், "பாபு இனி நீ வீட்டுக்குப் போகும்போது உன்னோட உள்ளாடைகளையெல்லாம்

தண்ணீல போட்டுக் கொதிக்க வைக்கணும்." அன்று, வெள்ளை காட்டன்துணி வெளியிலும் பனியன்துணி உள்ளிலும் வைத்துக் கால்சட்டை (டிரவுசர்) தைப்பர். அது கொஞ்சம் விலை அதிகமானதுதான். டெல்லிக்குச் செல்லும்போதெல்லாம் அவன் அதைத்தான் உடுத்திக்கொண்டு போவான். அவன் சொன்னான், "இது பனியன் துணி, வீட்டில எடுத்திட்டுப்போய் கொதிக்க வச்சா சுருண்டு போயிடும்."

நான் உடனே சொன்னேன், "பேன் உன்னோட உடம்பில இருந்தா உன்னோட காதலி உன்ன விட்டுப் போயிடுவா."

அப்போது இவனுக்கு ஒரு காதலி உண்டு என்று எனக்குத் தெரியும். ஏதாவது சொல்லிப் பயப்படுத்தி உடலில் சுத்தத்தைக் கொண்டுவருவதற்காக நான் கொஞ்சம் பயப்படுத்தியதுதான் இது. இவன் குளித்துவிட்டு வந்தாலும் உடம்பிலெல்லாம் சோப்பு இருக்கும். அதற்கிடையே இவன் ஒருமுறை வீட்டிற்குப் போய்விட்டு வந்து சொன்னான்,

"நான் வீட்டுக்குப் போய்ட்டு என்ன பண்ணினேன்னு தெரியுமா? அம்மாகிட்ட சொல்ல முடியுமா, ஜட்டியெல்லாம் கொதிக்கவச்சுத் தாங்கன்னு. நெல்லு வேகவைக்கிற பானைய எடுத்து, அதில இந்த ஜட்டியையெல்லாம் போட்டுக் கொதிக்கவச்சு அங்கேயே எடுத்துக் காயப்போட்டேன். அப்போ என்கிட்ட பிரியா வந்து கேட்டா, என்ன பாபு வந்தவுடனே ஜட்டியை யெல்லாம் கொதிக்க வைக்கிறீங்கன்னு. நீ சொல்லித்தான்னு என்னால சொல்ல முடியுமா? நான் அப்பப்ப பயணம் போறவங்க எல்லாம் இதத்தான் செய்யிறாங்கன்னு அப்புறம் சொன்னேன். ஆனால், என்னோட ஜட்டியெல்லாம் சுருங்கிப் போயிடுச்சு. அப்புறம் அவதான் எனக்கு இத தேய்ச்சுத் தந்தா."

பிரியா இவனைக் காதலிக்கும் பெண்தான். பக்கத்து வீட்டில் வசிக்கும் மாமா மகள். இதையெல்லாம் சொல்லி அவனுக்கும் பிரியாவுக்குமான தீவிரமான காதலைப் பற்றியெல்லாம் பேசுவான். இந்த ஊர்சுற்றல் எல்லாம் முடிந்து வந்தால் நாங்கள் குருவாயூரில்தான் தங்குவோம். அப்படிக் குருவாயூரில் ஓய்வு எடுக்கும் ஒருநாள் எனக்குச் சளி பிடித்தது. பாபு எனக்குச் சளிக்கு மருந்து வாங்கச் சென்றான். மருந்துக் கடைக்காரன், அவனுடைய சொந்தஊரான பாலாவில் உள்ள நண்பனாக இருந்தான். மருந்து கேட்டபோது நண்பன் கேட்டான், "பாபு, சளியில பலவகை இருக்குது, இருமல் உண்டா?" அப்போது அவன் சொன்னான், "இருமல் இல்லன்னு எனக்குத் தோணுது, நான் கேக்கல்ல."

கேட்கவில்லை என்று சொன்னபோது "யாருக்குடா" என்றெல்லாம் அவனுடைய நண்பன் கேட்டபோது இவன்

சொன்னான், "என்கூட ஒரு பொண்ணு இருக்கிறா." பெண் இருக்கிறாள் என்று சொன்னால் பின்பு பாலியல் தொழில் என்றொரு சொல்லும் அன்று இல்லையல்லவா? வழியில் கிடைத்த பெண் என்றுதானே சொல்ல முடியும். குறிப்பிட்ட சொல் இல்லாமல் எப்படிச் சொல்வது?

பின்பு, "என்னை நேசிக்கிற ஒரு பெண்" என்று சொன்னான் இவன். "அப்போ நீ சங்கர் அண்ணாவோட மகள ஏமாத்துறதுக்காகத்தான் இங்க வந்திருக்கிற" என்று சொல்லி விட்டு நண்பன் இவனோடு லாட்ஜுக்கு வந்தான். லாட்ஜில் வந்தவுடன், பாபு முதலில் அறைக்கு வந்து மாத்திரையைத் தந்து "இதச் சாப்பிடு" என்றான்.

ஏதாவது உடம்பு சரியில்லை என்றால் ஆங்கில மருந்து அதிகமாகச் சாப்பிடுவது பிரச்சனை என்று புரிந்துவைத்திருப்பது என்னுடைய பழக்கம். என்ன மருந்து சாப்பிட்டால், எப்போது சாப்பிட்டால் பிரச்சனை என்பதெல்லாம் எனக்குத் தெரியாது. என்னுடைய அப்பாவும் அண்ணனும் அரைகுறை வைத்தியர்கள்கூட. ஒருவேளை என்னுடைய இந்தக் குணத்திற்குக் காரணம் அதுவாக இருக்கலாம். என்னவானாலும் எனக்கு ஆங்கில மருந்து வேண்டாம்; ஆயுர்வேதம் போதுமென்று சொன்னேன். "சாப்பிடு சாப்பிடு" என்று சொல்லிக் கட்டாயப் படுத்தத் தொடங்கினான். கடைசியில் "சாப்பிடுகிறேன்" என்று சொல்லி ஆர்ப்பாட்டம் செய்தேன். அந்த நேரத்தில்தான் இவனுடைய நண்பன் அறையின் முன்னால் வந்து தட்டினான்.

இந்த ஆர்ப்பாட்டமெல்லாம் வெளியேயும் கேட்கலாம். சத்தமாகப் பேசுவதில் எனக்கு எந்தக் கட்டுப்பாடும் இல்லை. மெதுவாகப் பேச வேண்டும் என்பதோ, பக்கத்து அறையில் ஆட்கள் இருக்கிறார்கள் என்பதோ என்னைப் பாதிக்கக்கூடிய விஷயங்கள் அல்ல.

கதவைத் திறந்தேன். இவனுடைய நண்பன் என்னைப் பார்த்தான். நான் அவனிடம் உட்காரச் சொன்னேன். அக்காலத்தில் எல்லாம், நண்பர்களை நம்முடைய கணவரின் குடும்பத்திலுள்ள ஒருவரைப் போலத்தான் கருதுவார்கள். அதனால்தான் உட்காரச் சொன்னேன்.

வந்தவுடனேயே இவன் பாபுவிடம் கேட்டான், "டேய் இது இப்படியே ஆகிப் போச்சுன்னா நீ பிரியாவ கைவிட வேண்டியது வருமே?"

இவன் இப்படிச் சொன்னவுடனேயே நான் பாபுவின் முகத்தை உற்றுப் பார்த்தேன், கேள்வி பாவத்தில். காரணம்

என்னுடைய நினைப்பு, நான் தற்காலிகப் பெண்ணல்லவா, அதனால் பிரியாவைக் கைவிடுவது எதற்கு என்பதுதான்.

“ஆமா, இந்தப் பிரியான்னு சொல்றவ, எங்க கூட காலேஜில படிச்சவ. நான் சும்மா சொன்னேன்.” அவன் சட்டென்று இப்படிச் சொன்னான்.

அவனுடைய நண்பனின் நினைப்பு, நான் பாபுவின் காதலி என்பதுதான். பாபுவோ, ‘ஆங்... எனக்கு எதுவும் தெரியாது’ என்ற பாவனையில் உட்கார்ந்திருந்தான். என்னுடைய மனதிலோ, ‘இந்தப் பிரியாவைக் கைவிடுவது எதற்காக? அவள், இவன் திருமணம் செய்யப்போகின்ற பெண்ணல்லவா, நானோ தற்காலிகமாக இருக்கின்ற பெண்ணல்லவா’ என்பதெல்லாம்தான். அது என்னுடைய மனதிலிருந்து போகவில்லை.

இந்த நண்பன் சென்றபிறகு நான் கதவைச் சாத்திவிட்டுப் பாபுவிடம் கேட்டேன்,

“டேய், நீ என்ன பிரியாவைக் கைவிட வேண்டி வருமோன்னு அவன் கேட்டதுக்குப் பேசாம இருந்த. உனக்குச் சொல்லக் கூடாதா இவ சும்மா துணைக்கு நடக்கிறவன்னு?”

“ஏண்டீ, அதெல்லாம் சொல்ல முடியல.”

“ஏன் சொல்ல முடியல? நான் ரோட்டில இருந்து உன்கூட வந்தவதானே? கொஞ்சநாள் கழிச்சுப் போயிடுவேன் இல்லயா? நீதானே சொன்ன, ரோட்டில படுக்க வேண்டாம், கண்டகண்ட ரயில்வே ஸ்டேஷன்ல போய்க் குளிக்க வேண்டாம்ன்னு. அதனாலதானே உன்கூட வந்தேன்? அப்புறம், நீ அவன்கிட்ட சொன்னியா என்னெ கல்யாணம் பண்ணிக்கப் போறேன்னு?” எனக்கு அவன்மேல் பயங்கரமான கோபம் வந்தது. இவன் கல்யாணம் பண்ணிக்கிறேன் என்று சொன்னால் என்னுடைய மற்ற விஷயங்களெல்லாம் நின்றுபோகுமே. நான் மீண்டும் கேட்டேன்,

“நீ என்னைக் கல்யாணம் பண்ணிக்கப் போறேன்னு சொன்னியா?”

“கல்யாணம் பண்ணிக்கப் போறேன்னு சொல்லல.”

“அப்புறம் என்ன சொன்ன?”

“அது, விரும்பற பொண்ணுன்னு சொன்னேன்.”

அப்போதெல்லாம் ‘லவ்’ என்ற சொல்லே இல்லை; அவன் கல்லூரியில் படித்தாலும் நான் படிக்காமல் இருந்தாலும். இந்த ஆங்கில உச்சரிப்புக்கூட இல்லை. நான் கேட்டேன்,

"அது என்னவொரு விருப்பம்? இங்கப் பாரு, விருப்பம்னு எல்லாம் சொல்லிட்டுக் காசு தராம இருக்க வேண்டாம் புரிஞ்சுதா? அத மட்டும் நான் ஒத்துக்கமாட்டேன்."

காரணம் இவன் தினமும் இருபத்தைந்து ரூபாய் சொல்லி இருக்கிறான். அதில்கூடக் கொஞ்சநாள் இவன் இவனுடைய வீட்டிற்குச் செல்வான்; நான் என்னுடைய வீட்டிற்குச் செல்வேன். அதெல்லாம் லீவுதான். அதற்கிடையே உள்ள மீதிக் காசுதான் எனக்கானது. நானோ வீட்டிற்குச் செல்கிறேன் என்று சொல்லிக் கிளம்பினாலும் வீட்டிற்கு ஒன்றும் செல்வதில்லை. இவனை ஏமாற்றிவிட்டு எங்கேயாவது போய்க் காசு சம்பாதித்து வருவேன். அல்லாமல் எனக்குத் தலைக்கேறிய காதல் ஒன்றுமில்லை.

அப்போதுதான் இதைப்பற்றி – இப்படியொரு பிரச்சனை இதற்கு நடுவில் கிடைக்கிறதே என்று சிந்தித்தேன். இந்தச் சம்பவம் முடிந்த உடனேதான் இந்த அறைக்கு இந்தப் பிரச்சனையும் வந்துசேர்ந்தது. மூட்டைப்பூச்சியோ தமிழ்நாட்டிற்குச் செல்லும்போதுதான் அதிகம்; கேரளத்தில் குறைவுதான். ஈரையும் பார்த்ததற்குப் பிறகு எனக்குப் பயங்கரப் பிரச்சனை ஆகிவிட்டது.

அதற்கிடையே கொஞ்சநாள் கழித்து, இவன் ஒருமுறை வீட்டிற்குச் சென்றான். பின்னர் இரண்டாவது முறையும் சென்றான்.

அது முடிந்து, அழுது கூப்பாடு போட்டுக்கொண்டு திரும்பி வந்தான். நான் வேகமாக "என்னாச்சு" என்று கேட்டேன். "அதுவா. . . பிரியாகிட்ட அந்த மெடிக்கல் கடைக்காரன் சொல்லிட்டான். அவனுக்குச் சூப்பரான ஒரு பொண்ணு இருக்கிறா, நல்ல அழகி, அவ கண்ணோட அழகுகூட உனக்கு இல்ல – இப்படியெல்லாம் அவன் போய் சொல்லிருக்கான்..."

'ஒரு லட்சணமான பெண்' என்றல்லவா சொல்லியிருக்கிறான். 'அவளுடைய கண்ணின் அழகுகூட உனக்கு இல்லை' என்று சொல்லிக்கொடுத்திருக்கிறான். அப்படி அது முடிந்த பிறகு அவன் சொன்னான், அவனுடைய கல்லூரியில் தொடங்கிய காதல் அது என்று – பதினான்கு வயதில் ஏதோ தொடங்கியதாம். அவளுக்கு இப்போது இருபத்தேழு வயது. எவ்வளவு வருஷம் ஆச்சு? எல்லாம் தகர்ந்துபோய்விட்டது.

அங்கேயும் நிற்கக்கூடிய பிரச்சனை என்னவென்று தெரியுமா? அவன் சொல்கிறான்,

"நீதான் காரணம்."

அவன்தான் என்னை அழைத்துச்சென்று இந்த மூன்று மாதம் தங்கவைத்தவன். அது எதுவும் பிரச்சனை இல்லை.

என்னால்தான் அவனுடைய காதல் தகர்ந்து போய்விட்டதாம். ஆனால், இவனை விட்டுப்போகவும் சம்மதிக்கவில்லை; அழுது கூப்பாடு போடுகிறான். அப்போது சூப்பரான ஒரு வாய்ப்பு கிடைத்தது. இவனுடைய உடம்பிலிருந்த பேன் என்னுடைய உடம்பிற்கு வந்து எனக்கு அரிப்பு ஏற்பட்டது. ஒருநாள் சொன்னேன், "இப்ப உன்னோட உடம்பில இருந்த பேன் எல்லாம் போயிருச்சு இல்லயா"?

(இவன் ஏற்கெனவே வீட்டுக்குச் சென்று துணியெல்லாம் கொதிக்க வைத்திருந்தானல்லவா?) "இனி நானும் போயிட்டு உடம்பில இருக்கிற பேனையெல்லாம் போக வச்சிட்டு, துணி யெல்லாம் கொதிக்க வச்சிட்டு, உன் கூட வரேன்" என்றேன். அப்போது இரண்டு விஷயங்கள் என்னுடைய மனதில் இருந்தன. ஒன்று, என்னால்தான் அவனுடைய வாழ்க்கை தகர்ந்தது என்று அவன் சொன்னது; இரண்டு, இவனுடைய உடம்பில் பேன் உண்டு, அதனால் இவனை விட்டுவிட வேண்டும். இதற்கிடையே, மொத்தத்தில் இருந்த பிரச்சனை என்னவென்றால், இவன் கொஞ்சம் அதிகமாகக் காசு தர வேண்டியிருந்தது. திரும்ப வந்தால்தான் காசு தருவேன் என்று சொன்னான். இவனுக்குத் தெரியும், நான் தலைமறைவாகிவிடுவேன் என்று – எனக்கு அருவருப்பு என்றும் வரமாட்டேன் என்றும் – தெரியும்.

எனக்கு அவனை இப்போது நினைக்கும்போதும் (அழுகின்ற அவன்) மிகுந்த இரக்கம் தோன்றும். ஆனால், என்னைக் கெட்ட வார்த்தையில் திட்டிக்கொண்டு நீதான் என்னுடைய வாழ்க்கையை அழித்துவிட்டாய்" என்று சொன்னதை நினைக்கும்போது, ம். . . அவன் குற்றவாளி இல்லையா? சாலையோரத்தில் நின்று என்னை அழைத்தது, கூடவே கூட்டிக்கொண்டு நடந்தது, எனக்குப் புடவை வாங்கித் தந்தது (துணி எடுத்துக் கொடுத்தது) உண்மையைச் சொன்னால் ஒரு குடும்ப வாழ்க்கைதான். நாங்கள் செல்கின்ற இடத்திற்கு ஒரு ஜோடி துணியையும் எடுத்துக்கொண்டுதான் செல்வோம். துண்டு, பேஸ்ட், செருப்பு முதலான எல்லாப் பொருட்களையும் அவன் வாங்கித் தரவேண்டும். என்னைக் கொஞ்சநாள் கூடவே அழைத்துச் செல்ல வேண்டுமென்றால் எல்லாப் பொருட்களை யும் வாங்கித் தர வேண்டும். அதெல்லாம் தந்து மூன்றுமாதம் அவன் என்னைப் பாதுகாக்கவும் செய்தான்.

பாபுவைப் பற்றி இப்போது நினைக்கும்போது, அவன் இந்தப் 'பொன்குன்னெ தொடுபுழ வழி பால' என்று சொல்வான் இல்லையா, அப்படி ஒன்றுதான் அவனைப்பற்றி நினைவில் நிற்கிறது.

இடைச்சந்துகளில் காதல்

எனக்கும் சுனிலுக்கும் இடையேயான காதல்தான் இந்த அத்தியாயத்தின் முதன்மையான கதை. சுனிலைப் பற்றிச் சொல்ல வேண்டுமென்றால் 'சின்னச் சில்வண்டு அபு'வினுடைய கதையையும் கொஞ்சம் சொல்லியே ஆக வேண்டும். 'சில்வண்டு' என்பது பட்டப்பெயர்.

பாலியல் தொழிலுக்காக இறங்கிய கொஞ்சம் நாட்களில், கூற்றநாட்டிற்கு அருகிலுள்ள வாவனூரில் ரோஸி அக்காவுடன், கம்பெனி வீட்டில் தங்கியிருந்தேன். ரோஸி அக்காவிடம் ஏதோ பேசிச் சண்டை வந்தபோது அவ்விடத்தைவிட்டுத் திருச்சூர் வந்தேன்.

எந்த இடமாக இருந்தாலும் பாலியல் தொழிலாளிக்குப் 'பிக்கப் பாயிண்'டில் நிற்கச் சொந்தமாக ஒரு ஏரியா வேண்டும். இருந்தால்தான் இந்த இடத்து ஆள் என்று சொல்ல முடியும். அப்போதுதான் ஒரு பலம் இருக்கும். திருச்சூருக்கு வந்தபிறகு இந்தப் பலத்திற்காக யாரைக் கூட்டுச் சேர்த்துக்கொள்வது என்று சிந்தித்தபோதுதான், சில்வண்டு அபு வந்து கூப்பிட்டான். சில்வண்டு அபுவை அதற்கு முன்பு நான் நேரடியாகப் பார்த்ததில்லை. சில்வண்டு அபு, பயங்கரமான வில்லன் என்றெல்லாம் கேள்விப்பட்டிருக்கிறேன். அவன் நேரடியாக முன்னால் வந்து நின்றபோது மொத்தத்தில் ஒரு நாலரை அடி இருந்தான். மிகவும் சிறிய ஒரு மனிதன். சில்வண்டினைப்போல, சிறிய ஒரு ஆள்.

நான் கே.எஸ்.ஆர்.டி.சி. பஸ் ஸ்டாண்டில் ஒரு ஏரியாவை உருவாக்குவதற்கு முயற்சித்த காலம் அது. இவன் வந்து "நீ வர்றியா" என்று கேட்டான். 'நீ' என்று கேட்டவுடனேயே எனக்குக் கோபம் வந்தது. திட்டிவிடலாமா என்று யோசித்தேன். சட்டென்று இந்த உருவமும் முகபாவமும் மனதில் வந்தன. 'சில்வண்டு தானே? ஆங் . . . ஓ, பிரச்சனை பண்ணுகிறவன்தான்; ஆனால் கொஞ்சம் பலமும் உண்டு. சரி, பரவாயில்லை. "வர்றேன்" என்று சொன்னேன்.

"ரூம் எதுவும் போடமாட்டேன், நான் ஒரு இடத்துக்குக் கூட்டிட்டுப் போவேன்" என்றான் அவன். எனக்குக் கொஞ்சமும் அறிமுகமில்லாத காலம்தான் அது. "சரி, போகலாம்" என்றேன்.

ஒரு பள்ளிக்கூடத்திற்குத்தான் அழைத்துச்சென்றான். ராத்திரி நேரம். நாங்கள் உள்ளே சென்று ஐந்தாறு பெஞ்சுகளைச் சேர்த்துப்போட்டு அங்கே உட்கார்ந்தோம். அடுத்தது என்ன என்று யோசிக்கும் முன்பே வேறு ஒருவன் அங்கே வந்தான். பயங்கரமான இருட்டு. உள்ளே வந்தவன் கடுமையான குரலில் "யாரடா அது" என்று கேட்டான். அபு மிகவும் இயல்பாக "நீ யார்" என்று திருப்பிக் கேட்டான்.

"நான் யாரா வேணா இருக்கட்டும்" என்றான் வந்தவன். டார்ச் அடித்துக் கொண்டுதான் அவன் வந்தான். அபுவின் குரல் திடீரென்று மாறியது.

"நீ உன் முகத்துக்கு நேரா டார்ச் அடிடா."

திருச்சூர் பாஷை அது.

"நீ யாருன்னு சொல்லுடா சின்னப் பயலே."

"நீ உன்னோட முகத்துக்கு நேரா டார்ச் அடிடா."

இறுதியில் அந்தச் சண்டையில் அபு ஜெயித்தான். அவனை வைத்தே அவனுடைய முகத்திற்கு டார்ச் அடிக்கவைத்தான். பார்த்தால் *மாத்ருபூமி* ஆபீஸின் காவலாளி. ஆளைப் பார்த்தவுடன் இவன் சொன்னான்: "நான் அபு."

அத்தோடு அந்தக் காட்சி முடிந்தது.

நான்தான் அபு என்று சொல்லிவிட்டு அவன் என்னிடம் சொன்னான்: "உன்ன கூப்பிட்டு வந்தது எனக்காக இல்ல. ஆனா, உன்கிட்ட எனக்குக் கொஞ்சம் நேரம் பேசணும்."

எனக்குச் சந்தேகம் வந்தது. பேசிக்கொண்டிருந்து இரவை வீணாக்க முடியாது. இரவில் கிடைக்கக்கூடிய பணத்தை வைத்துத்தான் பகலில் சுற்றித் திரியவும் வாழவும் வேண்டும்.

1976 இறுதியோ 1977 தொடக்கமோ அது. அன்றைய தொகை ஐம்பது ரூபாய்தான். இந்த ஐம்பது ரூபாய் கையில் கிடைத்தால் மட்டும்தான் அடுத்த நாளைக் குறித்து யோசிக்க முடியும்.

பகல் முடிந்து இரவு வந்தபின்பு, அடுத்த நாளைக்கும் பணத்தை மிச்சம் பிடிக்க முடியும் என்பதெல்லாம் அவ்வளவு எளிதல்ல, அதிலும் குறிப்பாகத் தொடக்கநிலையில் இருப்பவர்களுக்கு.

அப்போது அவன் சொன்னான்:"உனக்கு ஒருத்தன அறிமுகப் படுத்தி வைக்கிறேன். அவன் வருவான். காசு தரல்லன்னா நீ போக வேண்டாம்."

எவ்வளவு காசு தருவான் என்று எனக்கு பதற்றம் வந்தது. அப்போது சொன்னான்: "ஐம்பது ரூபா தரல்லன்னா நீ இந்த வேலைக்குப் போக வேண்டா. ஐம்பது ரூபா தர்றவங்ககிட்ட போனா போதும்."

என்னுடைய பதற்றம் குறையவில்லை. பயங்கரமான ரிஸ்க் இது. யார் ஐம்பது ரூபாய் தருவார்கள்? தராதவனிடம் ஒத்துக்கொள்ளவில்லை என்றால் பிரச்சனை ஆகாதா?

முதலில் தங்கப்பன் என்பவனிடம் அபு அழைத்துச் சென்றான். தங்கப்பன் வந்த உடனேயே இருபது ரூபாய் தந்தான். அப்போது நான் சொன்னேன்: "டேய் அபூ, தங்கப்பன் இருபது ரூபாதான் தந்திருக்கிறான்". அபு உடனே முடிவைச் சொன்னான்: "இருபதுதான் தந்திருக்கிறான்னா செக்ஸுக்குப் போகவேண்டாம். உட்கார்ந்து பேசிட்டு இருக்கிறதுக்குதான் இருபது ரூபா."

இருபது ரூபாய் தந்து தங்கப்பன் அழைத்துக்கொண்டு சென்றான். பகல் நேரம்தான் அது. பகல் முழுவதும் பேசிக்கொண் டிருந்தோம். அப்படி நானும் அபுவும் தங்கப்பனும் கூட்டுச் சேர்ந்தோம். மூன்று பேரும் சேர்ந்து உட்கார்ந்து ஆலோசித்தோம். "காசு தருகின்ற ஒரு ஆள் உண்டு, சுனில். அடுத்த முறை சுனிலுக்கு என்னை ஏற்பாடு செய்து கொடுப்பார்கள், அதற்குப் பதிலாக இவர்கள் அழைக்கும்போது நான் செல்ல வேண்டும்" – இதுதான் ஒப்பந்தம்.

இரண்டு மூன்றுநாள் கழிந்தபோது அபு கூப்பிட்டான். சென்றபோது சுனில் என்றொரு பையன் வந்திருந்தான். லாலூரில் வீடு. எங்கேயோ வேலை செய்வதாகச் சொன்னான். எந்த இடம் என்று நான் தெளிவாகக் கேட்கவில்லை. சுனிலின் முதல் கண்டிஷன் இதுவாக இருந்தது: "நான் உன்கிட்ட வரும்போ ஐம்பது ரூபா தருவேன். ஆனா, என்னோட ஐம்பது ரூபாயில வேறு யாரும் வரக்கூடாது."

நளினி ஜமீலா

இவர்களுக்கிடையே இதற்கு முன்பும் பெண்களுடனான தொடர்பு இருந்தது என்று தோன்றுகிறது. அதனால்தான் இப்படி ஒப்பந்தத்தைப் போட்டிருக்கிறான்.

இடையிடையே ஐம்பது ரூபாய் தருகின்ற ஒரு வாடிக்கையாளனாக சுனில் மாறினான். இந்த இடத்தில் ஏராளமான நபர்கள் வந்துகொண்டே இருந்தனர். ஆனால், ஐம்பது ரூபாய் தருகின்ற வாடிக்கையாளன் சுனில் மட்டும்தான். கொஞ்சநாள் கழிந்து அவனுக்கு என்னிடம் பயங்கரமான அன்பு தோன்றியது. அப்போது அவன் நினைத்தான், 'நான் எதற்குச் சில்வண்டு அபுவின் மேற்பார்வையில் வந்துகொண்டு இருக்கிறேன்? ஐம்பது ரூபாய் கொடுக்கிற நான் தனியாக வந்தால் போதாதா? நான் அல்லவா அப்போதைய வெற்றியாளன்.'

அப்படி, சில்வண்டு அபுவினை ஏமாற்றிவிட்டு நாங்கள் இருவர் மட்டுமாகப் பயணங்களை ஆரம்பித்தோம்.

நாங்கள் இருவரும் சேர்ந்து செல்லும் பயணங்களெல்லாம் மிகவும் தூரமானவைதான். வாடானப்பள்ளியையும் தாண்டி அஞ்சுதெங்கு என்ற ஏதோதோ இடங்களுக்குச் செல்வோம். இரவில்தான் பயணம். அவன் வண்டி கொண்டுவருவான்.

நான் எங்கேயாவது பதுங்கியிருந்து ஏறிக்கொள்வேன். ஸ்கூட்டர் வகையில் உட்பட்ட சிறியதொரு வண்டி – சைக்கிளை விடவும் சற்றுப் பெரியது, அவ்வளவுதான். (உண்மையைச் சொன்னால் ஸ்கூட்டர் வகை எதுவும் எனக்குச் சரியாகத் தெரியாது.) அப்படி நாங்கள் போவோம்.

பாலியல் தொழிலாளர்களில் ஒருவரை அதிகத் தடவை அழைத்துக்கொண்டு செல்கின்றவர்கள் அன்றைக்குப் பெரிய ஆள்தான். 'லவ்வர்' என்றொரு பாஷை அன்று இல்லை. வாடிக்கையாளரிலேயே கொஞ்சம் வேறுபட்டவர். அவர் வந்தால், பின்னர் வேறு யாரோடும் செல்வதில்லை. அவர் அழைக்கும் இடத்திற்கெல்லாம் செல்வோம். அதற்கான அதிகாரம் அவருக்கு உண்டு. என்ன சொல்வது, நாத்தனார், மாமியார் போன்ற அதிகாரம் – கணவன் அளவுக்கு வருவதில்லை. காசு விஷயத்தில் எல்லாம் சரியாக இருக்கும். வெறுமனே அழைத்துக்கொண்டு சென்றாலும் இல்லையென்றாலும் நாம் ஐம்பது ரூபாய் கேட்கலாம். மீதியெல்லாம் அவரே தீர்மானிப்பார். எங்கே போக வேண்டும், எவ்வளவு நேரம் தூங்கலாம், இன்று பேசிக்கொண்டு இருக்கலாமா, சினிமாவுக்குப் போகலாமா என்றெல்லாம்.

பாலியல் தொழிலாளி ஆனபின்பு முதல் காதல் இந்தச் சுனிலிடம்தான் வந்தது. ஆள் ரொம்ப அழகன். நன்றாகப்

பழகக்கூடியவன். அப்புறம், ஐம்பது ரூபாய் இருக்கும்போ தெல்லாம் ஓடி வருவான். அப்படியொருவன் அவன்.

ஒவ்வொரு நாளும் வேறுவேறு இடங்களுக்குத்தான் அழைத்துச் செல்வான். சுவையான அனுபவம். இன்று நண்பனின் வீட்டிற்கு என்றால், நாளை நண்பனின் பூட்டிக்கிடக்கும் வீட்டின் மொட்டை மாடிக்கு. அந்தக் காலம்தான் மொட்டைமாடியின் தொடக்கக் காலம். சில மொட்டைமாடிகளுக்குப் படிக்கட்டு இருப்பதில்லை. அப்போது ஒரு ஏணியை எங்கிருந்தாவது திருடிக்கொண்டுவந்து மொட்டைமாடியில் ஏறுவோம். குடும்பத்தினரெல்லாம் கீழே இருப்பார்கள்.

அதொரு மனக்கிளர்ச்சி விஷயம்.

பாலியல் தொழிலாளிகளுக்கு மத்தியில் பகலில் சினிமா விற்கு அழைத்துச் செல்லப்படும் ஒருத்திக்கு ராஜபதவிதான். மீதி உள்ளவர்களை எல்லாம் இரவு – சிலவேளை இரண்டாவது காட்சிக்கோ முடிந்தால் முதல் காட்சிக்கோ அழைத்துச் செல்வார்கள். சுனில் அப்படி அல்லன். தினக்கூலிக்காரன் என்றாலும் வேலையை விட்டுவிட்டு மாதத்தில் இரண்டு சினிமாவுக்காவது அழைத்துச்செல்வான். இரவில் பிரிந்து செல்லும்போதே, “இந்த நாள் சோபனா தியேட்டரின் அருகில், அல்லது ராகம் தியேட்டரின் அருகில்” என்று சொல்வான். பின்பு வெளிப்படையாகவே வந்து டிக்கெட் எடுத்து சினிமா பார்க்கவைப்பான். அன்று அதொரு பெரிய விஷயம். சாதாரணமாக, இரகசியமாகக் காசு தருவதுதான் வழக்கம். நாங்கள் டிக்கெட் எடுத்து உள்ளே செல்வோம். சினிமா தொடங்கும் நேரத்தில் அவர்கள் வந்து எங்களின் அருகில் உட்காருவார்கள். இவன் அப்படிப்பட்டவனல்லன். ஒரு வாடிக்கையாளன் என்பதிலிருந்தும் வித்தியாசமானவன். பகலில் எந்தக் கட்டுப்பாடும் இல்லாமல் சினிமா பார்க்கும் காதலாக இருந்தது. அவன் அழைத்துக்கொண்டு செல்லும் இடங்களும் த்ரில் நிறைந்தவை. “தா. . . கீழ இருக்கிறதுதான், என்னோட கருணன் அண்ணா வீடு. அதுக்குமேலேதான் நாம ஏறிகிட்டு இருக்கிறோம்” என்று சொல்வான். பின்பு அவர்கள் தூங்கும் வரை நாங்கள் அமைதியாக உட்கார்ந்திருப்போம். கீழே பாத்திரம் கழுவுவது, எடுப்பது, சண்டைபோடுவது போன்றவற்றையெல்லாம் கேட்கலாம். வானொலி கேட்கலாம். தொலைக்காட்சி அப்போது வந்திருக்கவில்லை. வானொலியில் பாட்டை நிறுத்தும்போது நாங்கள் நினைப்போம், எங்களுக்குப் பேசுவதற்கான நேரம் வந்து விட்டதென்று. அதுவரை பேசாமல் அப்படியே உட்கார்ந்து இருப்போம்.

வானொலியெல்லாம் நிறுத்தி, ஒரு அரை மணிநேரம் கழிந்த பின்பு, நாங்கள் பேசத் தொடங்குவோம்.

என்னைவிட ஓரிரு வயது குறைந்தவன் அவன். அவனுடைய ஏராளமான விருப்பங்கள், ஆசைகள், அவனுடைய மனைவி எப்படி இருக்க வேண்டும், அவனுடைய அப்பா செய்யும் ஆதிக்கம் என எல்லாவற்றையும் என்னிடம் சொல்வான். அப்பாவையும் அம்மாவையும் நண்பர்களையும் எல்லாம் ஏமாற்றிவிட்டு என்னைச் சினிமாவுக்கு அழைத்துக்கொண்டு செல்லவோ, எனக்கருகில் வரவோ செய்யும்போது, வீட்டுக்குச் செல்லாததற்கான காரணங்களைக் கண்டுபிடித்ததைப் பற்றிச் சிலநேரங்களில் சொல்வான். மில்லில் வேலை இருக்கிறது என்று அவ்வப்போது சொல்வான். ஆனால், அது எப்பொழுதும் முடியா தல்லவா? அப்போது வேறொரு காரணத்தைக் கண்டுபிடிப்பான். அத்தை வீட்டிற்குச் சென்றேன் என்றோ, நண்பனுடைய திருமணத்தின் முதல்நாள் என்றோ சொல்வான். சுமார் ஐந்தாறு மாதங்கள் நாங்கள் இப்படியே அட்டகாசமான காதலுடன் சென்றுகொண்டிருந்தோம்.

காதல் என்று சொன்னால், ஒரு பயங்கரமான விருப்பமாக இருந்தது. மற்ற வாடிக்கையாளர்கள் காசு தரும்போதோ, எங்கேயாவது அழைக்கும்போதோ இருப்பதிலிருந்து வேறுபட்டு சுனிலினைப் பார்க்கும் விஷயத்தை நினைக்கும்போது மனதின் உள்ளாழத்தில் ஏதோ சொல்ல முடியாத ஒரு மனநிறைவு. சுனில் என்று சொன்னால் அந்த நாள் ஃப்ரீ ஆனது போலத்தான்.

எங்கேயாவது இடம் கண்டுபிடிப்பதும் மிகவும் சுவாரசிய மானது. சில வீடுகளின் பின்வழியே செல்லும்போது யாராவது பாத்திரம் கழுவிக்கொண்டிருப்பார்கள். நாங்கள் உடனே ஒரு வாழையின் பின்னால் மறைந்து நிற்போம். திருடன் வராமல் கவனமாக வசிப்பவர்களுக்கும், பாலியல் தொழிலாளிகள் வராமல் வீட்டைப் பாதுகாப்பதற்கு யாதொரு வழியுமில்லை. புதிய வீடு கட்டி, ஓரளவிற்கு மதில் எல்லாம் உயர்ந்து ஆள் தெரியாத அளவு உயரம் வந்தால், அங்கே பாலியல் தொழிலாளர்கள் வந்து காரியத்தை நடத்தியிருப்பார்கள்.

நபர்கள் குறைவாகவும் பலம்பொருந்திய ஆண்கள் இல்லாததுமான வீடுகளைத்தான் பொதுவாகப் பாலியல் தொழிலாளர்கள் தேர்ந்தெடுப்பார்கள். ஒரு குடும்பத்தலைவர் இருந்தாலும் பிரச்சனை இல்லை.

அக்காலத்தில் இரவு எட்டு மணி தாண்டினால் ஃபர்ஸ்ட் ஷோ, செகண்ட் ஷோ சினிமா பார்ப்பவர்கள் தவிர சாலைகளில்

அதிகம் யாரும் இருக்கமாட்டார்கள். அப்படியல்லாமல் வருகிறவர்களின் கையில் தீப்பந்தம் இருக்கும். பின்னர் பேய் பயமுள்ள காலமாகஇருந்ததனால்சத்தமாகப்பேசிக்கொண்டுதான் வருவார்கள். தீப்பந்தம் கொண்டுவருபவர்களையும் பேசிக்கொண்டே வருபவர்களையும் தூரத்திலிருந்தே தெரிந்து கொள்ள முடியும். அப்போது ஒளிந்துகொள்வோம்.

சினிமாவிற்குச் செல்பவர்களின் கையில் அகப்படாமல் இருப்பதுதான் கவனிக்க வேண்டிய விஷயம். பெரும்பான்மை யான வாடிக்கையாளர்கள், சொந்தமாகக் கைக்கடிகாரம் இல்லையென்றாலும் நண்பர்களின் கைக்கடிகாரத்தை வாங்கிக் கட்டிக் கொண்டு வருவார்கள் – சினிமா நேரத்தைத் தவிர்ப்பதற்காக.

சுனிலுடன் சென்ற நெடுந்தூரப் பயணங்கள் பெரும்பான்மை யும் பஸ்ஸில்தான். அன்றெல்லாம் ஆட்டோ ரிக்ஷா அபூர்வத்திலும் அபூர்வமாகத்தான் இருந்தது. சில நேரங்களில் பல கிலோமீட்டர் தூரம் நடந்ததுண்டு.

சுவாரசியம் என்னவென்றால், பஸ்ஸிலிருந்து பெரும்பாலும் சரியான இடங்களில் இறங்குவதில்லை. வேறொரு இடத்தில் இறங்கி, மற்றொரு வழியாக வந்து, அந்தப் பக்கமுள்ள வழியி னூடாக இந்தப் பக்கம் என்றொரு முறையில்தான் நடப்போம். கருணன் அண்ணாவின் வீட்டுக்குத்தான் செல்கிறோமென்றால் ரொம்ப தூரத்தில்தான் வீடு. பஸ்ஸிலிருந்து இறங்கியதும் ஒரு வயல். வயலின் வடக்குப் பகுதியில் தென்னங் கன்றுகள் நட்டு வைத்திருந்தனர். தென்னங் கன்றுகள் சிறியதாக இருந்தபோது அதனருகே யார் நின்றாலும் யாராலும் தெரிந்துகொள்ள முடியாது. நீண்ட நேரம் நாங்கள் வயல்வரப்பினூடாக நடப்போம். நான்கு பக்கத்திலும் கண்ணுக்கெட்டிய தூரம்வரை பார்ப்போம். கொஞ்சம் நிலா இருந்தால் எல்லாம் தெளிவாகத் தெரியும். தீப்பந்தம் வருகிறதா என்றும் கவனிப்போம். வரப்பு நேராக இருக்கிறது என்றால் தென்னங் கன்று வரிசையை ஒட்டி நடப்போம்.

கொஞ்சதூரம் செல்லும்போது அந்த வரிசையில் தென்னங் கன்று இருக்காது. மறுபடியும் வரப்பின்மீது ஏறி வளைந்த தென்னங் கன்றின் வரிசைக்கு வருவோம். நேராகச் செல்ல வேண்டிய வழியை, வளைத்தும் முறித்தும் சுற்றியும் வந்து, ஏதாவது வரப்பில் ஏறிக் கொஞ்ச தூரம் வரும்போது, சட்டென்று எங்கிருந்தாவது ஒரு தீப்பந்தம் தெரியும். மீண்டும் நடந்துவந்த அத்தனை தூர வழியிலும் திருப்பி நடந்து ஏதாவது தென்னங் கன்றின் அடியில் போய் ஒளிந்திருப்போம். தீப்பந்தக்காரன் செல்லும்வரை பேசாமல் இருப்போம்.

சத்தம் வெளியே வராமல், மூச்சு விடாமல், தியானத்தில் இருப்பது போலத்தான் உட்கார்ந்திருப்போம். அசையாமல் உட்கார்ந்துகொண்டு தீப்பந்தக்காரனையே பார்ப்போம். அதற்கிடையே கழுத்து ஏதும் திருப்பும்போது சத்தம் வருகிறதா என்று பயப்படுவோம். மாட்டிக்கொண்டால், பெண்ணானதனால் எந்தத் தொந்தரவு வேண்டுமானாலும் தரலாம். செக்ஸுக்குப் பயன்படுத்தப்படலாம். சிலர் பிடித்தால் அடித்துவிடுவார்கள். அதிலும் கூட இருப்பவனுக்குத்தான் பயங்கரமான அடி விழும்.

ஒன்றிரண்டு அடி கொடுத்து விட்டுவிடுகின்ற பழக்கமெல்லாம் இல்லை. வருகிறவன், போகிறவன் எல்லாம் அடிப்பான். நிறுத்தாமல் அடி விழும். ஒரு பாலியல் தொழிலாளியைக் கூட்டிக் கொண்டு வந்து அவர்களுடைய வாழ்க்கை ஓட்டத்துக்குத் தடை ஏற்படுத்துகிறார்கள் அல்லவா? அவர்களெல்லாம் அப்பகுதியின் அந்தஸ்து உள்ளவர்களாக இருப்பார்கள். நாங்கள் மட்டும்தான் அந்தஸ்தைக் கெடுப்பவர்கள். அது பெரிய குற்றம். நினைத்துப் பார்க்க முடியாத அளவு அடி கிடைக்கும்.

ஓடவும் முடியாது; சத்தம் வருமல்லவா! இரவில் போகும் போதெல்லாம், அப்போது எந்தப் புடவையாக இருந்தாலும் கருப்புப் பாவாடைதான் கட்டுவேன். அவசரச் சூழல்களில் பாவாடையோடு சேர்த்துப் புடவையைத் தூக்கி வேட்டியைப் போல மடித்துச் சொருகுவேன்.

அப்படியாகும்போது வெள்ளைப் புடவையாக இருந்தாலும் கலர்ப் புடவையாக இருந்தாலும் கருத்த பாவாடை அதை மூடிக் கொள்ளும். அப்படி மறைத்துக் கொஞ்ச நேரம் அசையாமல் இருந்தால் தோன்றும், 'ஆகா... தப்பித்துவிட்டோம்.' தப்பித்து விட்டோம் என்று சொல்லிப் பத்து அடி முன்னோக்கி வைக்கும்போது அந்தப் பக்கம் வேறொரு தீப்பந்தம் மின்னும். வயல் வரப்புகளின் மிகப்பெரிய பிரச்சனை, தீப்பந்தம் வருகின்ற வழி எதுவென்று சொல்ல முடியாததுதான். சிலவேளை களில் நாம் நினைக்கின்ற வழியாக இருக்காது; வேறுசில வேளை களில் நம்மைப் போலவே சுற்று வழியைப் பிடித்துச்செல்கின்ற ஒருவராக இருப்பார், வருகிறவர்.

ஒருமுறை கருணன் அண்ணாவின் மொட்டைமாடிக்குச் செல்லத் திட்டமிட்டு வயலும் வரப்பும் தாண்டி நடந்து வரும்போது, ஒருவர் அதேபோலவே மறைந்தும் பதுங்கியும் சென்று கொண்டிருந்தார். அப்படி, கருணன் அண்ணாவின் வீட்டிற்கு அருகில் வந்தோம். மறைந்தும் பதுங்கியும் செல்கின்ற ஆள் சென்று கருணன் அண்ணாவின் பக்கத்து வீட்டுக்கதவைத் தட்டினார்.

கதவைத் தட்டியதும் ஒருவர் அங்கிருந்து வேகமாக வெளியே வந்து, "யாரடா அது" என்று சத்தமிட்டார்.

நாங்கள் நினைத்தோம், பிடிபட்டான் என்று. பதுங்கித்தான் வந்தான் என்றாலும் அவன் தட்டியது இயல்பாக இருந்தது. 'யாரடா' என்று கேட்டவுடன் தட்டிய ஆள் ஓடினான். அவன் அந்த வீட்டின் திருட்டுக் கணவனாக இருக்க வேண்டும். 'யாரடா' என்று கேட்டவர் அவனைப் பிடிப்பதற்காக உட்கார்ந்திருந்தவ ராக இருக்கலாம். பின்பு எங்களுக்கு ஒரு வழியும் இல்லை. நாங்கள் இருவரும் உட்கார்ந்திருந்தோம்; பல மணிநேரங்கள் அதே இடத்தில்; அசையாமல், பேசாமல். காரணம், இவர் 'யாரடா' என்று கேட்டபோதே கதவுகளைத் திறந்துவிட்டிருந்தார். அவருடைய வீட்டிலிருந்து விளக்கின் வெளிச்சம் வந்துகொண்டிருந்தது. அவரோ முற்றத்திற்கு வரவுமில்லை. எங்களுக்கோ அசைய முடியாத நிலைமை.

'யாரடா' என்று சத்தமிட்டாலும் ஆள் வெளியே வரவில்லை. தைரியமுள்ளவன் அல்லன் என்பது உறுதி. இனி, மனைவியும் கணவனும்தான் அந்த வீட்டில் இருக்கிறார்கள் என்றால் அவர்கள் பேச வேண்டாமா? யாருமே பேசவில்லை. எங்களுக்கு அசையவும் முடியவில்லை. எல்லாம் சேர்ந்து பயங்கரமான பயம் வந்துவிட்டது.

கொஞ்ச நேரத்திற்குப் பிறகு சுனிலிற்குக் கருணன் அண்ணாவின் வீட்டைத் தட்டுவதற்கான எண்ணம் வந்தது. என்னை ஒளித்துவைத்த பிறகு, சுனில் சென்று கருணன் அண்ணாவின் கதவைத் தட்டினான். அவர் வெளியே வந்தார். "என்னாச்சு சுனில்" என்று கேட்டார். சுனில் பயங்கரமாக நடுங்கிக்கொண்டு நின்றான். அடி வாங்கினால் கதை தீர்ந்துவிடும்.

அவன் சொன்னான்:

"என்னை விரும்புற பொண்ணும் நானும் சேர்ந்து வந்தோம். அப்ப பக்கத்து வீட்டில யாரோ வந்து கதவத் தட்டினாங்க. உள்ளேயிருந்து யாரடான்னு கேட்டாங்க. வந்தவன் ஓடிட்டான். ரொம்ப நேரமா நாங்க இங்க நின்னுகிட்டிருக்கிறோம். எங்களுக்கு நிக்கிறதுக்கும் திரும்பிப் போறதுக்கும் தைரியமில்ல."

சொன்னவுடனே விஷயம் இப்படி ஆகிப்போனது. அவருடைய வீட்டின் மொட்டைமாடியில் இருந்து கொண்டாடி விட்டுப் போவதற்கு வந்த நாங்கள் அவரிடம் அபயம் தேடுபவர்களாக ஆகிப்போனோம்.

"எங்க உன்னோட பொண்ணு எங்க? கூப்பிடு", கருணன் அண்ணா.

சுனில் மொத்தத்தில் கொஞ்சம் தைரியமான ஆளாக இருந்தாலும் பார்வைக்கு மென்மையானவன். நானோ 'என்னடா, ஏதடா' என்ற பாவத்தில்தான் நின்றுகொண்டிருந்தேன். காதலிக்கிற பெண், கூடவே ஓடிவந்த பெண் என்றெல்லாம் சொல்லும்போதுள்ள ஓர் உறுதிப்பாடு இது இல்லை அல்லவா? என்னுடைய மனதிலோ, இவரைக் கைக்குள் போட்டுவிட முடியுமா என்ற நினைப்புத்தான். இவரை வளைத்துப்போட்டாவது – எப்படியாவது இங்கிருந்து செல்ல வேண்டும்!

அவர் சுனிலை வீட்டுக்குள் அழைத்தார். சுனில் சொன்னதைப் போலக் காதல் அல்ல, ஏதோ பிரச்சனை என்று அவருக்குச் சந்தேகம். இனித் தப்பிக்க வேண்டுமென்றால் சம்மதித்தே ஆக வேண்டும். சுனில் கையும் காலும் பிடித்துச் சொன்னான்: "முதல்தடவையா கணவன்கிட்ட இருந்து கிளம்பி செக்ஸுக்கு வந்திருக்கிறா. நான் அறிமுகமாகிக் கூட்டிக்கிட்டு வந்தேன்."

அதைக் கேட்டவுடன் கருணன் அண்ணாவுக்கு ஆசை வந்துவிட்டது. சுனில் மீண்டும் கையும் காலும் பிடித்தான். "ஐயோ, கருணன் அண்ணா சொன்னா அவ ஒத்துக்க மாட்டா. அப்படிப் பப்ளிக்கா போகிற ஆளில்ல. காசுக்காகப் போகக்கூடிய ஆளில்ல. டீசன்ட் ஆனவ."

சுனிலினுடைய தலைவலி வேறொன்று... டீசன்டான ஆளுக்கு ஐம்பது ரூபாய் எப்படி அந்த ஆளிடம் இருந்து வாங்க முடியும்? டீசன்ட் என்றால் காசு வாங்கக் கூடாது அல்லவா!

என்னவானாலும் இந்தக் காரணத்தால் பின்னர் அங்குப் போகவில்லை. அந்த நபர் இலவசமான செக்ஸுக்கு வந்தால் என்ன சொல்வது? காசு கிடைக்காமல் நான் உடன்படமாட்டேன் என்பது சுனிலுக்குத் தெரியும். காதலிக்கிற பெண் என்றும் சொல்லியாகிவிட்டது.

என்னவானாலும், எங்களுடைய பயணங்களின் த்ரில் இத்துடன் முடிவுக்கு வந்தது. அதற்குப் பிறகு, முன்பே சொன்ன இடங்களுக்கு மட்டும் செல்வதும் பகல் நேரங்களில் சினிமாவிற்குச் செல்வதை நிறுத்தியதும் எல்லாம் சேர்ந்து சுனிலுக்கு ஒரு வாடிக்கையாளனின் தோற்றம் வந்தது. காதல் அம்பலமானதோடு சேர்ந்து காதல் இல்லாமல் ஆகிவிட்டது. நடவடிக்கைகள் மாறின. த்ரில் போய்விட்டது. அபுவை நாங்கள் அப்போதும் விட்டுவிடவில்லை. பின்னர் அபுவோடு சேர்ந்துதான் வருவான். நான் அப்போது ஒரு குழுவாக இருந்தேன். குழுவில் தங்கப்பன், ஜோணி எனக் கொஞ்சம் நபர்களும் இருந்தனர். ஒன்றிரண்டு முறை குழுவாக இருக்கும்போது வந்ததுடன் அந்த உறவே நின்றுபோய்விட்டது.

“ஏண்டா, என்னெ பார்க்கணும்னு தோணலையா” என்று நான் கேட்பேன். “ஓ. . . இப்ப முன்னாடி மாதிரி விருப்பமில்ல” என்று அவனும் சொல்வான்.

இதற்கிடையே வேறொரு பெரிய சம்பவம் நிகழ்ந்தது. இருபது ரூபாய் தந்து பேசிக்கொண்டிருக்கும் கூட்டத்திலிருந்து, தங்கப்பன் ஐம்பது ரூபாய் தருகின்ற வாடிக்கையாளனாக உயர்ந்தான். ஐம்பது ரூபாய் தருகின்ற வேறு சிலரும் உண்டு. ஒரு இரவுக்காக அழைத்தால் அவர்களில் யாரும் முழு நேரத்தையும் உபயோகிக்க மாட்டார்கள். வருவார்கள், செக்ஸ் வைத்துக்கொள்வார்கள், போவார்கள் என்பதுதான் முறை. ஆனால், தங்கப்பன் அப்படியல்ல. ஒருமுறை செக்ஸுக்காக வருகிறான் என்றால் மற்றொரு முறை பேசிக்கொண்டிருப்பதற்காக மட்டும் வருவான்.

இப்படிப் பேசிக்கொண்டு இருப்பதற்காக வரும்போது ஒரு குழு இருக்கும். எல்லோரும் ஐந்து, பத்து என்று போட்டு எனக்கான காசினைத் தருவார்கள். ஒரே உரிமையாளர் இல்லை. ஐம்பது ரூபாய் தருகின்ற ராஜா இல்லை, குடிமக்கள் மட்டுமே.

தங்கப்பன் ஐம்பது ரூபாய் கூட்டத்திற்கு உயர்ந்தது சுனிலுக்குக் கொஞ்சமும் பிடிக்கவில்லை. சுனிலினுடைய மனதில் ஒரு பிராமணிய எண்ணம் உண்டு. தான் நல்ல நிறமுள்ளவன், அழகானவன், தான்தான் ராஜா என்றொரு நினைப்பு. தங்கப்பனோ தோட்டி வேலை செய்கிற, கழிவறை சுத்தம் செய்கிற வேலைக்கெல்லாம் போகின்ற ஆள். அபு எப்போதும் சொல்வான்: “தங்கப்பன் உங்கிட்ட வர ஆரம்பிச்ச பிறகுதான் சுனில் வராம போயிட்டான்.”

அன்று எங்களுடைய முகாம் ஒரு வாழைத்தோப்பு. திருச்சூர் பட்டாளம் ரோட்டில், ஒரு ஓட்டுக் கம்பெனிக்குப் பின்னால். பின்னர், ‘சக்தன் தம்புரான் ஸ்டாண்ட்’ வந்தது இதற்குப் பக்கத்தில்தான். இப்போதும் பாலியல் தொழிலாளர்களின் ஏரியா அங்கே இருக்கிறது என்றாலும் பழைய காலத்து அளவுக்கு இரகசியமில்லை. அந்த வாழைத்தோப்பில் கூட்டமாக உட்கார்ந்து எல்லாரும் பேசிக்கொண்டே இருப்போம். இடையே ஏதாவதொரு வார்த்தைக்குப் பதில் சொல்வது என்பதல்லாமல் நான் அதிகம் பேசுவதில்லை. கூட்டத்தில் பெண் இருக்கிறாள் என்பது தெரியாமல் இருப்பதற்காகவும்தான். அப்படி இருக்கும்போது திடீரென்று காதலின் போக்கு வரவுகள் நினைவிற்கு வரும். நான் சொல்வேன், “டேய் அபு, சுனில பாத்தா சொல்லுடா, நான் இங்கே வந்திருக்கிறேன்னு சொல்லுடா, நான் கூப்பிட்டேன்னு சொல்லுடா.” அப்போது அபு, “அவன்

இனி வரமாட்டான் டீ, நீ தங்கப்பன்கிட்ட உறவு ஆரம்பிச்சிருக்க இல்ல” என்று சொல்வான்.

சுனிலுக்கு ஆரம்பத்திலிருந்தே இப்படிப்பட்ட ‘தான் மட்டும்தான்’ எனும் சிந்தனை இருந்தது. பயணங்கள் தொடங்கும் முன்னரும், எல்லோரும் சேர்ந்திருக்கிற நேரத்திலும், தனியாகச் சிறிதுநேரம் கிடைக்கும்போது அவன் சொல்வான்: “நீ எதுக்கு அவன்கூடப் பேசிக்கிட்டிருக்கறதுக்குப் போற? ஜோணி அந்தளவுக்கு நல்லவன் இல்ல.” இல்லையெனில் “தங்கப்பன் அந்தளவுக்கு நல்லவன் இல்ல.” இந்த நேரத்தில் மட்டும்தான் ஜோணி, தங்கப்பன் முதலான பெயர்களைச் சொல்வான். மற்ற நேரங்களில் ‘மத்தவன், இவன்’ என்றெல்லாம்தான் சொல்வான்.

தங்கப்பன் நன்றாகக் கருத்த, முகம் நிறைய பெரியம்மை வடுக்கள் உள்ள, உடல் முழுவதும் எண்ணெய் புரட்டிய, எண்ணெய் வடிந்துகொண்டிருக்கும் தோற்றம். சுனிலோ, பவுடர் போட்டு, நல்ல மேக்கப் இட்டு, நல்ல உடையெல்லாம் உடுத்திருப்பான். ஆனால் ராத்திரி வரும்போது பார்த்தால் இவர்கள் இரண்டு பேருக்கும் இடையே பெரிய உருவ வேறுபாடோ, குண வேறுபாடோ எதுவும் சொல்வதற்கு இல்லை. ஒருநாள் பகலில் நானும் சுனிலும் சேர்ந்து வரும்போது அவன் சொன்னான்:

“ஏண்டீ, அதோ வர்றான்னே அவனப் பாத்துக்கோ.”

“யாரது, எங்கேயோ பார்த்ததுபோல இருக்குதே!”

“இவன்தான் தங்கப்பன்.”

அப்போதுதான் பகலிலுள்ள சரியான உருவத்தில் தங்கப்பனை முதன்முதலாகப் பார்த்தேன்; உடல் முழுவதும் எண்ணெய் வடிந்து, கழிவறை சுத்தம் செய்வதற்கான பக்கெட்டும் ஒருவகை மண்வெட்டியுமாக வந்துகொண்டிருந்தான்.

நான் இந்த இருவரையும் சமப்படுத்தவில்லை, வெவ்வேறு தரம்தான். சுனில் அழகாக வந்தாலும் நல்ல வாய்நாற்றம் உண்டு. தங்கப்பன் கருப்பாக, முகத்தில் பெரியம்மைத் தழும்புகளும் குழிகளும் உள்ள ஒரு ஆள்.

கொஞ்சம் சாராயம் குடித்து, கண்ணெல்லாம் சிவந்து ‘என்னடா’ என்ற பாவத்தில்தான் வருவான். ஆனால், வேலையெல்லாம் முடிந்து குளித்து டிப்டாப்பாக வரும்போது எந்த நாற்றமும் இல்லை. நல்ல வருமானமும் உண்டு. சுனிலின் மாதச் சம்பளத்தை விடவும் வருமானம் உண்டு. ஆனால், பயங்கர ஸ்மார்ட்டாக வரும்போது சுனிலின் பாவனை, தங்கப்பன் தோட்டி அல்லவா, நானொரு பெரிய உத்தியோகஸ்தன் அல்லவா

என்பதுதான்.• அபுவின் பார்வையிலும் என் பார்வையிலும் இரண்டு பேரும் சரிசமம்தான்.

அபு தன்னளவில் ஒரு வில்லன்தான். இருபத்தொன்றாவது வயதில் பதினான்கு வயது பெண்ணைத் திருமணம் செய்து ஒரு குழந்தையும் உண்டு. காருக்கும் சுற்றுலா வண்டிகளுக்கும் ஆட்களை அழைத்து ஏற்றுவதுதான் அவன் வேலை. குழுவாக இருக்கும்போது அபு சொந்தக் கதைகளைச் சொல்வான்.

திருமணம் செய்தது ஓர் இந்துப் பெண்ணைத்தான். அபு முஸ்லிம். தங்கமணியைக் கூட்டிவந்ததையும் ஓடி விளையாடியதையும் மதம் மாற்றியதையும் அவன் எப்போதும் சொல்வான்.

அபுவின் சகோதரி நர்ஸ். அக்காதான் வீட்டுச் செலவுகளைக் கவனித்துக்கொள்கிறாள். அவனுடைய மனைவியையும் அவள்தான் பார்த்துக்கொள்கிறாள். புதிய முஸ்லிம் ஆனதனால் மனைவியிடம் பயங்கரமான அன்பு.

நான்கைந்து நாட்களுக்கு ஒருமுறைதான் எங்களுடைய குரூப் ஒருமித்துக் கூடும். என்னைப் பார்க்கும்போதே அவர்களுக்கு இதுதான் கேட்பதற்கு இருக்கும்: 'ரெண்டு நாளா எங்க இருந்த? அந்த ஆளு உனக்குக் காசு தந்தானா, ஏமாத்தினானா?', ஏமாற்றுவான் என்றொரு எண்ணம் எல்லோருடைய மனதிலும் உண்டு. ஏமாற்றுவார்கள், துன்புறுத்துவார்கள், வஞ்சனை செய்வார்கள் – தான் மட்டும்தான் டீசன்ட், மற்றவர்கள் மிகவும் மோசம் என்ற எண்ணம் இவர்கள் எல்லோருடைய மனதிலும் உண்டு.

நான் சொல்வேன்: "நேத்தைக்குக் கூட்டிட்டுப்போன ஆளு பெரிய பிரச்சன இல்லாத ஆளு. போகிறதுக்கு முன்னாடியே காசு தந்தாரு". இல்லையெனில், "இங்கிருந்தே வாங்கிக் கடையில கொடுத்து வச்சேன்" (அப்படிச் செய்வதுண்டு. செல்கின்ற இடத்தில் வைத்துக் காசு கிடைக்காது என்று தோன்றினால் முன்னரே வாங்கிக் கடையில் கொடுத்து வைப்பேன்). "அவனோட கூட்டாளிகிட்டயும் போணும்ன்னு பயங்கரப் பிரச்சன பண்ணினான். அவனோட கையில ஐம்பது ரூபாதான் இருந்திச்சு, அப்புறம் கூட்டாளிகிட்டயும் போகணும்ன்னு சொல்லிப் பல தடவ கெஞ்சினான். கடைசியில பிடிவாதம் கூடினப்போ நான் இருபத்தஞ்சு ரூபா தரச் சொன்னேன். (ஐம்பது ரூபாய் உடன் சேர்த்து அதொரு கூடுதல் வருமானம்தான்). ஆனா, இருபது ரூபா தான் தந்தான். நான் ஒத்துக்கிட்டேன். அதுவும் கூடக் கிடைக்கும் இல்லையா?"

அப்படிப்பட்ட விஷயங்களைத்தான் நான் பேசிக்கொண்டிருப்பேன்.

தங்கப்பனுக்குச் சொல்வதற்குக் கழிவறையில் பார்த்த விஷயங்கள் மட்டுமே இருக்கும். இப்போது உள்ளதைப்போல அப்போதெல்லாம் அதனைப் பெரிய அளவில் தள்ளிவைப்ப தெல்லாம் கிடையாது. உரையாடலில் எல்லோரும் கலந்து கொள்வார்கள். தங்கப்பன் சொல்வான்: "நேத்தைக்கு அந்த வாத்தியாரோட கக்கூஸ் வாருவதற்கு ஆசிட் ஊத்திட்டும் நாற்றம் போகலடா. அந்த அக்கா வந்திருக்கிறாங்கல்ல."

"அவங்க திங்கிறதுக்கு ஏதாச்சும் கணக்கு இருக்குதா?"

அப்போதும் அபு சொல்வான்: "என்னோட அக்கா இருக்காங்கல்ல, அவளுக்கு காசுக்கு என்ன பஞ்சம்?" நோயாளிகள் வந்தபோ அப்படிக் காசு கிடைச்சது, இப்படிக் காசு கிடைச்சது. அப்புறம், தங்கமணியையும் கூட்டிக்கிட்டு அங்க போனாங்க, இங்க போனாங்க. . .

இங்கே சுவாரசியம் என்னவென்றால், மதம் மாறியபோது தங்கமணியின் பெயர் சாஜிதா என்பதுதான். ஆனால் அபுவிற்குக் காதலிக்கும்போதிருந்த தங்கமணி என்ற பெயர்தான் வாயில் வரும். குழுவில் மீதமுள்ள நாங்களெல்லோரும் இந்துக்களும் கிறிஸ்தவர்களும்தான். நாங்கள் கேலி செய்வோம்: "ஓ. . . இவன் பொன்னானி[1]க்குப் போயி, ஒரு பெயரையும் வச்சிட்டு, அதச் சொல்லிக் கூப்பிடக்கூடத் தெரியல. இல்லாட்டியும் அப்ப வேலி தாண்டுறதுக்குப் போகும்போது சு! சு! தங்கமணி வா. . . வா. . . ன்னு கூப்பிட்டதுதானே நாக்கில வரும்". அப்போது அவனுக்குக் கோபம் வரும்: "என்னோட அப்பா அப்படித்தானே கூப்பிடுறாங்க, என்னோட அக்கா அப்படித்தானே கூப்பிடுறாங்க" என்பான். அதற்குப் பிறகும் நாங்கள் ஏதாவது சொன்னால் சூடாகிவிடுவான்.

சப்தத்தின் சக்தியை வைத்துத்தான் அபுவைச் 'சில்வண்டு' என்று அழைக்கின்றனர். சிறிய முகம்தான்; பருமனும் உயரமும் குறைவு; மொத்தத்தில் முதுகு வளைந்த வலிமையில்லாத ஒரு ஆள். எனக்கு எப்பொழுதும் நினைவிற்கு வருவது, *மாத்ருபூமி* ஆபீஸின் காவலாளியைக் கொண்டு, அவருடைய சொந்த முகத்திற்கு டார்ச் அடித்த சம்பவம்தான். அபுவினைப் பார்த்திருந்தால் ஒருவேளை, அவர் அப்படிச் செய்திருக்கமாட்டார். காவலாளி ஆனதால் நல்ல பருமனாகவும் ஆரோக்கியமாகவும் இருந்தார். மீசை வைத்த, நல்ல வலிமையான ஆள். அவரைக் கொண்டுதான் இவன், ஐந்து செல் போட்ட டார்ச்சை சொந்த முகத்திற்கு நேராக அடிக்க வைத்தான். அவனுடைய பெயர்

1 இஸ்லாம் மதத்தைப் பின்பற்ற விரும்புபவர்கள் அம்மதத்தைப் பற்றி அதிக மாகத் தெரிந்துகொள்வதற்கும், மதமாற்றம் அடைவதற்கும் செல்கின்ற இடம்.

எவ்வளவு சரியானது என்று அப்போதுதான் புரிந்தது. சில்வண்டின் சத்தம் கேட்கும்போது நாம் அப்படியல்லவா நினைப்போம், ஏதோ பயங்கரமான ஒன்றென்று.

நானும் சுனிலும் நிம்மதியாகப் பேசிக்கொண்டிருந்தது சினிமாத் தியேட்டரில் இடைவேளைகளில்தான்; மிகக் குறுகிய நேரங்களில். அப்புறம் போகின்ற இடங்களில் ஆளில்லாத நேரத்தில். எனக்குப் பேச வேண்டுமென்றால் சப்தம் போட்டுப் பேச வேண்டும். பயங்கரமாக ஆர்ப்பாட்டம் செய்ய வேண்டும். "டீ குடிச்சியா, நீ எங்க போன ? நீ என்ன பண்ணுன ?" என்றெல்லாம் உள்ள பேச்சில் ஒரு சுவையும் இருக்காது.

அவனுடைய பேச்சில் திருமணம் செய்யப் போகின்ற பெண்ணின் அழகைப் பற்றிய வர்ணனைகள்தான் அதிகமும் இருக்கும்: "எனக்கு ரொம்ப அழகான பொண்ணு வேணும். கூடக் கூட்டிட்டுப் போகும்போது யாரும் குறை சொல்லக்கூடாது. பல்லு நீட்டிட்டு இருக்கக்கூடாது. நிறைய முடி வேணும்."

அப்போது நான் கேட்பேன்: "நிறைய முடி வேணும்ன்னு சொன்னா, ரொம்ப நீளமான முடியா ?"

"ஆமா, நீளமான முடி, உன்னோட முடியைப்போல."

இப்படிச் சின்னச்சின்ன விருப்பங்களைச் சொல்வதல்லாமல் மனம் திறந்து நீண்ட நேரம் பேசுவதொன்றும் இல்லை.

"பொண்ணு நல்ல உயரமா இருக்கணும்" என்று அவன் சொல்லும்போது நான் மனதில் நினைப்பேன். 'நாம உயரம் குறைவு; அதனாலதான் அவன் சொல்றான்.' முன்னரே எனக்கு, உயரமான நபர்களின் அருகில் நிற்கும்போது, உயரம் குறைந்தவள் நான் என்ற எண்ணம் உண்டு. ஓ . . . அப்படியென்றால் நம்முடைய உருவம் அவன் மனதில் இல்லை.

பின்னர் அவன் சொல்வான்: "நல்ல குண்டா இருக்கக் கூடாது. உன்னப்போல உடம்பில சதையா இருக்கக்கூடாது". நான் நல்ல உருண்ட உடல்வாகு உடையவள். நல்ல சதைப்பிடிப்பான உடல்வாகு. அப்போது மறுபடியும் உறுதிசெய்வேன், 'ஓ. . . இவன் என்னைப்பற்றி நினைக்கவில்லை'.

தலைமுடியைப் பற்றிச் சொல்லும்போது என்னுடைய மனதில் ஒரு மொட்டு விரிவதுபோல இருக்கும். ஹா ! என்ன ஒரு ஆசை. அடுத்த விவரணையைக் கேட்கும்போது சட்டென்று அது சுருங்கிப்போகும்.

எந்த இடத்திற்குப் போனாலும் திரும்பி வந்து, முதலில் நிற்கும் பஸ்ஸில் ஏறுவதுதான் வழக்கம். ஒருவரையொருவர் பார்க்காததுபோல, ஆளுக்கு ஒரு இருக்கையில் உட்காருவோம்.

ரவுண்டானாவில் எங்காவது வந்திறங்கி, "சரி போகட்டுமா, அப்புறம் பார்க்கலாம்" என்று சொல்லும்போதுதான் மொத்தத்தில் ஒருமுறை பார்ப்போம். அங்கே போகும்போது எதையும் கவனித்திருக்கமாட்டான்; குளித்து, மிகவும் அழகாகப் போகும்போது என்ன புடவை கட்டியிருக்கிறேன் என்பதையெல்லாம் அவன் பார்க்கமாட்டான். அந்த நேரத்தில் இருட்டில் எங்கேயாவது நின்று, குங்குமத்தை நீரில் குழைத்து நெற்றியில் வைப்பேன். காலையில் வந்து இறங்கும்போது குங்குமம் இல்லையென்றால், எங்கிருந்தோ வருகின்ற ஒருத்தி என்றல்லவா எல்லோரும் நினைப்பார்கள்.

அவனுடைய பேச்சு எப்போதும் சுற்றித்திரிந்து பெண்களின் அழகில் வந்து நிற்கும். "என்னோட அக்காவ ரொம்பப் புடிக்கும். ஆனா, அக்காவுக்கு கொஞ்சூண்டு முடி." வீட்டு விஷயங்களைத்தான் அதிகமாகச் சொல்வான்: அம்மா சாப்பாடு செய்து தந்தாங்க, அப்பா அம்மாவ திட்டிட்டாரு, தாமதமாக வந்ததுக்கு அப்பாகிட்ட திட்டு விழுந்திச்சு; அக்கா, அக்காவின் கணவர், அக்காவின் குழந்தை. . . இப்படியொரு குறுகிய வட்டத்திற்கு அப்பால் நண்பர்களைப் பற்றியோ, அலுவலகத்தைப் பற்றியோ எதுவும் சொல்லமாட்டான். எங்களுடைய பேச்சிற்கு எல்லை இருந்ததுபோல, பேசுகிற விஷயங்களுக்கும் எல்லை இருந்தது. பத்துமுறை சொன்னதைத்தான் மீண்டும் சொல்லிக் கொண்டிருப்பான். இப்போதாக இருந்திருந்தால் சலிப்பு வந்திருக்கும். ஆனால், அன்று அருகில் இருக்கும் ஒரு சிறிய வாய்ப்புக் கிடைக்கும்போது, இதையெல்லாம் கேட்பது ஏதோ பெரிய விஷயமாகவும் பெரிய பேச்சாகவும் தோன்றும்.

ஏதோ பெரிய விஷயங்கள் பேசுவதற்கு இருக்கிறது என்பது போலத்தான் அவன் வருவான். "தோ ! உன்னப் பாத்திட்டு ஒரு விஷயம் பேச வேண்டியிருக்கு. ஆனா, நல்ல விஷயம் ஒண்ணுமில்ல கேட்டியா ! என்னோட அப்பா, நான் தாமதமாப் போனதுக்கு நிறையத் திட்டிட்டாரு. எனக்கும் கோபம் வந்திச்சு. அப்புறம், அப்பா இல்லயா ஒண்ணும் சொல்ல முடியல."

ரொம்ப பவர் ஃபுல்லா சொன்னது இதோட ச்சீ என்றாகிப் போகும். "அப்பா இல்லையா, என்ன செய்ய முடியும்? நான் மன்னிச்சிட்டேன்."

பின்பு சொல்வான்: "உன்கிட்ட இப்படிச் சொல்லி ஒரு பிரயோசனமும் இல்ல. அந்தத் தங்கப்பன் திரும்பவும் வந்து கூப்பிட்டா நீ போயிடுவ. அவன்கிட்ட காசு இருக்கு எங்கிறது மட்டுந்தான். அவன பகல்ல எங்கேயாச்சும் பாத்தா நீ அப்புறம் போகமாட்ட."

தங்கப்பனின் பழக்கவழக்கங்கள் மிகவும் வித்தியாசமானவை. அண்ணா என்றுதான் அழைப்பேன். "தங்கப்பன் அண்ணா இன்னைக்கு ஏன் எதுவும் பேசல?"

"நாங்க எல்லாம் பாவப்பட்டவங்க இல்லயா? எங்களுக் கெல்லாம் சொல்ற அளவுக்கு என்ன இருக்கு?"

அப்பாவையும் அம்மாவையும் பற்றிக் கேட்டால்:

"நாங்க எல்லாரும் காலையில ஒண்ணாவே வேலைக்குப் போறவங்க. நான் அந்த பஸ் ஸ்டாண்ட் கிட்ட அதையெல்லாம் கழுவுறதுக்குப் போனப்போ, என்னோட அப்பா அதோ அந்த முக்குல . . . ஆனா, நேத்தைக்கு நல்ல ஆள்கிட்டதான் வேலைக்குப் போயிருந்தாரு. அவரு நல்ல ஒரு பாட்டில் சரக்குக் கொடுத்தனுப்பியிருந்தாரு, பட்டாளக்காரங்களோடது."

மது என்றெல்லாம் சொல்வதில்லை. விலை உயர்ந்த சாராயம். "சூப்பரான சாராயம் குடிச்சேன் கேட்டியா. . . அப்பாவுக்கு, வேலைக்குப் போன இடத்தில இருந்து ஒரு சரக்கு கிடச்சிச்சு. நேத்தைக்கு – கக்கூசு கிளீன் பண்ணினேன்." அதற்கு அப்பால் வேறு ஒன்றுமில்லை.

சுனிலுடன் சிலநேரங்களில் பேசமாட்டேன்; குறிப்பாக, அவனுக்காகக் காத்துக்கொண்டு நிற்கவேண்டியது வந்தால். காரணம் ஏறக்குறைய எட்டுமணி தாண்டினால் அந்த இடத்தில் நிற்பது கடினம். கூட்டத்துக்கு இடையில் அல்லாமல் பாலியல் தொழிலாளர்கள் தனியாக நிற்க முடியாது. பேருந்து நிறுத்தமாக இருந்தாலும் சினிமாத் தியேட்டரின் முன்பாக இருந்தாலும் ஆட்களின் எண்ணிக்கை குறையும்போதும், பஸ்ஸின் எண்ணிக்கை குறையும்போதும் வயிற்றுக்குள்ளே ஒரு தீபோலத் தோன்றும். ஏதாவது பஸ்ஸின் பெயரைச் சொல்லியிருப்பான். அந்த வண்டி போனபின்பும் வரவில்லையென்றால், "நீ என்ன மயிரு வேலை காட்டின? நான் எவ்வளவு நேரமாடா இங்க நிக்கிறேன். நான் என்னோட வீட்ல இருக்கிறேன்னா உன்னோட நினைப்பு?" இதையெல்லாம் கேட்டால் திருப்பிப் பெரிதாகப் பதில் எதுவும் இருக்காது. "நிறுத்து, ஆட்களெல்லாம் கவனிப்பாங்க" என்று சொல்வதோடு சரி.

கோபித்துக்கொள்ளும்போது உண்மையைச் சொன்னால், ஒரு குடும்ப உறவு போலத்தான் இருக்கும். காரணம், அவன் என்னுடைய பாதுகாவலனாக இருக்க வேண்டியவன். பாதுகாவலன் ஒருபோதும் தாமதமாக வரக்கூடாது. நான் இங்கே பயந்துகொண்டு நிற்கிறேன் என்பதை அவன் நினைக்க வேண்டும்.

எங்கேயாவது போக அழைத்தால், பின்னர் எல்லாம் அவனுடைய பொறுப்பு. இடத்தைக் கண்டுபிடிப்பது, ஆபத்தான

இடமாக இருந்தால் பேசக்கூடாது என்று சொல்வது. . . “என்ன சுனில், என்ன பிரச்சன” என்றெல்லாம் கேட்கமாட்டேன். பேசக்கூடாது என்று சொன்னால் பேசாமல் இருப்பேன்.

எல்லா வாடிக்கையாளர்களும் இதுபோல இல்லை. ஏதாவது ஆபத்து வருகிறதா என்று அவர்கள் அந்தளவு கவனிக்க மாட்டார்கள். நாம்தான் கவனிக்க வேண்டும். ஒருநாளைக்கு என்று அழைத்துச்செல்கின்ற வாடிக்கையாளனாக இருந்தால் ஆபத்து வந்தால் ஒருவேளை அவன் ஓடிவிடுவான். இல்லையெனில் அவனுக்கு அதிக பாதுகாப்புள்ள இடத்தில் தள்ளி நிற்பான். சுனில் அப்படியல்லன். என்னுடைய பாதுகாப்புக்குத்தான் முக்கியத்துவம் கொடுப்பான். என்னைத்தான் கூடுதலாகக் கவனித்துக்கொள்வான். அவன் மாட்டிக்கொண்டாலும் நான் மாட்டக்கூடாது என்றொரு எண்ணம்.

வேறு ஆண்களுடன் போகும்போது என்னுடைய எண்ணம் வேறுமாதிரியாக இருக்கும். இவன் என்னை விட்டுவிட்டு அல்லவா ஓடுவான்? இவனுக்கு அடி கிடைக்கிறதென்றால் நான் போகவேண்டுமா? ஏதாவது ஒரு ஆணைப் பிடித்தால், பெண் இடையில் புகுந்து தடுத்தால் கொஞ்சம் வேகம் குறையும். “டேய் அடிக்காதீங்க” என்று சொல்வாள். அல்லாமல் அடித்து ஜெயித்து விடலாம் என்றெல்லாம் மனதில் இல்லை. அப்படி மனிதர்களிடம் அடித்து ஜெயிக்க முடியாது என்று எனக்குத் தெரியும். தந்திரமாக எதிர்கொள்ள வேண்டும். புதியதொரு ஆளுடன் செல்லும்போது இப்படிப்பட்ட சிக்கல்கள் உண்டு. இவனை நான் காப்பாற்ற வேண்டுமா?

சுனிலுடன் முன்னாலும் பின்னாலுமாகத்தான் நடப்பேன். ரோடு வழியாக இல்லையென்றால் வயல்வழியாக அறுவடை முடிந்த பாத்திகளில் இறங்கி நடப்போம். கைகோர்த்துக் கொண்டுதான் நடப்போம். கால் எடுத்து வைக்கும்போது “கவனமா வரணும் கேட்டியா, அங்க சின்னதா ஒரு குழி இருக்கு, தோ. . . அந்த வேரு கால்ல குத்தும்.” அன்றுள்ள மிகவும் தரங்குறைந்த பிளாஸ்டிக் செருப்புத்தான் காலில் போட்டிருப்பேன். அதில்லாவிட்டால் பழைய டயர் செருப்பு. டிப்டாப்பான செருப்பு எதுவும் போடும் வழக்கமில்லை. இரவில் நடப்பதனால் பெரிய ஃபேஷன் எண்ணமும் இல்லை.

இரண்டு, மூன்று வயதுக் குழந்தையை அழைத்துக்கொண்டு போவது போலத்தான் சுனிலின் பாவம். அவன் ‘டப் டப்’ என்று நடப்பான். என்னிடம் திரும்பி, ‘அந்த வரப்பு புதிய வரப்பு, சேறு அதிகமா இருக்கும் பார்த்து!’ என்றெல்லாம் சொல்வான்.

நான் நெல் அறுவடைக்கெல்லாம் போயிருந்த ஆள்தான். அவனோ நெல்லைப் பார்த்ததுகூட இல்லை. எந்த மரத்தில்

நெல் விளைகிறது என்று அவனுக்குத் தெரியாது. ஆனாலும் இப்படி அவன் சொற்படி நடப்பது எனக்குப் பெரிய த்ரில்லாக இருந்தது. மனது இலகுவாகக்கூடிய நிலை. மொத்தத்தில் துள்ளிக் குதிப்பதைப்போல. எல்லாப் பொறுப்புகளையும் விட்டுவிட்டு, என்னை அழைத்துச்சென்று, பணம் தந்து, திரும்ப அழைத்துக்கொண்டு வருவது வரையிலுள்ள அனுபவம் பெரும் மகிழ்வின் துள்ளல்தான்.

அதுவாகத்தான் இருக்க வேண்டும் காதல்.

அவனோடு இருக்கும்போது அதிகநேரம் தூங்க முடியாது. செட்-சாரி[2]யின் மேலே உள்ள முண்டை அவிழ்த்து மடித்துவைப்பேன். உடலின் முழுத் தூய்மையையும் காட்டுகின்ற பொருள்தான் இந்த முண்டு. பாவாடையை மடித்துச் சொருகிய பின்னர் அவனுடைய மடியில் படுப்பேன் – அல்லாமல் எனக்குப் படுப்பதற்கு இடமிருக்காது. கையும் காலும் நீட்டி எங்கேயும் படுக்க முடியாது. வயிற்றிலெல்லாம் மண் ஒட்டிக்கொள்ளும்.

அவன் இரவில் வரும்போது லுங்கி கட்டிக்கொண்டுதான் வருவான். நான் மடியில் படுத்து உறங்குவேன். அவனுடைய குற்றச்சாட்டு என்னவென்றால், நான் தலை வைத்த இடம் மட்டும், துவைத்தும் வெளுப்பதில்லை என்பதுதான்.

அப்போதெல்லாம் ஷாம்பூ பயன்படுத்துகின்ற பழக்கமில்லை. சந்திரிகா சோப் போட்டுத்தான் தலைமுடியைச் சுத்தம் செய்வேன். எங்காவது போட்டுத் தேய்த்துக் கழுவி, நன்றாக எண்ணெய் தேய்த்துத்தான் வருவேன் – இந்த எண்ணெயும் அழுக்கும் சேர்ந்து வட்டவடிவத்தில் சரியாக அவனுடைய லுங்கியில் ஒட்டிக்கொள்ளும். "லுங்கியைத் துவைக்கும்போது அக்கா திட்டினா" என்று சொல்லும்போது என்னுடைய தலைமுடியைப் பற்றி முன்பு புகழ்ந்ததை மறந்துவிடுவான். "காடுதானே தலையில வளர்த்து வச்சிருக்க, அப்புறம் எப்படி இது வராமலிருக்கும்?" – எல்லாம் போச்சு, அவனுடைய மனைவிக்கு வேண்டுமென்று சொன்ன சுருண்ட, நீண்ட முடி.

நான் உண்மையில் கோபம் கொண்டு நன்றாகத் திட்டுவேன். "அன்னைக்கு என்ன சொன்ன, என்னோட முடி ரொம்ப அழகா இருக்குன்னுதானே." என்னுடைய முடியைக் கோதிவிட்டுக் கொண்டு சொல்வான், "உனக்கு எவ்ளோ முடி! என்னவொரு அழகு. ஓ! உன்னோட தலையில அப்படி யொண்ணும் ஈரு இல்லைன்னு தோணுது. என் அக்காவோட தலை பூரா ஈருதான்."

2. இரண்டு முண்டுகளாக இருக்கும் கேரளப் பெண்களின் பாரம்பரிய ஆடை.

இதைக் கேட்கும்போது என்னுடைய கோபம் வெளிப்படும். "உனக்கென்ன பேன் பாக்கத் தெரியுமா? இப்படி சீவுனா ஈரு கிடைக்குமா? ஈரு கிடைக்கிறதுக்கு இப்படியெல்லாம் சீவக் கூடாது." அதன்பிறகு அது விவாதத்திற்குரிய விஷயமாகும்.

தோற்றுவிட்டதாகத் தோன்றினால் அவன் சொல்வான்: "ஓ! அப்புறம் பாதி ராத்திரில நீ சொல்றதக் கேக்குறதுக்கு ஆளுங்க இருக்காங்கில்லையா?"

அக்காலத்தில் எனக்குக் குழந்தைகள் இருந்ததாலும் உரிய நேரத்திலும் தேவைப்படும்போதும் அவர்களைப் பார்க்க முடியாமல் போனதாலும் மனதில் எப்போதும் கவலை இருந்தது. சில விஷயங்களைச் சொன்ன பிறகு நான் சொல்வேன், "டேய், எனக்குச் சின்னதா ஒரு மனக்கஷ்டம்."

சாராயம் கிடைக்கின்ற நேரம் அது. சிறிய நூறு மில்லி பாட்டிலை அவன் பாக்கெட்டிலோ, மடியிலோ வைத்துக் கொண்டுதான் வருவான். மனநிலை சரியில்லையென்றால் சென்றதும் அதைச் சட்டென்று வாங்கிக் குடிப்பதுதான் வழக்கம். அப்படியில்லை என்றால் பாட்டிலைப் பார்த்தாலும் குடிக்கத் தோன்றுவதில்லை. அப்போது அவன் கேட்பான், "என்ன, தண்ணி ஊத்தாம ஆரம்பிக்கிற ஆளு, இன்னைக்கு எதுவும் ஆரம்பிக்கல போல?"

"டேய், எனக்கு என்னவோ மனசுக்கு ஒரு இதுவா இருக்குது, புள்ளைங்கள போய்ப் பாக்க முடியல்ல. காசு கையில இல்ல."

"நல்லவொரு விஷயத்துக்குப் போவும்போதுதான் இதெல்லாம் சொல்றதா."

– 'நல்ல' விஷயம்? இதுவல்லவா அப்புறம் பயங்கரமான நல்ல விஷயம்! கேட்க வேண்டும் என்று தோன்றும். ஆனால், மனதார யார்தான் ஈரமான கேள்விகளை மட்டும் கேட்பார்கள்? மனதிற்குள் சிரிப்பேன். நீ மட்டும் நல்லவனா?

இயல்பாகவே என்னருகில் நல்ல நல்ல ஆட்கள் யாரும் வரமாட்டார்கள். காரணம், எனக்குக் கடுமையான நிபந்தனை களெல்லாம் உண்டு. அபூர்வமாகவே என்றாலும் சில நபர்கள் வாய்வழிப் புணர்ச்சிக்குக் கேட்பார்கள்; அதைச் செய்ய முடியுமா என்று. முடியாதென்று முதலிலேயே சொல்லிவிடுவேன். வேறொரு நிபந்தனை, ஐம்பது ரூபாய்க்குக் குறைவாக வரமாட்டேன் என்பதுதான்.

எவ்வளவு பழக்கமாக இருந்தாலும் சென்றவுடனேயே காசு வாங்கும் முறையில் எந்த மாற்றமும் இல்லை. சுனிலிடமும் இப்படித்தான். ஏமாற்ற வேண்டும் என்று நினைப்பவர்கள்

மட்டும்தான் 'கடைசியில் தருகிறேன்' என்பார்கள். இரயில் ஏற்றிவிடுவதற்குப் போகும்போது, முதலிலேயே நாம் டிக்கெட் எடுத்துக் கைகளில் கொடுப்போம் இல்லையா –'பாரு, கவனமா வச்சுக்கோ' என்று. அதைப்போல வந்தவுடனேயே சுனில் காசு தருவான். ஐம்பது ரூபாய் ஒற்றை நோட்டு அல்ல. ஐந்து, பத்துரூபாய் நோட்டுகள். சிலநேரங்களில் நான்கு, பத்துரூபாய் நோட்டுகளைப் பாக்கெட்டிலிருந்து எடுத்துவிட்டு, மடிப்பில் தேடி, சட்டை பாக்கெட்டில் தேடி, கடைசியாக மணிபர்சிலிருந்து பத்துரூபாயைக் கண்டுபிடித்து எடுத்துத்தருவான். இந்த நேரமெல்லாம் என்னுடைய கண் எங்கு இருக்கும் தெரியுமா? இவன் ஐம்பது ரூபாயும் முழுமையாகத் தருவானா? தரமாட்டானா? ரொம்பப் பழக்க மாகிவிட்டதல்லவா?

ஐம்பது ரூபாய் கிடைத்தால் நாள்முழுதும் சுற்றித்திரிந்து நாற்பது ரூபாயைச் செலவு செய்துவிட்டு, பத்து ரூபாயைக் குழந்தைகளுக்காகத் தனியாக எடுத்து வைத்திருப்பேன். பத்து ரூபாயை இவன் குறைத்தால் இது குறையும். இருட்டானதால் என்னுடைய முகத்தின் டென்ஷனும் வெறுப்பும் அவனுக்குத் தெரியாது.

அவன் அறியாமலே சிலநேரம் அவனுடைய மனதிலுள்ள பிராமணியம் வெளியே வரும். "என்ன செய்றதுக்கு, வீடுன்னா உங்களப்போல உள்ளவங்களாலே தங்கமுடியாது."

– அப்போது 'உங்களைப்போல உள்ளவர்!' அங்கேதான் கொஞ்சம் தத்துவம். அவன் நல்லவன். 'உங்களைப்போல உள்ளவள்?'

ஏதோ சினிமா பார்த்துவிட்டு அவன் சொன்னான்: "சே, அந்தச் சினிமாவுல முலைக்கச்சை போட்டுட்டு வந்திருக்கிறாங்க. முலைக்கச்சை அல்ல, மார்புக் கச்சை. எனக்கு அங்க இருந்தப்போ ஏதோ போலாச்சு."

"என்ன, என்னைப் பார்க்கணும்னு தோணுச்சா?"

"நீ போடீ, அத பாத்தப்பவே மோசமா தோணிச்சு. சினிமாவில எல்லாம் மோசமான ஆளுங்கதான்."

"முழு ஆடை உடுத்துவதுதான் யோக்கியம். நாம, கெட்டவங்க தானே?"

இதைவிடப் பத்து மடங்கு அதிகக் கேள்விகள் மனதில் இருந்தாலும் பேசமாட்டேன். இவன் வருகின்ற நாட்களில்தான் நல்ல உறக்கம், நல்ல மன நிம்மதி, நல்ல பயணங்கள் எல்லாம் இருக்கும். அதனால் கேள்விகளெல்லாம் மனதில் மட்டும்.

சாராயமும் ஆணும் மங்களூரும்

மங்களூரில் கோயக்காவை[1] விட்டுவிட்டு நான் கேரளாவிற்கு ஒருமுறை திரும்பிவந்தேன். அப்போது கேரளாவில் போலீஸ் கடுங்காவல் செய்துகொண்டிருந்தது. 83 தொடங்கவில்லை. 1982இன் இறுதிக்காலம். அந்த நேரத்தில் மீண்டும் மங்களூருக்குத் திரும்பிப் போனேன்.

அங்கே சென்று, மங்களூர் – உடுப்பி சாலையில் சூரத்கல் என்ற இடத்தில், தோக்கூர் குட்டா, கானத்தோக்கூர் எல்லாம் செல்கின்ற, கிழக்கே போகும் வழிக்கு முன்னால், நான் கோயக்காவுடன் வசித்திருந்த அலீசாபாய் காம்பவுண்டை வாடகைக்கு எடுத்தேன்.

அங்கெல்லாம் அலீசாபாய் காம்பவுண்டு, ரஜினி காம்பவுண்டு என்றெல்லாம் சொல்லிப் பெண்களின் பெயர்களில்தான் வீட்டுப்பெயர்கள் அறியப்படுகின்றன. ஆண்களுக்கு அவ்வளவு முக்கியத்துவம் இல்லை. இந்துவானாலும் கிறிஸ்தவரானாலும் முஸ்லீமானாலும் அப்படித்தான். அது ஏனென்று, நான் அதிகம் கவனித்ததில்லை. இந்தக் காம்பவுண்டு என்று சொன்னால் வேறு விஷயம் எதுவும் அங்கே இருக்காது. ஒரு வீடு வாங்கினாலும் வாடகைக்குத் தங்கினாலும் பெண்களின் பெயரைப் பயன்படுத்துவார்கள். ஷாகுலிக்காவோடு வசித்ததும்

---

1 இக்கா என்பது கேரள முஸ்லீம் சமூக ஆண்களை மரியாதை நிமித்தமாக அழைக்கும் சொல்.

கோயக்காவோடு சண்டை போட்டு, கோயக்காவை கைவிட்டது மெல்லாம் தெரிந்தவர்கள் இருக்கும் அலீசா காம்பவுண்டிற்குத்தான் திரும்பி வந்தேன்.

அங்கிருந்தவர்கள் கேட்டார்கள், "கூட இருக்கறது யாரு?" "தீர்மானிக்கவில்லை" என்றேன். அப்போது அவர்களுக்கு, 'ஏதாவது ஒரு ஆளு வேணும்; யாராச்சும் கேட்டால் மனைவியும் கணவனும் தங்கி இருக்காங்க' என்று சொல்வதற்கு. பெயர் சொன்னால் போதும்; ஆளைப் பார்க்க வேண்டாம். கோயக்காவை மனதளவில் விட்டுவிட்டதனால் 'வேலாயுதன்கூட' என்று பெயரைச் சொன்னேன்.

இயல்பாகவே, நான் அங்கே வசிக்கத் தொடங்கிய ஒரு வாரத்திற்கு பின்பு வேலாயுதன் அங்கே வரவும் செய்தான். கோயக்காவின் உறவைக் கைவிட்டபின்பு தைரியமாக வந்த ஆள் வேலாயுதன். அவன் வீட்டிற்கு வந்து என்னுடன் தங்குவதற்குத் தயாரானான். ஏறக்குறைய மூன்றுமணி ஆகும்போதெல்லாம் வெளியே சென்று கொஞ்சநேரம் சுற்றித்திரிந்து, வாடிக்கையாளர்களை ஏற்பாடு செய்துகொண்டு வருவான். நான் வாடிக்கையாளரோடு வெளியே போகும்போது இவனிடம் என் மகளை விட்டுச்செல்லவும் முடியும். ஒருநாள் வேலாயுதன் வெளியே சென்றுவிட்டு வரவில்லை. நானோ ஆடை மாற்றிக்கொண்டு தயாராக இருந்தேன்.

ஏழு மணி ஆனபோது எனக்குக் கோபம் வரத்தொடங்கியது. நான் நடந்து ரோட்டுக்குச் சென்றேன். ரோடு என்று சொன்னால் மெயின் ரோடுதான். மெயின் ரோட்டிலிருந்து 'C' வடிவத்தில் ஒரு மண் பாதை உண்டு.

மெயின் ரோட்டிற்கே அது திரும்பி வரும். மெயின் ரோடு பஸ் ஸ்டாப் என்று சொல்கின்ற ஒரு ஏரியாதான், குறிப்பிட்ட ஸ்டாப் எதுவும் அங்கே இல்லை என்றாலும் அதுதான் அவ்விடத்தின் சென்டர் என்று சொல்லலாம்.

இந்தச் சென்டருக்குச் செல்லும்போதும், மெயின் ரோட்டிற்குச் செல்லும்போதும், இடதும் வலதும் முன்பிலுமாக ஒரு கள்ளுக்கடை, ஒரு சாராயக்கடை, சீட்டாடுகின்ற ஒரு ஏரியா; இந்த மூன்றிற்கும் உள்ளேதான் நாம் சென்று சேர்வோம்.

நான் இந்த அலீசாபாய் காம்பவுண்டு என்று சொன்னது, 'C' வடிவ மண் பாதையின் ஒரு பக்கத்திலிருந்து வரும் பகுதியில்தான் இருக்கிறது. அப்போது வேலாயுதன் வராத கோபத்தில் நான் நடந்து ரோட்டிற்குச் செல்லும்போது

சீட்டாடுபவர்கள், பயன்பாட்டில் இல்லாத கடை வராந்தாவில் உட்கார்ந்து விளையாடிக்கொண்டிருந்தனர். நான் சற்று மேலே நின்றுகொண்டிருந்தேன்.

நான் அங்கே நின்று எல்லோரையும் ஒருமுறை பார்த்தேன். சீட்டாடுபவர்களில் பாதிக்கும் அதிகம் மலையாளிகள்தான். துறைமுகத்தில் தற்காலிக வேலைக்கு வந்தவர்கள். வேலையில்லாதபோது நேரத்தைக் கழிப்பதற்காக வருபவர்கள். இங்கேயென்றால், சீட்டாடுவதோடு கொஞ்சம் சாராயமும் குடிக்கலாம் அல்லவா? நான் சீட்டாடுபவர்களில் ஒருவரைக் கூப்பிட்டு,“வேலாயுதன் எங்க இருக்கிறாரு?” என்று கேட்டேன். அந்தக் கடை இரண்டு பாகங்களாக உட்பகுதி வரை இருந்தது. என்னுடைய கேள்வி, கேட்கப்பட்ட ஆளிலிருந்து கடத்தப்பட்டு, அப்படியே உட்பகுதிக்குச் சென்றது. “வேலாயுதன் அங்க இருக்கிறாரா?” என்று கேட்கப்பட்டது.

“ஆமா வேலாயுதன் இங்க இருக்கிறாரு, என்ன?” என்று வேறொரு சப்தம்.

“அதுவா, வேலாயுதனோட பொண்டாட்டி வந்து தேடிட்டிருக்காங்க!” இதைச் சொன்னவன், வேலாயுதனைத் தேடிவந்ததை வைத்தே, வந்தவள் வேலாயுதனுடைய மனைவி என்று தீர்மானித்து விட்டான். அல்லாமல் அவனுக்கு என்னுடைய வரலாறு எதுவும் தெரியாது. ஆனால், அக்கூட்டத்தில் மாத்தூஸ் என்றொருவன் இருந்தான்.துளு மொழி பேசுகின்றவர்கள் அவனை ‘மோத்தி’ என்று அழைப்பார்கள். நாங்கள் அவனை, “கேரளத்தில இருந்து வரும்போ ‘மாத்து’வாக இருந்த, இப்ப ‘மோத்தி’ ஆயிட்டே” என்று சொல்லிக் கேலி செய்வோம். காரணம், ‘மோத்தி’ என்று சொல்வது நாயின் பெயர். பிரபலமான பெயர். பெரும்பாலான கிறிஸ்தவ வீடுகளிலெல்லாம் ஒன்றோ இரண்டோ நாய்கள் இருக்கும். அதில் ஏதாவதொன்றிற்கு ‘மோத்தி’ என்று பெயர் இருக்கும்.

மாத்தூஸ் அப்போது வெளியே வந்து நின்று, “ஆ! இது வேலாயுதனோட பொண்டாட்டி இல்ல. அவனோட வைப்பாட்டின்னு வேணும்ன்னா சொல்லலாம்” என்றான். அப்போது நான் என்ன செய்தேன் தெரியுமா? அவனிடம் போய்ச் சொன்னேன், “சரிதான் மாத்து, வேலாயுதனோட வைப்பாட்டிதான். பொண்டாட்டி ஆகணும்னா ஒரு விஷயம் உண்டு. பொண்ண லூனாவுல[2] உக்கார வச்சிட்டு, சூரத்கல்

2 இந்த இருசக்கர வாகனம் நெடுங்காலம் முன்பே வழக்கொழிந்து போய்விட்டது.

சர்ச்சுக்குப் போகாம, பக்கத்து வழியில பதுங்கிக் காட்டுப்பள்ளி சர்ச்சுக்கு[3] அவளக் கூட்டிட்டுப் போகணும். அப்போ பொண்டாட்டின்னு அவள சொல்லிக்கலாம். அதில்லாம நானும் வேலாயுதனும் புருசனும் பொண்டாட்டியும் ஒண்ணுமில்ல."

இந்த லூனா என்று சொல்வது, மோட்டார் சைக்கிளைத்தான் என்று எனக்குத் தெரியாது. ஆனால், மாத்தூஸைப் பற்றி இப்படியொரு வரலாறு இருப்பது, எல்லோரும் சொல்லி நான் கேட்டது, எனக்கு நினைவில் இருந்தது. அதைத்தான் நான் சொன்னேன்.

மாத்தூஸ் குதித்து இறங்கி, "நீ யாரடீ, என்னடீ, எவளடீ?" என்றெல்லாம் கேட்டான்.

"நான் யாருன்னு உனக்குக் காட்டுறேன்டா" என்று நானும் சொன்னேன். அந்த நேரத்தில், அங்கே கோயக்கா கூடத் தங்கியிருந்ததை வைத்து, எனக்கு அந்த ஏரியாவில் ஒரு ரவுடி போஸ்ட் உண்டு. கோயக்கா பயங்கர ஆஜானுபாகுவும், யாருக்கும் பயப்படாமல் வாழ்ந்த ஆளும்தான். 'அவரோடு இருந்தவள்' என்ற நிலையில் எனக்கும் ஊர்க்காரர்கள் தந்த ரவுடி போஸ்ட் அது.

என்னவானாலும் மாத்தூஸிடம் பேசிப்பேசிச் சண்டை வலுத்தது. வேலாயுதனோ, நண்பர்களைப் பகைத்துக்கொள்ள முடியாத நிலையில் வெளியே வரவில்லை. இவர்களைப் பொருட்படுத்தாமல் வெளியே வந்தால், அவனுடைய ஈடில்லாத ஆண்மையும் போகிற ஒரு நிலைமை உண்டல்லவா? அந்தச் சென்டரில் கள்ளுக்கடையும் சாராயக்கடையும் இருக்கிறதென்று சொன்னேன் அல்லவா? சாராயம் விற்கின்ற கடை உயரமாக உள்ள ஒரு இடத்தின் மேலடுக்கில் இருந்தது. அதன் கீழடுக்கில்தான் ரோடு. அதன் அடுத்த அடுக்கில் சீட்டாடுபவர்களின் இடம். சாராயக்கடை முன்னால் ஒரு மேசை போடப்பட்டிருந்தது. நான் நேராகச் சாராயக்கடைக்குச் சென்றேன். எனக்கொரு குணம் இருந்தது. இப்படி ஏதாவது கெட்டவார்த்தை பேசும்போது, குடித்திருந்தேன் என்றால் பின்பு சமாதானம் பேசுவது மிக எளிதாக இருக்கும். காரணம் 'குடிச்சிட்டுக் கெட்டவார்த்தை பேசினதுதானே, பரவாயில்ல, போகட்டும்' என்று எல்லோரும் சொல்வார்கள்.

---

3 சூரத்கல் சர்ச் பக்கத்தில் இருப்பது; பொதுவாக எல்லோரும் செல்லக் கூடியது. காட்டுப்பள்ளி, காட்டுப்பகுதியில் இருப்பது. காடு வழியாகச் சுற்றித்திரிந்து செல்வது. வேறு தேவைகளுக்காகச் செல்பவர்கள் அந்த வழியைப் பயன்படுத்துவார்கள்.

நான் அந்தச் சாராயக்கடையில் உட்கார்ந்துகொண்டு துளுவில் சொன்னேன், "நூறு கம்காஸர சுவர்ளே." கம்காஸரம் என்றால் 'சாராயம்.' சுவர்ளே என்றால் 'தாருங்கள்.' ஒரு ரவுடி பாஷைதான் இது, இந்தக் சுவர்ளே என்பது.

கடைக்காரன் பாட்டிலை 'ப்ட்க்கோ' என்று உடைத்துத் தம்ளரில் ஊற்றி என்னிடம் தந்த நேரத்தில், சாராயக்கடையில் இருந்த முன்பு பழக்கமான ஒருவன் எழுந்து என்னிடம் வந்தான்.

நான் அங்கே முன்பு, சுப்பாரிக் கம்பெனியில் பாலியல் தொழிலுக்குச் சென்றுகொண்டிருந்தேன் (அங்கெல்லாம் பாலியல் தொழிலாளிகள் வசிக்கும் வீடுகள் சுப்பாரிக் கம்பெனி, கல்யாணிக் கம்பெனி, நாணுக் கம்பெனி – இப்படிப்பட்ட பெயர்களில்தான் அழைக்கப்பட்டன). அங்கே வாடிக்கையாளர்களைக் கட்டுப்படுத்துவதற்கு ஒரு ரவுடியும் இருந்தான்.

அவனுடைய பெயர் மறந்துபோய்விட்டது. அவன்தான் எழுந்து வந்தவன். அவன் கேட்டான், "தானக்க, தானே எஞ்சினே நீரு, கங்காஸர வர்த்தினீ?" – 'உங்களுக்கென்ன பிரச்சன, ஏன் நீங்க சாராயத்த பப்ளிக்கா குடிக்கிறீங்க.'

நான் குடிக்கின்ற ஆள்தான் என்று எல்லோருக்கும் தெரியும். ஆனால், பொது இடத்தில் குடிக்கமாட்டேன். பொதுஇடத்தில் குடிக்காத ஆள் கௌரவமானவர். பொதுஇடத்தில் குடிக்கின்ற ஆள் இரண்டாம் தரம்தான்.

நான் துளுவில் சொன்னேன், "இங்கே நாய்கள் உண்டு, நாய்களிடம் பதில் சொல்லத் தண்ணி அடிச்சாதான் முடியும்."

அப்போது இவன் மீண்டும், "யாரு, யாரு, எந்த நாய்? எங்கே, இங்க குரைக்கிற நாய்?" என்றெல்லாம் கேட்டான். நாய்கள் இங்கே குரைக்கத்தான் செய்கின்றன, கடிக்கிற ஒன்று வரவில்லை என்ற ரீதியில்.

இந்த மாத்தூஸ் எப்படிப்பட்டவனென்றால், அங்குள்ள சிறிய ரவுடி. அது எப்படி என்று கேட்டால், இவன் திருவல்லாக்காரன். திருவல்லாவில் இருந்து இங்கே வந்து, ஒரு பட்டாளக்காரனின் வீட்டில் பேயிங் கெஸ்டாகத் தங்கியிருந்தான். அதன்பிறகு பட்டாளக்காரனின் மனைவியுடன் இவனுக்குக் காதல். பின்னர் அவளைக் கையில் போட்டுக்கொண்டு, அவளைச் சொல்லவைத்து, ராணுவ வீரனைக் கட்டாயப்படுத்தி விருப்ப ஓய்வு பெறவைத்தான். அந்தப் பென்ஷன் தொகையையும் தட்டிப்பறித்து, ராணுவ வீரனின் மனைவியையும் தட்டிப் பறித்து, ரவுடியைப் போலத் தன்னைக் காட்டிக்கொண்டு நடக்கிறான், அவனுடைய மோசமான பக்கங்கள் தெரியாமல் இருப்பதற்காக.

மங்களூர் ரவுடியிசத்தின் சுவாரசியம் என்னவென்றால், ஒரு ஆளுக்கு வேறொரு ஆளை அடிக்க வேண்டுமென்றால் ரவுடிக்கு 100 மில்லி சாராயம் வாங்கிக் கொடுத்து அனுப்புவார்கள். ரவுடி அதைக் குடித்துவிட்டு, வேறொருவனிடம் சென்று கெட்டவார்த்தை பேசும்போது அவன் 60 மில்லி சாராயம் கொடுப்பான். அப்போது அவன் திரும்பிவந்து முதலில் சொல்லி அனுப்பிய ஆளிடம் இன்னும் அதிகமாகக் கெட்டவார்த்தை பேசுவான். இரண்டாவது 60 மில்லி செல்லும்போது டோஸ் இன்னும் கூடுகிறது அல்லவா?

என்னவானாலும் 'சாராயம் குடிச்சா மட்டுந்தான் நாய்களோட சண்டை போட முடியும்' என்றெல்லாம் சொல்லிக் கோபப்பட்டுச் சாராயம் குடித்தேன். எனக்குப் பழக்கமானவனான ரவுடிக்கும் கொஞ்சம் வாங்கிக் கொடுத்தேன் (நல்ல பெயர்தான், நினைவுக்கு வரவில்லை. உயர்ந்த நிலையிலுள்ள ரவுடியான தால், அவனை எல்லோருக்கும் தெரியும்.) சாராயம் வாங்கிக் கொடுத்துவிட்டு நான் சண்டை பிடித்துக்கொண்டிருந்த இடத்துக்கு வந்தேன். அங்கே அது டீ வாங்கிக் கொடுப்பதைப்போலச் சாதாரணமான விஷயம். பெண்ணுக்குக் கொடுக்க வேண்டுமா, ஆணுக்குக் கொடுக்க வேண்டுமா என்ற எண்ணமெல்லாம் இல்லை. வலிமையான கூட்டாளிதான், பெரிய பிரச்சனைகள் எதுவுமில்லை என்பதற்கான குறிப்பும்தான் அது; ஆனால் அது, பெரும்பாலும் ஆண்களுக்கிடையேதான்; பல இடங்களிலிருந்தும் வந்த ஆண்களுக்கிடையே; பல சண்டைகளும் அதன் காரணமாக நின்றுபோகும்.

ஆனால், நான் சாராயம் வாங்கிக் கொடுத்தது இது எதையும் மனதில் நினைத்தல்ல. சுப்பாரிக் கம்பெனியின் ரவுடியான தாலும், நான் அங்கே கொஞ்சக் காலம் தங்கியிருந்ததாலும், எங்களுக்கிடையே நல்ல அன்பு உண்டு. ஆனால், இதைப் பார்த்ததும் மாத்தூஸ் சற்றுப் பயந்தான்; காரணம், மாத்தூஸ் அந்த ஊர்க்காரர்களை மிரட்டிக்கொண்டுதான் அங்கே வாழ்ந்து கொண்டிருந்தான். நான் சென்ற பிறகு, சென்டரில் சூடான விவாதங்கள் நடந்தன. 'சூரத்கல் சர்ச்சுக்குப் போகாமலூனாவுக்குப் பின்னால உட்காந்து இந்தப் பக்கம் வழியாக் காட்டுப்பள்ளிக்குப் போறதா? அதென்ன கதை?' அங்கே வசிப்பவர்கள் எல்லாம் வெளிப்படையாகவே சூரத்கல் சர்ச்சுக்குத்தான் போவார்கள். காட்டுப்பள்ளி சர்ச்சுக்குப் போகிறதென்றால் ஏதேதோ திருட்டுத்தனம் உண்டு; ஒளிந்தொளிந்து போவதால். அப்படி விவாதம் வந்தபின்பு, முன்னர் மாத்தூஸ் துரத்தித்துரத்தி அடித்த ஒரு முரளி இருந்தான். பி.டி. உஷா ஓடியதைப் பற்றிய ஒரு விவாதத்தோடு தொடர்புடைய – முரளி எனக்குப் பின்னால்

ஓடிவந்து கேட்டான், “என்ன அக்கா, சூரத்கல் சர்ச்சுக்குப் போகாமன்னு அக்கா சொல்றதுக்கு என்ன காரணம்?”

அப்போது நான் மாத்துவின் வரலாற்றைச் சொன்னேன். திருவல்லாவில் இருந்துவந்த பெயிண்டர் மாத்து, பின்பு கூட்டிக் கொடுப்பவன் என்ற நிலைக்கு வந்ததும், இப்போது ரவுடி மாத்து ஆனதும், ராணுவ வீரனின் மனைவியைத் தட்டிப்பறித்துக் கொண்டுவந்ததுமெல்லாம் . . .

நான் இதெல்லாம் முடிந்து வீட்டிற்குச் சென்றபோது செய்தி எப்படியோ அங்கே வந்துசேர்ந்திருக்கிறது. ‘சென்டரில் அடிதடி நடந்தது’ என்பதான பாவத்தில்தான் அங்குமிங்கும் குதித்துச் செய்தி வந்துசேர்ந்திருக்கிறது.

அலீசா பீவி வந்து சொன்னார், “அந்த, மாத்தூஸ் பயங்கர ரவுடி. உன்ன எப்படியும் அடிக்காம விடமாட்டான். திருப்பி அவன் அடிக்கமாட்டான். ஆனா அடி தந்திருப்பான், வேறொரு ஆளு வழியா.”

மாத்தூஸினுடைய வழக்கம், சண்டை வந்தால் நேரடியாக எதிர்க்கின்ற ஆள் அல்ல. சண்டை போட்ட ஆள் திரும்பிப் போகும்போது, இந்த ‘C’ வடிவ வழி என்று சொன்னேன் அல்லவா? தனித்துவமான வளைவு உள்ள வழி. பெரும்பாலும் மற்றவர்கள் கவனிக்காத வழி அது. அப்படியான இந்த வழியில் குறிப்பிட்ட இடத்திற்கு வரும்போது, இவனுடைய ஆட்கள் வந்து பின்னாலிருந்து அடித்துவிட்டு ஓடிவிடுவார்கள். இந்த வழக்கம் அங்கே நடைமுறையிலிருந்தது, அது எனக்குத் தெரியும்.

அதுதான் அலீசா பீவி வந்து, “மாத்தூஸ் அடி தந்திருப்பான்” என்று சொல்லக் காரணம். அங்குள்ள வாடகை வீடுகளுக்கு முன்னால் சிமெண்ட் பெஞ்ச் இருக்கும். இரண்டு வாடகை வீடு என்றால் எனக்கொரு பெஞ்ச், பக்கத்து வீட்டிற்கு ஒன்று. அது ஒரு பொதுவான இடம்போல, உட்கார்ந்து பேசுவதற்கான இடம். நான் அங்கே உட்கார்ந்து அலீசா பீவியிடம் பேசிக்கொண்டு இருந்தேன். அப்போது மாத்தூஸ் வண்டியை எடுத்துக்கொண்டு அங்கே வந்து, வீட்டின் முன்னால் நிறுத்தினான்.

“அது ஏன் நளினி அப்படிச் சொன்ன?” நளினி அல்ல – லைலா (நான் அங்கே ஜமீலா என்று பெயர் சொன்னேன், அங்குள்ளவர்களுக்கு ஜமீலா என்று முழுமையாகக் கூப்பிடத் தெரியாததால் அவர்கள் என்னை லைலா என்று அழைத்தனர்.)

“லைலா ஏன் அப்படிச் சொன்ன? சூரத்கல் சர்ச்சுக்குப் போகாம காட்டுப்பள்ளிக்குப் போறேன்னு நீ ஏன் சொன்ன?” நான் சொன்னேன், “உன்னோட வாழ்க்கை வரலாறு எனக்குத் தெரியும்.”

பொது இடத்தில்தான் இந்தப் பேச்சு. ரோட்டில் கொஞ்சம் பேர் போவதும் வருவதுமாக இருந்தார்கள், குறிப்பாக மலையாளிகள் நடந்துபோகின்ற இடம் அது.

நான் கேட்டேன்,

"நீ கேரளத்தில இருந்து வந்து, பேயிங் கெஸ்டா தங்கியிருந்து ஒரு ஆளோட பொண்டாட்டியையும் மூணு பிள்ளைகளையும் தட்டிப்பறிச்சுட்டே இல்ல? இருந்தும் நீதான் அவளோட புருஷன்னு சொல்றதுல என்ன அர்த்தம் இருக்கு? அப்படியின்னா ஒரு ஆளுக்குப் புருஷனாவதற்கான திறமைன்னு சொன்னா, வேறொரு ஆளு வந்து அந்த மனைவியையும் குழந்தைகளையும் அபகரிக்கணும், அபகரிச்சிட்டு இதுதான் என்னோட மனைவி, இதுதான் என்னோட குழந்தைங்கன்னு சொல்லணும், அதுதான் கணவன்–மனைவி உறவு – இல்லையா? ஆனால், வேலாயுதன்கிட்ட எனக்கு அப்படிப்பட்ட எந்தத் தொடர்பும் இல்ல. அதுமட்டுமில்ல எனக்கு ஒரு குழந்தைதான் இருக்குது. அதனால கணவனோட இடத்துக்கு அவன் வரவும் மாட்டான்." நான் கோயக்காவின் மனைவிதான், லைலாதான் என்பது அவனுக்குத் தெரியும் – அதுதான் இவனுடைய பிரச்சனை. நான் சொல்லிக்கொண்டு வந்ததும் அதுதான்.

"என்ன பத்தி உனக்குத் தெரியாது!" இவன் எடுத்தவுடனேயே சொன்னான்.

நான் சொன்னேன், "மாத்தூ, நீ 100 மில்லி சாராயத்தக் கொடுத்து அடிக்கறதுக்கு ஆள விடுவ. நான் அதே ஆளுக்கு 60 மில்லி சாராயம் கொடுத்து உன்ன அடிக்கவைப்பேன். அதுதான் ரவுடியிசத்தோட ஏ பி சி டி. நான் இப்ப ஏ பி சி டி படிச்சிட்டு இருக்கேன். நீ பாக்கணுமா?"

அதைக் கேட்டதும் என்னவோ பிரச்சனை இருக்கிறது என்று இவனுக்குத் தோன்றியது. உண்மையில் எனக்கு அங்கே, எந்தவிதமான குறிப்பிடத்தக்க வலிமையும் இல்லை. சுப்பாரிக் கம்பெனியின் ரவுடி எனக்குப் பழக்கமானவன் என்பதைத் தவிர்த்து வேறெதுவும் இல்லை. நான் இவ்வளவும் பப்ளிக்காகச் சொன்னபோது இவன் கொஞ்சம் இறங்கிவந்தான். இவன் சொன்னான், "நாம ஒண்ணு செய்யலாம். பிரச்சனையெல்லாம் சரியாயிடும்."

நான் கேட்டேன், "நான் என்ன பண்ணணும்?" "இப்ப நாம சாராயம் குடிச்ச இடத்தில வச்சு 100 மில்லி குடிச்சிட்டுப் பிரிஞ்சு போலாம்" என்று அவன் சொன்னான். நான் சொன்னேன்,

“மாத்தூசே, என்னோட பொண்டாட்டி பதவிய அங்கீகரிக்கிறதுக் காக நான் உனக்கு 100 மில்லி வாங்கித்தர வேண்டிய அவசியமில்ல. உன்னோட புருசன் என்கிற பதவிய அங்கீகரிக்கிறதுக்காக நான் 100 மில்லி குடிக்கிறதுக்கும் தயாரா இல்ல. அதனால இப்போ நமக்கு இது வேண்டாம். ஒரு காரியம் செய். கூரிக்கட்டையில நீ ரவுடியா இருந்துக்கோ; தோக்கூரு குட்டேயில நான் ரவுடியா இருந்துக்கிறேன். நமக்கு எளிமையானது இதுதான். அங்கயும் இங்கயும் தள்ளிகிட்டு சீன் போட வேண்டாம். குடிச்சிட்டு அடிக்கிறது, அடிச்சிட்டுக் குடிக்கிறதுபோல உள்ள சீன் எல்லாம் வேண்டாம். அது சரிப்பட்டு வராது.”

“ஹூம். . . உன்ன நான் உயிரோட விடமாட்டேன்” என்றான் அவன். “மாத்து, நீ என்னைக் கானாத்தோக்கூரில் வச்சு அடிச்சா நான் உன்ன கூரிக்கட்டேல் வந்து அடிப்பேன். ஆனா, உனக்கு என்ன தோக்கூரு குட்டேலுக்கு வந்து அடிக்கிறதுக்கான தைரியம் இருக்காது. வேணும்னா சவால் விட்டுக்கோ.”

இந்தச் சவால் விடும்போதெல்லாம் என்னுடைய மனதினுள்ளே பயம் இருந்தது. இவனுடைய மனதிலும் என்னுடைய மனதிலுள்ளது போலவே ஒரு பயம் இருந்தது; இவளுக்குப் பின்னாடி யார் இருக்கா என்று. என்னுடைய கண்ணில், இவன் ஒரு ஆண்; மூன்று நான்கு ஆண்கள் சேர்ந்து வந்து அடித்தால், பெண்கள் அவர்களுக்கு ஒரு அடி கொடுத்தாலும், அது ஒரு அடிதான் அல்லவா? பலமான அடி என்று நினைத்தாலோ! இந்தப் பிரச்சனை இப்படிக் கொஞ்சநாள் ஓடியது. நாம் நாய்களைத்தான் இப்படிப் பார்த்திருப்போம், கடிப்பதற்குத் தைரியம் இல்லாமல். ‘பௌ. . . பௌ’ என்று சொல்லி இப்படிக் கொஞ்ச நாள், கொஞ்சம் பேருடன் பயங்கரமான விவாதம்.

விவாதத்தின் இறுதியில் அந்த ஊர்க்காரர்களும்கூட அங்கீகரித்தார்கள். காரணம் என்னவென்றால், இவன் இந்த வீட்டு உரிமையாளர் அலீசா பீவியின் வீட்டிலும் பிரச்சனை பண்ணியிருக்கிறான். அந்த ஊர்ப்பெண் என்பதனால் அடிப்பதற்கான தைரியம் இல்லாமல் போலீசைக் கூட்டிவந்து தொந்தரவு செய்துள்ளான். பலவிதத்தில் சின்னச்சின்னப் பிரச்சனைகளை உண்டாக்கி, அங்கே ரவுடியாக வாழ்ந்து கொண்டிருந்தான்.

அப்போது எனக்கு அங்கே பின்பலமாக இருந்த பப்ளிசிட்டி என்னவென்றால், கோயக்காவுடன் வசித்த நேரத்தில் அங்கே யுள்ள ஒரு ரவுடியும் கோயக்காவும் நல்ல நண்பர்களாக

இருந்தனர். சுவராஜ் என்ற ரவுடி. ஒரிஜினல் ரவுடி. டூப்ளிகேட் அல்ல. துறைமுகத்தில் சிறிய சிறிய கள்ளக்கடத்தல்கள் எல்லாம் செய்வான்.

கள்ளக்கடத்தல்களுக்குக் கோயக்காவின் உதவி வேண்டும். அவன் அந்த ஊர்க்காரன், ரவுடி என்றெல்லாம் சொல்லிப் பயனில்லை. அவனுடைய கள்ளக்கடத்தல் நடக்க வேண்டு மென்றால் கோயக்காவின் உதவி வேண்டும். அப்போது சுவராஜ் என்னுடைய நண்பன் என்றொரு பப்ளிசிட்டி வந்தது. நானாகவே இந்தச் சுவராஜ் என்னுடைய நண்பன் என்று எதுவும் சொல்லாமலேயே பயங்கரமான ரவுடிப் பட்டமும் கிடைத்தது.

சாதாரணமாக அங்கே ஆறுமணி தாண்டினால் வழியில் ஒரு பெண்கூட நடக்கமாட்டாள். பகலெல்லாம் பெண்களுடைய சாம்ராஜ்யமாக இருந்தாலும் ஆறுமணி தாண்டினால் ஆண்களின் சாம்ராஜ்யம்தான். ஆண்கள் கச்சைக்கட்டிக்கொண்டு ரோட்டுக்கு வருவார்கள். பெண்களைப் பார்த்தால் பிடிப்பார்கள், இழுப் பார்கள். ஒன்பது மணிக்குப் பின்பு டவுனில் சினிமாகூட இல்லாத இடம் அது. பகலில் ஆண்களுக்கு எந்தப் பலமும் இல்லை. ஆனால், அந்தளவிற்குக் கூடுதல்தான் இரவில் அவர்களுடைய தொந்தரவு. ஆனால், எனக்கு அதன்மூலம் அங்கேயே நல்ல ஒரு ரவுடியாக நிற்க முடிந்தது. என்னவானாலும் இந்த ரவுடி கெட்டப்பில் நின்றாலும்கூட, ஒரு வீடு எடுக்கும்போது, சொல்வதற்கு ஒரு ஆளுடைய பெயர் வேண்டும். வேலாயுதன் என்பதுபோலச் சொல்வதற்கு ஒரு பெயர் வேண்டும்.

பின்னர் அங்கிருந்த என்னுடைய வாழ்க்கை, 'அதோ, லைலா வர்றாங்க' என்று சொன்னால் ஆட்கள் பயப்படுகின்ற நிலைதான். நான் எந்த நேரத்திலும் போகலாம், எப்போது வேண்டுமானாலும் வரலாம், வீட்டுக்கு யாரையாவது அழைத்துக்கொண்டு வரலாம். வெளியே சென்று பாலியல் தொழில் செய்துவிட்டு, சம்பாதித்த எல்லாவற்றையும் அங்கேயே தீர்த்துவிட்டு இங்கே திரும்பி வந்துகொண்டிருந்தேன். இதன்மூலம் அவசியமான ஆட்களை என்னுடனே அழைத்துவரலாம். இல்லையெனில் என்னைத் தேடி யாராவது வருவார்கள். டவுனில் வந்துவிட்டு 'எங்க போறீங்க' என்று கேட்டால் 'லைலாவோட வீட்டுக்கு' என்று யாராவது சொன்னால் பின்னர் மறு கேள்வி எதுவும் கேட்கமாட்டார்கள். அப்படிப்பட்ட ஒரு ரவுடி கெட்டப்பில் – கொஞ்சநாள் நான் அங்கே இருந்தேன் – எனக்கு அங்கே நல்லதொரு ரவுடியாக நிற்க முடிந்தது.

இப்போது சொல்வதைப்போல அல்ல, அதை அனுபவிப்பது பேரின்பம். அந்த மூலையிலிருக்கும் கடைக்காரனிடம் சென்று,

‘ஒரு கிலோ அரிசி’ என்று சொல்லும்போது, ஏற்கெனவே வந்தவர்களையெல்லாம் நிற்கவைத்துவிட்டு, நமக்கானவற்றை வேகமாக எடுத்துத் தருவான். வெளிப்படையாகவே குடிப்பேன். டவுனில் போகும்போது நேராகவே சாராயக்கடைக்குச் செல்வேன். 100 மில்லி ஊற்றச் சொல்வேன், குடிப்பேன், போவேன். திரும்பி வரும்போதும் அப்படியே.

வழியில் பார்ப்பவர்கள் வணக்கம் சொல்வார்கள். பெரிய அங்கீகாரம்.

உண்மையைச் சொன்னால், எவ்வளவு சொன்னாலும் அப்போது அனுபவித்த த்ரில் கிடைக்காது. சிலநேரங்களில் மாத்தூஸ் யாரிடமாவது மோசமாக நடந்துகொண்டால் பிள்ளைகள் என்னிடம் வந்து சொல்வார்கள், “அக்கா அந்த மாத்தூஸ் தண்ணி அடிச்சிட்டு இருக்கும்போது திட்டினான்.” மாத்தூஸின் ஒரு குணம் என்று சொன்னால், அவன் இந்தச் சாராயக்கடையிலோ கள்ளுக்கடையிலோ குடித்துக்கொண்டிருக்கும்போது இவனுக்கு எந்த வரலாறும் தெரியாது, நான் சொன்னேன் அல்லவா, ‘பி.டி. உஷா ஓடி ஜெயிச்சிட்டாங்க’ என்றும் ‘ஜெயிக்கவில்லை’ என்றும் சொல்லிப் பிரச்சனை உண்டாக்கியவன்தான் இவனென்று. பின்பு பிரச்சனை முடிந்தபிறகு, பின்னாலேயே ஆளைவிட்டு அடிக்க வைத்தவன். இவனுடைய நோக்கம் இவ்வளவுதான், அவன் அங்குள்ள ரவுடி என்று நிலைநாட்ட வேண்டும்.

என்னவானாலும் அந்த ஏரியாவைக் கடந்துவர முடிந்தது என்பது மனதுக்குப் பெரியதொரு பலம்தான்.

இந்த ஒரு வழியில் எனக்கு அங்கே மீண்டும் சில நன்மைகள் உண்டாயின. இந்த மாத்தூஸ் வந்து சீட்டு விளையாடுமிடத்திற்கு அந்தப்பக்கம் ஹமீது, அசீஸ் என்ற இருவர் தங்கியிருந்தனர். கோயக்கா இருந்தபோது கோயக்காவை, மூத்த சகோதரன்போல இவர்கள் மதித்தனர். வயதை வைத்தல்ல, சேர்ந்து நிற்கும்போது ஒரு துறைமுகப் பணியாளனாகவும் இருப்பதால் கோயக்காவின் பலத்தை இவர்கள் அங்கீகரித்திருந்தார்கள். நான் ஒரு ரவுடி என்றானதும் இந்த இருவரில் ஹமீதுக்கு என்னிடம் பயங்கரமான மதிப்பு. காதல் என்று சொல்ல முடியாது; ஆராதனை.

அந்த நேரத்திலிருந்த ஒரு ஸ்கூட்டர், லூனா அல்ல. கடகட என்று சத்தம் போடும் ஸ்கூட்டர் – அதில்தான் வருவான். இவனுக்கு மண்கல்குவாரி உண்டு – செங்கல் அறுத்து விற்கின்ற இடம். இந்த ஹமீது, குவாரிக்குச் செல்லும்போது இந்தக் கடகட ஸ்கூட்டரை இரண்டு நிமிடம் என் அருகில் நிறுத்துவான்; பேசுவான். அப்படி ஆகி ஆகி, ஒரு காதல் அல்ல, அவனைப்

பொறுத்தவரை, ‘நான் லைலாவின் ஆள்தான்’ அல்லது ‘லைலா என்னுடைய ஆள்’ என்று சொல்கிற தைரியம் வந்தது.

அவ்வப்போது கொஞ்சம் மீனெல்லாம் வாங்கிக்கொண்டு வருவான். அதைப் பொரித்துச், சாப்பாடு சாப்பிடுவான். பின்னர் அவன் வாடிக்கையாளன் என்ற நிலைக்கு வந்தான். எனக்கு அங்கே ஒரு காலத்தில் லோக்கல் வாடிக்கையாளன் இருக்க வில்லை; இந்த ஹமீதுதான் அப்படியொரு வாடிக்கையாளனாக வந்தவன். அது பின்னர் ஒரு பெரியஆள் என்று எல்லோரையும் நம்பவைத்துக்கொண்டு இல்லையென்றால் ஒரு கணவன் என்று தெரியப்படுத்திக்கொண்டு – ஒரு சின்னவீடு ஏற்படுத்து கின்ற நிலைக்குக்கூட வந்தது.

இந்தத் தோற்றத்தைக் காட்டிக்கொண்டுதான் அவன் உள்ளே வருவான். அதில் மாத்துவை ஜெயித்த ஒரு ரவுடியை அங்கீகரிப்பதன் வழியாகப் பலத்தை உண்டாக்கிக் கொண்டான். பின்னர் முழுநேரமும் மனதில் ஆராதனை பாடிப் புகழ்ந்துகொண்டிருந்தான். சாதாரணமாக ஒரு பாலியல் தொழிலாளியிடம் வந்தால், பணம் தந்துபோகின்ற வாடிக்கையாளன் என்பதைவிட, எனக்குத் தேவையான பொருள்களை வாங்கிக்கொண்டு வருகின்ற டூப்ளிகேட் கணவன் ஆகத் தொடங்கினான் இவன்.

ஆனால் அது, மிகக்குறைந்த நாட்கள்தான் நீடித்தது. காரணம், அப்போதைக்குத் திருச்சூரில் இருந்து தள்ளி இருப்பதற்காக மட்டும்தான் அங்கே சென்றேன். இல்லையெனில் ஒருவேளை, கோயக்காவுக்குப் பின்னால், ஹமீத் என்னுடைய கணவனாக மாறியிருப்பான். அந்தளவிற்கு அதிகாரத்தோடு கூடிய வருகையும், ஊர்க்காரர்களுக்குத் தெரியப்படுத்தும் ரீதியிலான வருகையும் என எல்லாமாயின இவனுடைய வருகைகள். சாதாரணமாக மறைந்தும் பதுங்கியும் ஆட்கள் இல்லாதபோதும் வந்து நுழைவதுதான் ஒரு வாடிக்கையாளனின் வழக்கம். அதற்குப் பதிலாக, நான்தான் கணவன் என்ற முறையில் அவனுடைய மனதிலேயே ஒரு காதல். சிலவற்றையெல்லாம் எட்டிப் பிடித்தவர்களிடம், இப்போதைய சினிமா நட்சத்திரங்களிடம் எல்லாம் தோன்றுகின்ற ஒரு ஆராதனை அவனுக்கு என்னிடம்.

உண்மையில் எனக்கு அவனை மிகவும் பிடித்திருந்தது. அப்படிச் சொல்லும்போதும் அதொரு விட்டுவிட முடியாத விருப்பமாக இருக்கவில்லை. ஆனால், அவன் எல்லோரிடமும் இவள் என்னுடையவள்தான் என்றெல்லாம் சொல்கிற, என்னைக் கைவிட முடியாத ஒரு நிலைக்குச் சென்றிருந்தான். அவனோடு கொஞ்சநாள் இருந்தால் அவன் வேறு திருமணம்

செய்துகொள்ளாமல் இருப்பான்; அப்படிப்பட்ட நிலையில் அவனைக் கைவிடவும் முடியாது என்ற சிக்கலுக்கு ஆளாக லாம். அவ்வாறாக இவனுடைய காதல் நன்றாக வளரத் தொடங்கியபோது நான் அங்கிருந்து தலைமறைவாகிவிட்டேன். திருச்சூருக்குத் திரும்பிப்போய் பாலியல் தொழில் செய்யக்கூடிய சூழல் வந்தததால் மட்டுமல்ல, காதலைத் தவிர்க்கவும்தான். காரணம் இரண்டு பேருக்கும் காதல் எல்லையின்றிப் பெருகவும், அதேசமயம் குறிப்பிடத்தக்க வாழ்க்கைக்குள் வராமல் இருக்கவும் செய்கின்ற கட்டத்தை அடையத் தொடங்கியது எங்களுடைய காதல்.

காதலோடு சேர்த்து, குவாரியில் சிறியசிறிய பிரச்சனைகள் வரும்போது 'லைலாவின் ஆள்தான் ஹமீது' என்று சொல்வது ஒரு பலம் அல்லவா? அந்தப் பலத்தை அவன் பயன்படுத்தத் தொடங்கினான். உதாரணத்திற்கு ஒரு இடத்தில் கொஞ்சம் சப்போர்ட் வேண்டுமென்று வந்தால், "ஹா, அந்தக் கேரளத்தி லிருந்து வந்து தங்கியிருக்கற, நளினீன்னு சொல்ற, நம்ம லைலான்னு சொன்னாதான் எல்லாருக்கும் தெரியும், கோயக்கா கூட இருந்தாங்களே – இப்ப என்கூடத்தான் இருக்கிறாங்க." அப்படியொரு காட்டிக்கொடுப்பவனாகவெல்லாம் ஆனான். அது அவனுடைய மனதிலும் அப்படி ஆகிப்போனது, நான் அந்த இடத்தைவிட்டு வெளியேறும் போது. பின்பு ஒன்றிரண்டு தடவை நான் அங்கு சென்றிருந்தேன். ஹமீதைப் பார்ப்பதற்காக மட்டுமல்ல – நாம் ஜெயித்த ஏரியாவின்மேல் நமக்கு எப்போதும் ஒரு விருப்பம் இருக்கும். பின்பு கொஞ்சகாலம் கழிந்த பின்பும் அங்குச் செல்லும்போதெல்லாம், "ஆ. . ., லைலா இல்லயா, கேரளத்தில இருந்து, திருச்சூர்ல இருந்து" என்று எல்லோரும் கேட்கின்ற நிலை இருந்தது. அதொரு பெரிய சந்தோஷமாக இருந்தது.

திரும்பிவந்து திருச்சூரில் இருக்கும்போது, 'ஹமீதுக்கு மனநிலை பாதித்திருக்கிறது' என்றொரு தகவல் வேலாயுதன் வழியாக வந்தது. காரணம் வேலாயுதன் குன்னம்குளக்காரன். அதனால் இடையிடையே அவன் என்னைப் பார்க்க வருவான். "ஹமீது சிகிச்சையில இருக்கிறான். என்ன பிரச்சனைன்னு தெரியல்ல" என்றெல்லாம் வேலாயுதன் சொன்னான். காதல் வளர்ந்து மனநிலை பாதிப்பாகிவிட்டது என்ற எண்ணம் எதுவும் வேலாயுதனிடம் இல்லையென்றாலும் எனக்கு அது சட்டென்று புரிந்தது. பெரியதொரு நோயல்ல; மனநிலை பாதிப்புக்கு வந்து சேருகின்ற நிலை, சரியாகி விடக்கூடியதுதான்.

பின்னர் அந்த நிலையிலிருந்து ஹமீதுக்கு மாற்றம் வந்தது. நானும் ஒன்றிரண்டு முறை செல்வதும் பார்ப்பதுமாக இருந்தேன்.

அவனும் பின்னர் தானாகவே புரிந்துகொண்டான். அவன் அவனுடைய நண்பர்களிடம் சொன்னான், "எங்களுக்கிடையேயான வாழ்க்கையெல்லாம் சரியாகாது, கல்யாணம் பண்ணிக்கிட்டு வீட்டுக்குக் கூட்டிட்டுப் போக முடியாது" என்றெல்லாம்...

குடும்பத்தைப் பயங்கரமாக நேசிக்கும் ஆளாக ஹமீது இருந்தான். சொந்தச் சாதிப் பெண்ணைத் திருமணம் செய்ய வேண்டும் என்ற எண்ணம் உள்ளவனாக இருந்தான். பின்னர் அவனுடைய கற்பனையில் – மனைவி என்ற கற்பனையில் நான் இல்லை; என்னுடன் இருக்கும்போது 'நீதான் மனைவி' என்று சொல்லாமல் சொன்ன ஒரு நிலை இருந்தது என்பதல்லாமல்.

விஜயா லாட்ஜில் மூன்று காதலர்கள்

என்னைக் காப்பாற்றுவதற்காக ரிஸ்க் எடுத்த சில காதலர்களையும், அதற்காக அவர்கள் அளித்த ஒத்துழைப்பையும் பற்றிய கதைதான் இது.

மங்களூர் பிரச்சனைகள் தீர்ந்த பிறகு நேராகத் திருச்சூருக்குத்தான் நான் வந்தேன். ஸ்ரீதன்யா லாட்ஜ்தான் மையம். அவ்வபோது வாடிக்கை யாளரை விஜயா லாட்ஜுக்கு அழைத்துக்கொண்டு செல்கின்ற ஆளாக இருந்தேன். அப்போதுதான் ஷாகுல் ஹமீதைப் பார்த்ததும் அவனுடன் வசித்ததும்; திருமணம் செய்துகொண்டோம் என்று சொல்ல முடியாது; சேர்ந்து வாழ்ந்தோம். அதன்பிறகு, 1983 ஆகஸ்டு 13, 14 முதல் நான் தொழிலுக்கு வராமல் இருந்தேன். ஒரு தொழிலும் இல்லை. ஷாகுலிக்காவுடன் மட்டும் சுற்றிக்கொண்டிருந்தேன். அப்படி இருக்கும்போது 1986இல் மதுரையில் துணி வாங்கிவரச் சென்ற ஷாகுலிக்காவைப் போலீஸ் கைது செய்தது. திருடிக்கொண்டு வந்த துணியை, யாரோ ஷாகுலிக்காவுக்கு விற்றிருக்கிறார்கள்.

என்னைக் கோட்டயத்தில் ஒரு நண்பனின் வீட்டில் விட்டுவிட்டுதான் அவன் மதுரைக்குப் போயிருந்தான். துணி வியாபாரம் திருச்சூரில்தான். அங்கே சென்றபோதுதான் இவனை மதுரைச் சிறையில் அடைத்திருக்கிறார்கள் என்று கடிதம் கிடைத்தது. நான் உடனே செல்ல வேண்டுமென்றும் ஜாமீனில் வெளியே கொண்டு வரவேண்டுமென்றும்

எழுதப்பட்டிருந்தது. கோட்டயத்தில் வீட்டு உரிமையாளர்களுக்கு, நான் பாலியல் தொழிலாளி என்பது தெரியாது. நான் அவர்களிடம் சொன்னேன், "நீங்க நாலஞ்சு நாளு குழந்தையப் பாத்துக்கணும். ஷாகுலிக்காவுக்கு உடம்பு சரியில்ல. நான் போய் வீட்டுல இருந்து அம்மாகிட்டக் கொஞ்சம் காசு கடன் வாங்கிட்டு வர்றேன். ஷாகுலிக்கா மதுரையில ஆஸ்பத்திரியில் இருக்கிறாரு" என்றெல்லாம் சொன்னேன்.

அப்படித் திருச்சூருக்கு வந்தேன். ஷாகுலிக்காவைக் காப்பாற்றுவதற்கும் எனக்குச் சாப்பாட்டுச் செலவுக்கும் மீண்டும் பாலியல் தொழிலுக்குச் செல்லத் தீர்மானித்தேன். முன்புபோலவே ராத்திரி நின்றுவிட்டுப் பகல் இன்பமாகச் சுற்றித் திரிந்தால் முடியாது. ராத்திரியும் பகலும் கொஞ்சம் நிறையவே காசு சம்பாதிக்க வேண்டும். பழைய அறிமுகத்தில் ஸ்ரீதன்யா லாட்ஜுக்குச் சென்றபோது அங்கே இடம் தர மாட்டார்கள் என்றும் விஜயா லாட்ஜுக்குப் போனால் கிடைப்பதற்கு வாய்ப்பு உண்டு என்றும் சொன்னார்கள். விஜயா லாட்ஜுக்கு எப்போதாவது இடையிடையே போய்வருவது என்பதல்லாமல் எந்தத் தொடர்பும் இல்லை. அங்கே சென்று கேட்டபோது அவர்களுக்கு என்னைப் பிடித்துவிட்டது. ஆனால், தங்க வேண்டும் என்றால் ஒரு ஆளைக் கூடவே கூட்டி வரவேண்டும். தனியாக வந்து தங்க முடியாது. புரோக்கராகவும் கணவனாகவும் கூடவே இருக்கிற ஆளாக இருக்க வேண்டும். திருச்சூருக்கு முன்னரே வந்திருக்கிறேன் என்றாலும் அப்படியொரு பலம் எனக்கு இல்லை என்று சொன்னேன். அப்போது அவர்களே ஒரு ஆளைக் கண்டுபிடித்தனர் – அசீஸ் என்றொருவன்; சாவக்காட்டுக்காரன்தான். அசீஸின் போன் நம்பரையும் தந்தார்கள். முன்னர் அங்கே பார்ட்னராக இருந்த ஆள்தான். சுமைதூக்கும் தொழிலாளி.

நான் சாவக்காட்டுக்குச் சென்று, வேறு ஆண்களை வைத்து அசீஸின் நம்பருக்கு அழைத்தேன். அவனைக் கண்டுபிடித்தேன். விஷயத்தைச் சொன்னபோது அவன் சொன்னான்: "நீ போ, நான் பின்னாடி வர்றேன்."

நாங்கள் சேர்ந்து பயணித்தால் அவனால் பிறகு மனைவியுடன் வெளியே செல்ல முடியாது. என்னவானாலும் அப்படி வந்து விஜயா லாட்ஜில் ரூம் எடுத்தோம்.

அங்கே பகலுக்கும் இரவுக்கும் என இரண்டு மேனேஜர்கள் இருந்தனர். பாலியல் தொழிலாளிகள் தங்கி, பணம் சம்பாதிக்கின்ற லாட்ஜுகள் கேரளத்தில் பல இடங்களிலும் உண்டு. கணவன்- மனைவிபோல நாங்கள் அங்கே தங்குவோம். கணவன் என்று

சொல்கிற ஆள், வாடிக்கையாளரை அறைக்கு அனுப்பி வைப்பது, காசு வாங்குவது, வெளியே ஏதாவது போலீஸ் தொந்தரவு இருக்கிறதா என்று பார்ப்பது என எல்லாவற்றையும் செய்வார். வெறுமனே ஒரு ஆளால் அப்படி இருக்க முடியாது. லாட்ஜில் உள்ளவர்களுக்குக்கூட நம்பிக்கையான ஆளாக இருக்க வேண்டும்.

விஜயா லாட்ஜைப் பற்றி எனக்குப் பெரிய அபிப்பிராயமோ எதிர்பார்ப்போ எதுவும் இல்லை. எவ்வளவு காசு சம்பாதிக்க முடியும் என்பதைப்பற்றி எந்த யூகமும் இல்லை. மேனேஜர் நினைத்தால், எங்கள் இரண்டு பேருக்கும் தெரியாத ஏதாவது பெரிய இடத்து பார்ட்டி வந்தால் நமக்கு விட்டுத்தர முடியும். அதற்குக் கூலியாகச் சிலர் செக்ஸ் வேண்டுமென்பார்கள். வேறு சிலர் செக்ஸும் பணமும் கூலியாக வாங்குவார்கள்.

இரண்டாம் நம்பர் ரூம்தான் எனக்குக் கிடைத்தது. ரூம் எடுத்தவுடன் செய்கின்ற என்னுடைய ஸ்டார்ட்டிங் செயல்பாடுகள் எல்லாம் ஸ்டைல்தான். குடிப்பதுதான் பழக்கம். வெளியே வெட்டவெளியிலிருந்து, அவ்விடத்திற்கு வந்தபோது, எனக்கு என்னுடையதான வேறொரு உலகத்தை உருவாக்கிக் கொள்வதற்காகத்தான் அது. கொஞ்சம் குடித்துவிட்டால் வித்தியாசமான உருவமும் பாவமும் வரும். தைரியமும் ஏதாவது செய்வதற்கான நம்பிக்கையும் வரும்.

அசீஸ் உடன் சேர்ந்து ரூம் எடுத்த பின்னர், அவன் வெளியே சென்று அரைபாட்டில் பிராந்தி வாங்கிக்கொண்டு வந்தான். டம்ளரும் எங்கிருந்தோ ஏற்பாடு செய்துதந்தான். இப்போது போல அல்ல, பெண்களுள்ள அறைக்கு டம்ளர் கேட்டால் கிடைக்காது. கிடைத்தால்கூடக் கண்ணாடி டம்ளர் கிடைக்காது; ஸ்டீல் டம்ளர்தான்.

இதையெல்லாம் ஏற்பாடு செய்து தந்துவிட்டு அசீஸ் வெளியே போனான், வாடிக்கையாளரைத் தேட வேண்டுமே.

சாராயம், சாப்பாடெல்லாம் வாங்கி வைத்தபின் குளிப்பது என்னுடைய வழக்கம். நல்ல ஷாம்பூ, இல்லையெனில் ஷாம்பூ கிடைக்காத காலத்தில் துணி துவைக்கக்கூடிய காரத்தை வைத்து நுரை ததும்பக் குளிப்பேன். அப்போது முடி முழுவதும் பூதம்போல விரிந்து நிற்கும். சாதாரணமான பெண்களில் இருந்து வித்தியாசமான உருவத்தில்.

குளித்து முடித்துவிட்டுப் பயங்கர ஸ்டைலாக வந்தேன். கதவின் வலது பக்கத்தில் ஒரு சாதாரண மேசை இருந்தது; அதனருகே மரநாற்காலியும். பிராந்தி ஊற்றிவைக்கப்பட்டிருந்தது. கதவு பூட்டப்படவில்லை. கதவு பூட்டப்பட்டிருந்தால்,

போலீஸ்காரர்களாக இருந்தாலும் ரவுடிகளாக இருந்தாலும் கதவைத் தட்டுவார்கள். தட்டினால் பின்னர், "நீ ஏண்டீ இங்க, வேற யாரும் இல்லயா" என்றெல்லாம் கேள்வி வரும்.

நான் அப்படி நிற்கும்போது போலீஸ் வண்டி சட்டென்று மிதித்துத் திருப்பி இங்கே வந்து பிரேக் அடித்தது! மெயின் ரோட்டில்தான் லாட்ஜ். திருச்சூர் நகரத்திலிருந்து குறுப்பம் ரோட்டிற்குச் செல்லும் மெயின் ரோடு. போலீஸ்காரர்களின் பாணிதான் இப்படித் திடீரென்று அதிர்ச்சியுண்டாக்கிக்கொண்டு உள்ளே வருவது.

பாதிக் கதவைத் திறந்து பார்க்கும் நேரத்துக்குள் இந்த வண்டி வருவதும் நிற்பதும் எல்லாம் நடந்து முடிந்துவிட்டது. அறையிலோ பிராந்தி ஊற்றிவைத்திருக்கும் வாசனையைக் கொஞ்சம் கவனித்தால்கூட யாராலும் கண்டுபிடித்துவிட முடியும். விலை உயர்ந்த சரக்கு ஒன்றும் இல்லை, லோக்கல்தான். பயங்கர நாற்றம் அடிக்கக்கூடியது.

நான் மனதைரியத்தைக் கைவிடவில்லை. அவர்களின் முகத்தையே பார்த்துக்கொண்டு டம்ளரையும் பாட்டிலையும் நாற்காலியில் எடுத்துவைத்தேன். மேசைக்கும் நாற்காலிக்கும் இடையிலுள்ள உயர வேறுபாட்டினால் அது வெளியே தெரியவில்லை. வந்தவுடனேயே இந்தச் சம்பவத்தைப் பார்த்தால் பின்னர் அடி வாங்குவதற்கு வேறு எங்கேயும் போக வேண்டாம்.

போலீசுக்கோ எந்தக் கேள்வியும் பேச்சுமில்லாத அடிதான். குடிக்கின்ற பெண்ணாக இருந்தால், அவள் பாலியல் தொழிலாளிதான் என்றும் பாலியல் தொழிலாளியாக இருந்தால் அவ்விடத்தில் தங்கியிருப்பதற்கு வந்தவள்தான் என்றெல்லாம் தீர்மானித்துக்கொண்டு அடிப்பார்கள்.

பாட்டிலும் டம்ளரும் எளிதாக எடுத்துவைத்து முடித்த போது எனக்கு ஒரு பாவமாற்றம் உண்டானது. சட்டென்று, சாதாரணமான நடிகையில் இருந்து கதாபாத்திரத்திற்குள் செல்லும் மாற்றம். வேகமாக அதையெல்லாம் கீழே எடுத்து வைத்து, எல்லாவற்றையும் ஒருமுறை உதறிச் சரிசெய்துவிட்டு, வாசலில் வந்து கதவைப் பிடித்துக்கொண்டு நின்றேன். ஒரு கையை, பிராந்தி இருக்கின்ற இடத்திற்குக் கொஞ்சம் தாழ்த்தினேன். பாட்டில் வைத்திருப்பது யாருக்கும் தெரியக்கூடாது அல்லவா?

இரண்டு போலீஸ்காரர்கள் வந்து ஏகமாக ஒருமுறை பார்த்து விட்டுச் சட்டென்று, "ஃபேமிலியா?" என்று கேட்டார்கள். நான் சொன்னேன், "ஆமாம்."

பள்ளிக்கூடத்தில் வருகைப்பதிவு எடுப்பது போலத்தான். ஒரு கேள்வி, ஒரு பதில். பெயரைச் சொல்லி அழைக்கும்போது "எஸ் சார்" என்ற ஒற்றைப் பதில் அல்லவா; 'ஃபேமிலியா? ஆமாம்!' கேள்வி முடிந்து அவர்கள் ஓடுகிறார்கள். வேறு அறைகளில் உள்ள பெண்களும் ஆண்களும் ஓடிப்போவதற்கு முன்னரே பிடிக்க வேண்டும் அல்லவா? மேல்நோக்கி ஓடுகின்ற நேரத்தில் எஸ்.ஐ. எனக்கு நேராகத் திரும்பி வந்து, "ஃபேமிலின்னு தானே சொன்னீங்க?" என்று கேட்டார். நான் மீண்டும் சொன்னேன், "ஆமாம்." அப்போதும் வாசற்படியில் இருந்து நான் நகரவில்லை.

அவர்கள் மேலே சென்றார்கள். ஏறக்குறைய இருபத்தி நான்கு அறைகள் இருந்தன. ஒரு ரவுண்ட் எல்லா இடத்திற்கும் சென்று விட்டுத் திரும்பி வந்தார்கள். அதனிடையே நான் பிராந்தியை எல்லாம் பாட்டிலில் ஊற்றி, படுக்கைக்கு அடியில், நடுவில் ஒளித்து வைத்திருந்தேன். டம்ளரைக் கழுவி வைத்தேன்.

"ஃபேமிலின்னு தானே சொன்னீங்க?"

"ஆமாம்."

"கூட யாரு வந்திருக்கிறது?"

"புருசன்."

"புருசன் எங்க?"

"வெளிய போயிருக்காங்க."

"எதுக்கு வெளிய போனாங்க?"

"மெடிக்கல் காலேஜ் போயிருக்காங்க."

இவ்வளவு நேரத்திற்குள் தயார் செய்த ஒரு திட்டம்தான் இது, மெடிக்கல் காலேஜ் விஷயம்.

"மெடிக்கல் காலேஜில யாரு?"

"அம்மா."

"புருசனோட வீடு எங்க?"

"கோட்டயம்."

"அதென்ன, கோட்டயத்தில மெடிக்கல் காலேஜ் இல்லாம தான் இங்க வந்தீங்களா?"

அதுவரை திட்டமிட்டபடிதான் சென்றுகொண்டிருந்தேன். "அம்மா மருத்துவமனையில், கணவர் பார்ப்பதற்காகப் போயிருக்கிறார்."

‘எந்த வார்டில்’ என்றெல்லாம் சொல்வதற்குத் திட்டம் இருந்தது. ஆனால், கோட்டயத்தைப் பிடித்துக்கொண்டு கேட்ட போது திட்டம் சுக்குநூறானது.

“சார் எனக்கொரு ரெண்டு நிமிசம் கொடுங்க.”

“அது எதுக்கு?”

“அது. . . என்னோட வீடு திருச்சூர்தான். அம்மா திருச்சூரில இருந்து வந்துதான் ஆஸ்பத்திரியில படுத்திருக்காங்க. ஆனா, என் புருசனோட வீடு கோட்டயத்தில. புருசனோட வீட்டுக்காரங்களுக்கும் அம்மாவோட வீட்டுக்காரங் களுக்கும் இடையில சண்ட. அதனாலதான் நாங்க தெரியாம பார்க்குறதுக்கு வந்திருக்கிறோம். வீட்டுக்காரரு முதல்ல போயிட்டு அம்மா அங்க இருக்கிறாங்களா, வீட்டில இருந்து யாராச்சும் வந்திருக்காங்களான்னு எல்லாம் பாத்துட்டு வருவாரு. அதுக்கு அப்புறம் நான் போயிப் பார்ப்பேன்.”

ஒரே மூச்சில் இதைச் சொல்லி முடித்தேன். பயந்து, தப்பிப்பதற்காக, ஒரு மின்னல் கீற்றுபோல, கதை சொல்லக்கூடிய திறன் மனதின் உள்ளே வந்ததுதான். இது என்னுடைய திறமை மட்டும் அல்ல. பாலியல் தொழிலாளியாக வாழும்போது பலருக்கும் முடிகிற ஒன்றுதான். அழகாக, நல்ல கதை சொல்கிற ஆள்தான் நல்ல பாலியல் தொழிலாளி; அல்லாமல் அழகு உள்ளவர்கள் அல்ல. கதை நன்கு பொருந்தி இருக்க வேண்டும். என்னையும் ஒரு ஆணையும் சேர்த்துப் போலீஸ் பிடித்தால் இரண்டு பேரையும் அந்தப்பக்கமும் இந்தப்பக்கமும் தனித்தனியாக நிறுத்துவார்கள். பிடித்தவுடன் அடி வாங்காமல் இருப்பதற்காகக் கணவன், மனைவி என்று சொல்வோம். “உன் வீடு எங்க?”, “இந்த இடத்தில.” “உன்னோட வீடு எங்கடீ?” இரண்டு பேரிடமும் தனித்தனியாகக் கேட்கும்போது, பல வேளைகளிலும் கதை கந்தலாகிவிடும். “டேய், அவளோட வீடு ஓல வீடா?”, “இல்ல சார், ஓட்டு வீடு.”

“ஏன்டீ, உன்னோட வீடு, ஓல வீடா, ஓட்டு வீடா?”

“ஓல வீடுதான் சார்!”

இத்தோடு கணவன்–மனைவி என்ற சம்பவம், மொத்தத்தில் நொறுங்கிப் போய்விடும். அதனால் ரூம் எடுப்பதற்கு முன்னாலுள்ள பிளானிங்கின் பகுதியாகத்தான் கதை சொல்வதும். எனக்கு அது நன்றாகவே வரும்.

என்னவானாலும் என்னுடைய கதையைக் கேட்டுப் போலீஸ்காரர்கள் திரும்பிச்சென்றனர். இரண்டாம் நம்பர்

ரூமில் இருக்கிறேன் என்று சொன்னேன் அல்லவா? அதன் ஒரு அறைக்கு அப்பால் கேஷ் கவுண்டர் இருந்தது. பணம் வசூலிக்க உட்கார்ந்திருப்பவனுக்கு இதைப் பார்த்தும் என்னிடம் பயங்கரமான மதிப்பு. அவன் வந்து கேட்டான்:

"பேரு என்ன?"

"நளினி."

"நீ என்ன சொல்லி அவங்கள போக வெச்சே?"

"என்ன, அவங்க போனதைப் பாக்கலையா?"

உண்மையைச் சொன்னால், எனக்கு உயிர் திரும்பக் கிடைத்த நிம்மதியில் இருந்தேன். நான்கு நாட்களில் காசு சம்பாதிப்பதற்காக வந்துவிட்டு, நானும் ஜெயிலுக்குப் போனால் மகள் கைவிட்டுப் போய்விடுவாள். கணவனையும் இழக்க நேரிடும். இதனுடைய எல்லாம் போராட்டம்தான் மனதில். 'அசீஸ் கணவன்தான்' என்றும் 'வெளியே சென்றிருக்கிறார்' என்றும் சொன்ன விவரம் பணம் வாங்க உட்கார்ந்திருந்த அவனுக்குப் புரியவில்லை.

"வெளியே போயிருக்காங்கன்னு சொன்னா அவங்க நம்ப மாட்டாங்க இல்லயா?"

"விளக்கமா அப்புறம் சொல்றேன். நீ அப்புறமா வா – முதல்ல எங்களுக்கு ஏதாவது ஆள ரெடிபண்ணித் தா." உண்மையில் எல்லா மேனேஜரிடமும் அப்படிச் சொல்லத் தோன்றாது. குறிப்பாக, விஜயா லாட்ஜ் வெளியே கொஞ்சம் டீசன்ட்தான்.

அப்படி வந்து கேட்டவனின் பெயர் ஜோஸ் என்பது எனக்குப் பின்புதான் தெரிந்தது. இளைஞன்தான்; ஒரு ஜென்டில்மேன். போலீசை விரட்டிவிட்டதைப் பார்த்தபோது என்னிடம் அவனுக்கு ஒரு வாரத்திற்குள்ளாகவே காதலைப் போன்ற விருப்பம் வந்தது. என்னுடைய மனதிலோ, அவன் எந்த விளையாட்டாக என்னிடம் வந்தாலும் எனக்குப் பணம் வேண்டும் என்ற எண்ணம் மட்டும்தான். அதற்கு அப்பால் வேறு எந்த யோசனையும் இல்லை.

ஒன்றிரண்டு வாடிக்கையாளர்களை அவன் என்னுடைய அறைக்கு அனுப்பினான். ஒரு மத்தியானம் இடைவேளை நேரத்தில் என்னிடம் வந்து கேட்டான்: "என்ன நடந்துச்சு? எப்படித்தான் உன்ன விட்டாங்க? என்ன இந்த அளவுக்குப் பெரிய கதை சொல்றதுக்கு இருக்குது?"

அடுத்த மேனேஜர், சந்திரன் வந்தபோது ஜோஸ் என்னுடைய கதையைச் சொன்னான்: "உனக்கு எதுவும் தெரியாது – ரெண்டாம் நம்பர்ல ஒரு பார்ட்டி வந்திருக்கு. பயங்கர கில்லாடிதான். ஒரு நிமிஷத்தில உண்ணி ராஜாவ விரட்டிட்டாங்க."

உண்ணி ராஜா பயிற்சிக் காவலராக வந்தபோதே பயங்கரமானவனாக இருந்தானாம். ஜோஸின் விவரணையைக் கேட்டதும் சந்திரன் ஓடிவந்தான், கதை கேட்பதற்காக.

நல்ல கனமான வெளிநாட்டுப் புடவை என்னிடம் இருந்தது. சைனா சில்க் அல்ல. சைனா சில்க் அளவிற்கு மினுமினுப்பு இல்லாத, கனமான ஒரு வெளிநாட்டுப் புடவை. சதுரக் கட்டங்களுள்ள, சிவப்புக் கரையுள்ள புடவை. அதைக் கட்டிக்கொண்டு சினிமா விளம்பரம்போல நான் அப்படி ஸ்டைலாக நின்றுகொண்டிருந்தேன். சந்திரன் ஓடிவந்து:

"ஆமா, நீங்கதானே இங்க புதுசா ரூம் எடுத்த நளினி. ஜோஸ் கதையெல்லாம் சொல்லீட்டான், நான் அப்புறமா வர்றேன்."

இதையும் சொல்லிவிட்டு ஓடிப்போனான். அறையின் முன்னால் நிற்பதெல்லாம் அவர்களுடைய வேலையைப் பாதிக்கும். அன்றைய இரவு முடிந்து, மறுநாள் பகல் டூட்டிக்குச் சந்திரன் மீண்டும் வந்தான். என்னிடம் வந்து சொன்னான்.

"டீச்சரே, இது என்ன வெளிநாட்டுப் புடவைதானே."

"ஆமா."

"விக்கிறீங்களா?"

"புடவ விற்கமாட்டேன். விற்கிறதுக்கு வேற சில பொருள்களெல்லாம் இருக்குது. என்ன மார்க்கெட் இருக்குதா?"

இவன் புடவை கேட்பதும், டீச்சரே என்று கூப்பிடுவது மெல்லாம் உண்மையாக அல்ல. 'என்னடி பூமவளே' என்று கூப்பிடுவதற்குப் பதிலாக உள்ள டீச்சர்தான் இது. இந்தப் பேச்சுக்களெல்லாம் ஒருவிதமான குறிச்சொற்களை எறிந்து விளையாடுவது போலத்தான். தக்க பதில்களைச் சொல்வதும் எங்கள் வாழ்க்கையின் பகுதிதான்.

"உம் . . . வாங்குறதுக்கு எல்லாம் ஆளுங்க வரிசையில நிக்கிறாங்க. ஜோஸ்தானே இப்ப இங்க உள்ள ஆளு?"

"ஆ, எல்லாரும் ஒரேமாதிரின்னு நினைக்க வேண்டா. ஜோஸ் அப்படிப்பட்ட ஆளெல்லாம் இல்ல. எனக்குப் பார்ட்டி வேணும்ன்னா புடிச்சுத் தர்றதுக்கு அசீஸ் உண்டு."

"உம், நடக்கட்டும் நடக்கட்டும்" என்று சொல்லிவிட்டுச் சந்திரன் போனான்.

அவன் அந்தப்பக்கம் சென்றதும் புதியதொரு கதாபாத்திரம் இங்கே வந்தது; வேணு நாயர். நம்முடைய சினிமா நடிகர் ஸ்ரீராமனால் நடிக்கக்கூடிய வேடம்தான். முழுக்கைச் சட்டை அணிந்து, பேன்ட் இன் செய்து, முழுக்கைக்கு மேலே தங்கக் கைக்கடிகாரம் கட்டிய நபர். சாதாரணமாக, முழுக்கை என்றால் தங்கக் கைக்கடிகாரம் வெளியே கட்டி, ஒரு பட்டனைத் திறந்துவிட்டு, சிறியதாகச் சந்தன பொட்டும் வைத்து அவர் வந்தார்.

சந்திரன் என்னுடைய அறையின் முன்னால் நின்று பப்ளிக்காகத்தான் பேசினான். அங்குள்ள பிசினஸ் இதேபோன்ற சில இடைவேளைகளில்தான் நடக்கும். பார்ட்டி வருவது, காசு வாங்குவது, பார்ட்டி போவது என எல்லாம். மூன்று, நான்கு நிமிடத்திற்குள் இருநூறு ரூபாய் கிடைக்கின்ற மிகச் சிம்பிளான பிசினஸ்.

“ஆ, என்ன சந்திரா, கஸ்டமர் கிட்ட என்ன விவாதம்.”

(ரூம் எடுத்திருக்கின்ற வாடிக்கையாளரைத்தான் இங்கே நினைத்தது.)

“ஒண்ணுமில்ல, இவங்க புதிய ஆளு, எங்கிருந்தோ தங்குறதுக்கு வந்திருக்கிறாங்க. சரியான முகவரி கேட்டுட்டு இருந்தேன்.”

“முகவரி எழுதி வைக்கலயா?”

‘எழுதி வச்சிருக்கிறேன்’ என்று மிகுந்த பணிவோடும் பயத்தோடும் சொல்லிச் சந்திரன் அந்தப் பக்கம் போனான். அவர் கொஞ்சநேரம் ரூமுக்கு முன்னால் நடந்துகொண்டிருந்தார். பிறகு போய்விட்டார். மீண்டும் நடந்தார். அறையைப் பாதி மூடி வைத்திருந்தேன். ஒளிந்து பார்க்க முடியாது. அவர் அப்படித் தெற்கு வடக்காக நடந்துகொண்டிருந்தார். கொஞ்சநேரம் கழித்து நான் தெரியாததுபோலக் கதவைத் திறந்து போட்டுவிட்டுப் பாத்ரூமுக்குச் சென்றேன். அக்காலத்தில் நூற்றியொரு புடவை இருந்தாலும் பாவாடை வெள்ளை மட்டும்தான். அதற்கு அப்பால் எந்தப் பாவாடையுமில்லை. நான் குளித்துவிட்டு, வெள்ளைப் பாவாடை கட்டி, ஒரு துண்டினை மேலே போட்டுக்கொண்டு, அறையின் இந்தப் பகுதியில் வந்து, தெரியாததுபோலப் புடவையெல்லாம் பயங்கர ஸ்டைலாகக் கட்டுவதற்குத் தொடங்கினேன். என்னுடைய எண்ணம், இவர் இந்த இடத்தின் முதலாளியாக இருக்க வேண்டும் என்பதுதான். முதலாளியாக இருந்தால் கொஞ்சம்கூடக் காசு கிடைக்கும்.

சந்திரன், ஜோஸ் வழியாக வி.ஐ.பி. பார்ட்டிகள் மேலே இருந்தும் வரத் தொடங்கியிருந்தார்கள். என்னைப்போல அவ்வப்போது தொழிலுக்கு வருகிற பெண்கள் இருந்தனர்.

எங்களுக்குப் பரஸ்பரம் தெரியாது. ஆனால், அங்கே ஆள் உண்டு என்று தெரியும். பெண்கள் நாலைந்து மணிநேரம் இருந்துவிட்டு வேகமாகக் காசு சம்பாதித்து, வேகமாக வெளியே போய்விடுவார்கள். ஒரு ஆளைக் கூட்டிக்கொண்டு வருவார்கள். இரண்டு பேரை அங்கேயே பிடிப்பார்கள். மூன்று பேர் வேகமாக வந்துவிட்டு போவார்கள். 200 ரூபாய் ரெடி காசில்தான் இது. 50 ரூபாய் புரோக்கருக்கு. மீன் பொதிந்து கொடுப்பதுபோலச் சட்டென நடக்கும் பிசினஸ்தான் இது. நான் அறையில் நின்று ஒருக்களித்துப் பார்த்தபோது வேணு நாயர் அங்கிருந்து ஒரு தரிசனம் செய்தார். தரிசனம் முடிந்ததும் அவர் போனார்.

வேணு நாயருக்கு எப்படியாவது என்னோடு பழக்கமாக வேண்டும் என்று இருந்தது. ஆனால், பாலியல் தொழிலாளி என்ற சந்தேகம் மனதில் இருந்தாலும் உறுதியாகத் தெரியவில்லை. பாலியல் தொழிலாளி என்பதற்கு மனதில் ஒரு உருவம் இருக்கும்; கண்மை, பொட்டு, பவுடர். பெரிய, நீண்ட கண்மை வரைந்து, புருவம் எல்லாம் பெரிதாக வரைந்துகொண்டுதான் இரவில் நிற்பர். வேகமாக ஆள் கிடைப்பதற்கு உண்மையில் அதுதான் நல்லது. ஆனால் நான் இங்கே, மிகவும் மிதமான ஒப்பனையில்தான் நின்றேன். அதனால் அவரால் தீர்மானிக்க முடியவில்லை.

கடைசியில் அவர், “எனக்கு அந்தப் பார்ட்டிகிட்டக் கொஞ்சம் பழக்கப்படணும்னு தோணுது சந்திரா” என்று கேட்கவேண்டி வந்தது. ஆனால், ஜோஸூக்குத் தெரியக்கூடாது.

ஜோஸ் அழகனும், தேவைப்பட்டால் ரவுடியுமாக இருப்பவனும்தான். அத்தகைய மேனேஜர் இல்லாமல் லாட்ஜை நடத்திச் செல்லவும் முடியாது. அங்குள்ள முக்கிய வருமானம், பாலியல் தொழிலாளிகளுடையதுதான். பாலியல் தொழிலாளிகளை எதிர்பார்த்து வாடிக்கையாளர்களும், வாடிக்கையாளர்களை எதிர்பார்த்துப் பாலியல் தொழிலாளிகளும் வந்து காத்திருப்பார்கள். எல்லாவற்றையும் ரவுடியிசத்தில் மேற்பார்வை செய்வதற்குப் பொருத்தமான ஆள்தான் ஜோஸ். சந்திரன் கொஞ்சம் பலவீனன்.

மூன்று நாட்களுக்குள் ஜோஸ் என்னுடைய வாடிக்கையாளனாக மாறியிருந்தான். எனக்கு நல்ல வாடிக்கையாளர்களை அனுப்பித்தரவும் தொடங்கினான். மொத்தத்தில் என்னுடைய ஆளாக மாறினான். சந்திரன் தொட்டும் தொடாமலும் விளையாடிக்கொண்டிருந்தான். இதுமட்டுமன்றி வேணு நாயருக்கும் நான் வேண்டும்!

வேணு நாயருக்கும் வேண்டும் என்பதை, என்னாலும் புரிந்துகொள்ள முடிந்தது. ஆனால், அவரிடமிருந்து என்ன

பிரதிபலன் வாங்க வேண்டும் என்பதைப்பற்றி எனக்கு எந்த ஐடியாவும் இல்லை. சாதாரணமாக ஒரு மேனேஜர் இரண்டு வாடிக்கையாளர்களைத் தந்து, இருநூறுக்குப் பதிலாக நூறு ரூபாயும் தந்து, காரியமும் நடத்திவிட்டுப் போவார். ஆனால், ஜோஸ் அப்படியல்ல. இருநூறு ரூபாயும் தந்து காரியமும் நடத்திப் போவான்.

நாலைந்து நாட்களுக்குப் பிறகு பணம் சேர்த்துக்கொண்டு நான் வீட்டிற்குச் சென்றேன். போகும்போது சந்திரன் சொன்னான், "உன்கிட்ட வேணு அண்ணா சொல்லச் சொல்லியிருக்காரு, இனி வர்றதா இருந்தா இங்கதான் வந்து ரூம் எடுக்கணும்ன்னு." அத்தோடு நான் உறுதி செய்தேன், இவர் வாடிக்கையாளர்தான்.

கோட்டயத்திற்குச் சென்று காசைக் கொடுத்து, இன்றியமையாத தேவைகளுக்குச் செட்டில் செய்துவிட்டு வேகமாகத் திரும்பிவந்தேன். இந்த முறை மேலேதான் ரூம் கிடைத்தது. இரண்டாம் நம்பர் ரூம் அளவிற்கான பார்வை அங்கே இல்லாததினால் வாடிக்கையாளர்கள் கொஞ்சம் குறைந்தனர். ஒரு மதிய நேரத்தில் சந்திரன் வந்து சொன்னான்: "டீச்சரே, வேணு அண்ணாவுக்கு நீங்க வேணும். வேணு அண்ணாவோட பிரைவேட் ரூமுக்குப் போகச் சொன்னாரு. பணமெல்லாம் எவ்வளவு வேணும்னாலும் தரலாம்ன்னு சொன்னாரு."

அதற்கு முன்பு ரோட்டில் நின்றுகொண்டிருந்த ஆள்தான் நான். இங்கே இப்போது ஒரு வி.ஐ.பி. பாலியல் தொழிலாளி – கால் கேர்ள் – என்ற ரீதியில்.

"பிரைவேட் ரூமுக்கெல்லாம் போயாச்சுன்னா ரொம்ப நேரமாகும் சந்திரா. செக்ஸ் மட்டுமில்ல அங்க. பேசுறதும் கதை சொல்றதுமெல்லாம் உண்டு."

"இல்ல, அத செஞ்சாதான், எங்களாலே உங்கள கவனிக்க முடியும்."

ஜோஸ் அவரைச் 'சார்' என்றுதான் அழைக்கிறான். அங்குள்ள பலம்பொருந்திய ஒரு ஆள். கொஞ்சம் நேரம் வீணானாலும் இவரைக் கவனித்தே ஆகவேண்டுமென்று தீர்மானித்தேன்.

அப்போதெல்லாம் காலையிலிருந்தே சாராயம் குடிக்கத் தொடங்கிவிடுவேன். அதிகமான வாடிக்கையாளர்கள் வந்தால் கிட்டத்தட்ட நானூறு ரூபாயை ஆடம்பரமாகச் செலவு செய்வேன். நானூறு ரூபாய் என்றால் இன்றைய நாலாயிரத்திற்குச் சமம்.

அடுத்தநாள் காலையில் அவர் சொல்லி வைத்ததுபோல, வாடிக்கையாளர்கள் யாரையும் ஏற்றுக்கொள்ளாமல் புதுமணப்

பெண்ணைப்போலச் சென்றேன். நான் அந்த அறையில் நுழையும் போது, அவர் ஒரு சிறிய வேட்டியைக் கட்டிக்கொண்டு, தொப்புள் வரையுள்ள, தடிமனான தங்கச் செயினைப் போட்டுக்கொண்டு, 'நான்தான் அழகன்' என்பதுபோல நின்றுகொண்டிருந்தார்.

"எதுக்கு வரச் சொன்னீங்க?"

"உள்ளே வா. உள்ளே வா. யாருக்கும் தெரியவேண்டா, உள்ளே வா." நான் உள்ளே செல்லச்செல்ல இவர் கதவை அடைத்தார். ஸ்கிரீன் துணியையும் இழுத்துவிட்டார்.

"காசு எவ்வளவு வேணும்! காசு எவ்வளவு வேணும்."

"உங்களோட ரூமுக்கு வந்தா எனக்கொரு மூணு பேராவது போயிடுவாங்க. அத கணக்கில வச்சுத் தந்தா போதும்."

வேகமாக, ஐம்பது ரூபாய் நோட்டுகளைப் படபடவென்று எண்ணி அறுநூறு ரூபாய் எடுத்துக் கையில் தந்தார்! "போதுமா" என்று கேட்டார்.

"போதுமான்னு கேட்டா, தினமும் இந்த வேலை செஞ்சிட்டு, அம்பதினாயிரம் கிடைச்சாலும் எனக்குத் தேவை இருக்குது."

"அதுவா, தரணும்னு தோணுது. ஆனா, என்கிட்ட இல்ல. இப்ப இப்படிப் போகட்டும்."

பின்பு அவர் ஓடிவந்து கட்டிப்பிடிப்பதும் சுற்றுவதும் ஆர்ப்பாட்டம் செய்வதும் எல்லாம் செய்தார்; சினிமாவில் மோகன்லாலைப்போல. ஏதோ விருப்பப்பட்ட பொருள் கிடைத்ததைப்போல ஒரு துள்ளிக்குதிப்பு.

கிட்டத்தட்ட அரை, முக்கால் மணிநேரம் அப்படியும் இப்படியும் நடப்பது, கதை சொல்வது, கண்ணாடிக்கு முன்னால் என்னை அழைத்துக்கொண்டுபோய் நிற்கவைத்துப் பார்ப்பது, முகத்தைப் பிடித்துப் பார்ப்பது, தோளில் கை போட்டுக்கூட நின்று பார்ப்பது. . .

என்னைவிட நல்ல உயரமுள்ள ஆள்தான். எனக்கோ, சராசரி உயரம்தான். என்னை உயரம்கூடிய செருப்புப் போடவைத்து, தோளோடு தோள்சேர்த்து நிறுத்திக் கல்யாணப் புகைப்பட ஸ்டைலில் கண்ணாடியில் பார்ப்பது எல்லாம் கழிந்தது; விஷயமும் முடிந்தது.

"அது, இப்ப நான் இவ்வளவுதான் தர்றேன். நீ போகும்போது உனக்கு வேண்டிய காச கேஷ்ல இருந்து வாங்கிட்டுப் போகணும்."

காதலின் வலிமை.

அவருடைய உரையாடல் முழுவதும், மற்றவர்கள் நளினியைப் பற்றி அப்படிச் சொன்னார்கள், இப்படிச் சொன்னார்கள் என்பதாக இருந்தது. எதற்கும் முற்றுப்புள்ளியோ காற்புள்ளியோ இல்லை. ஜோஸ், "உண்ணிராஜாவ துரத்தி விட்டவன்னு" சொன்னான். "இதுபோலத் தைரியமான ஒருத்தங்க இந்த ரூமுக்கு வந்ததில்லன்னு" சந்திரன் சொன்னான். "சாதாரணமான வேசியெல்லாம் கிடையாது. ஏதோ தேவைக்கு மட்டும் வந்தவதான், வழக்கமான சம்பவம் இல்லன்னு" சொன்னாங்க. ஈஸேப்பு (ரூம் பாய்), "அக்கா இப்படி எப்பவும் தண்ணி அடிச்சிட்டு இருக்காங்கன்னு" சொன்னான்; "அப்படியெல்லாம் சாராயம் குடிக்கக்கூடாது! சாராயமெல்லாம் உடம்புக்குக் கேடுன்னு தெரியுமில்லயா?"

"அப்புறம், இந்த மீதியுள்ள வேலையெல்லாம் பயங்கரச் சந்தோஷமுள்ளது இல்லயா?"

அவர் செய்வதெல்லாம் ரொம்ப நல்லதுதான் என்ற அவரது நினைப்பின்மீது, சிறியதாக ஒரு குத்துக் கொடுத்தேன்.

"அச்சோ! அப்படியில்ல, என்னோட பேரு வேணுகோபாலன் நாயர்" பெயரை உறுதியாகச் சொன்னபிறகு, "நான் பெயர்பெற்ற குடும்பத்தில் உள்ளவன்தான். இங்குள்ள முக்கியமான ஆளு. யார்ன்னு எல்லாம் தெரிஞ்சுக்க வேண்டாம். ஆனா, என்னோட பெயர உங்க பெயரோட சேர்த்துச் சொல்றது ரொம்ப மோசம்."

இதையெல்லாம் வகுப்பு எடுப்பதைப் போலத்தான் அவர் சொல்லிக்கொண்டிருந்தார்.

இப்படித் தன்னைப்பற்றிச் சொல்லிக்கொண்டிருப்பது என்பதல்லாமல் வேறு கேள்விகள் எதுவுமில்லை. 'நீ யாரு, என்ன, எப்படி இந்தத் தொழிலுக்கு வந்த' என்றெல்லாம்தான் பொதுவாக ஆட்கள் பேசத்தொடங்குவார்கள். இல்லையென்றால் 'காசுக்கு என்ன இவ்வளவு தேவை? புருசன் இருக்கிறாரா?' – இவருக்கு இதற்குப் பதிலாக, அவர் நடத்துகிற நிறுவனத்தில் என்னென்ன நடக்கிறது, மோசமான விஷயங்களை எப்படி எதிர்கொள்வது, போலீஸில் அவருக்கு இருக்கும் தொடர்பு, அவருடைய குடும்பம், பிறந்தநாள், கோத்திரம் இதெல்லாம்தான் உரையாடல் விஷயங்கள்.

குறிப்பாக, கேட்பதற்கு ஆர்வம் தோன்றாத 'பெருமை பேசுவதை' நிறுத்தாமல் பேசிக்கொண்டிருப்பார். பெல்லும் பிரேக்கும் இன்டர்வெல்லும் இல்லை.

அந்த முறையும் அங்கிருந்து நான் நன்றாகக் காசு சம்பாதித்தேன்.

மூன்றாவது முறை அங்கே சென்றபோது பெரிய பிரச்சனை வந்தது. அதைப்பற்றிச் சொல்லவேண்டுமானால் லாட்ஜில் நிற்கின்ற பாலியல் தொழிலாளர்களின் நடைமுறை களைக் கொஞ்சம் புரிந்துகொள்ள வேண்டும். ஒருமுறை வந்துசெல்வதற்கு 200 ரூபாய்தான். ஒருமணி நேரத்திற்கு எடுத்தால் டபுள் சார்ஜ். பகலில் வருவது, பகல் இரவுகளில் வருவது – அப்படித்தான் வழக்கம். 'ஒன் டைம்' என்றால் ஒருமுறை காரியம் முடிந்து செல்லுதல் என்பதுதான். இரண்டு நிமிடம் ஆகலாம், மூன்று நிமிடம் ஆகலாம், பத்து நிமிடம்வரை ஆகலாம். கதை சொல்வதற்கெல்லாம் நேரமில்லை.

அவனுக்கு வேண்டுமென்றால் ஆடையை அவிழ்க்கலாம். நான் அவிழ்க்க வேண்டுமென்று நினைத்தால் அவிழ்க்கலாம். அது எதுவும் அவ்வளவு பெரிய அவிழ்த்தலெல்லாம் இல்லை. பாவாடையையும் புடவையையும் அந்தப் பக்கமோ இந்தப் பக்கமோ ஒதுக்குவது.

ஜாக்கெட் போடலாம். அதுதான் இதனுடைய ஒரு கணக்கு. நேரத்தை நிச்சயித்துவிட்டுத்தான் வருவதும், காரியத்தை முடிப்பதும். அசீஸ்தான் கூட்டித் தருகிறான் என்றால் அசிஸுக்கு அதில் பெரிய ரோல் உண்டு. அவன் கேட்பான், "டைமிங் தீர்மானிச்சிருக்கியா? காசு கிடைச்சுதா? காசு நான் வாங்கணுமா?" எங்களுக்கு இடையேயான கேள்வியும் பதிலும் இதெல்லாம்தான்.

இந்தமுறை கொஞ்சம் ஆட்கள் வந்து, குழுவாகச் சேர்ந்து முன்பதிவு செய்தார்கள். முழு இரவுக்குத்தான் புக் செய்தனர். அவர்கள் லாட்ஜில் வேறு அறையில் தங்கியிருந்தார்கள். ஒரு பார்ட்டி வந்துவிட்டு, முழு இரவுக்குத் தீர்மானித்தார். இப்படித் தீர்மானித்தால் இருக்கக்கூடிய முறை, ஒருவர் தீர்மானித்தால் அவருடைய நண்பனுக்காகவும் நான் படுக்கமாட்டேன் என்பதுதான். ஒரு ராத்திரி முழுவதும் அவன் காரியத்தைச் செய்தாலும், இல்லையென்றாலும், நாம் சாப்பிட்டாலும், சாராயம் குடித்தாலும், உறங்கினாலும் அவனுடன்தான்.

இவர்கள் என்ன செய்தார்கள் என்றால், ஃபுல் டைமிங் தீர்மானித்த பின்பு ஒருவன் வந்து விஷயத்தை முடித்துவிட்டுப் போனான். எட்டு மணிக்கு அது நடந்தது. ஃபுல் நைட் டைமிங் என்று சொன்னால் பன்னிரண்டு மணிநேரம்தான்.

அதாவது மறுநாள் காலை எட்டு மணிவரை. ஆயிரம் ரூபாய்தான் எனக்குத் தந்தான். முதலாவது ஆள் போனபின்பு இரண்டாவது முறை வேறொருவன் வந்தான். "முடியாது" என்று சொன்னேன். தங்களுக்கும் சேர்த்துத்தான் ஃபுல் நைட் புக்

செய்ததாக அவன் சொன்னான். உண்மையில், அவர்களுக்கு இந்த நடைமுறை தெரியாமல் நிகழ்ந்ததுதான். நான் சொன்னேன், “அது முடியாது.”

“ஓ, அப்ப நீ என் கூடப் படுக்க மாட்டியா?”

“அப்படியில்ல, தீர்மானிச்சது அப்படியானதாலதான். உங்களுக்கு வேணும்னா இது முடிஞ்சதுக்கு அப்புறமா டைம் தீர்மானிக்கலாம். இடையில வந்தாச்சுன்னா எக்ஸ்ட்ரா காசு தரணும்.”

அவன் சென்று மற்றவனை அழைத்துக்கொண்டு வந்தான். அவர்கள் பணக்காரர்களின் அகங்காரம் பிடித்த அக்காலத்தின் ஒரு விவகாரமான கூட்டம்தான்.

“டேய் நீ புக் பண்ண பொண்ண எனக்குத் தரமாட்டியா?”

“ஆங், தர்றேன் டா, என்ன அதுக்குப் பிரச்சன?”

அப்போது நான் சொன்னேன்:

“அப்படியல்ல, இதுதான் சட்டம்: ஒரு ஆள் புக் செய்தா காரியத்த முடிச்சிட்டுப் போகணும். இல்லாம அதுக்கு இடையில வேறொரு ஆளு வரக்கூடாது.”

அதைக் கேட்டதும், “என்ன நீ வேசி தானே? பத்தினியா?” என்றெல்லாம் சொல்லிச் சண்டையும் பிரச்சனையும் ஆனது. கூட்டத்திலுள்ள வேறு இரண்டு இளைஞர்களை அழைத்துக் கொண்டு வருவதற்காக ஓடினார்கள். வெட்டும் குத்தும் அடிதடியும் உள்ள பணக்காரப் புதல்வர்கள்தான் அவர்கள்.

ஒருத்தனை எனக்குக் காவல் நிற்கச் சொன்னார்கள்; நான் அறையிலிருந்து வெளியே போகாமல் இருப்பதற்காக.

ஜோஸ் வந்து காவல் நிற்பவனிடம், “கீழ யாரோ கூப்பிடுறாங்க” என்று சொல்லி ஒருவழியாக அவனை அனுப்பிவைத்தான். என்னையும் அழைத்துக்கொண்டு ஓடி, வேணுவின் அறையில் அடைத்துவைத்தான். வெளியில் இருந்து பூட்டிவிட்டான்.

அப்போது ஆட்களை அழைத்துக்கொண்டு மற்றவன் திரும்பி வந்தான். திருச்சூர் பாஷையில் ‘மச’ என்றொரு சொல் உண்டு. “மசய புக் பண்ணுனோம், ஆயிரம் ரூபா வாங்கினா, நான் போயிட்டு வந்து சன்னி போனப்போ, சன்னிக்கூடப் படுக்க மாட்டேன்னு சொன்னா” என்றெல்லாம் சொன்னான். “என்னடா, எந்த மசடா உன்கூடப் படுக்கமாட்டேன்னு சொன்னா, அவ எங்கடா, வெளியே இறக்கி விடுடா” என்று சொல்லிக்கொண்டு, ஜோஸிடம் சண்டைக்குச் சென்றார்கள்.

"மசய எங்க நீங்க மறச்சு வச்சிருக்கீங்க?", இந்தக் கூத்தெல்லாம் எனக்கு இரண்டாவது மாடியில் கேட்கலாம்.

ஜோஸ் கேட்டான்: "மசயா? மச இங்க வரலியே. யாரு? ஓ, அதுவா? அப்படியெல்லாம் போற பொண்ணு இல்ல. அதொரு பிரைவேட் கேசுதான். நீங்க மசன்னு சொன்னபோ எனக்குப் புரியல."

எனக்குக் கிடைக்க வேண்டும், எடுக்க வேண்டும் என்றெல்லாம் சொல்லிப் பயங்கரக் கலகமானது. போலீசுக்குப் போன் செய்கின்றனர். வேறு ஆட்களுக்கும் போன் செய்கின்றனர். வண்டி வருகிறது. ஆட்கள் வருகிறார்கள், போகிறார்கள்; பயங்கரப் பிரச்சனை.

இதற்கிடையே ஜோஸ் ஓடிவந்து ஜன்னலில் மெதுவாகத் தட்டினான். நான் லேசாகத் திறந்தேன். அப்போது சொன்னான்: "என்ன பிரச்சன வந்தாலும் வெளியே வரக்கூடாது. ஜன்னலத் திறக்கக்கூடாது. மூச்சு விடக்கூடாது. ஃபேன் போடக்கூடாது. லைட் போடக்கூடாது."

மொத்தத்தில் கலவரமான ஒரு சூழல்.

அப்போது பார்த்து வேணு நாயர் வந்தார். அவர்களிடம் பேசினார்: "யாரு, என்ன ஆச்சு? அப்படி ஒரு பொண்ணு இங்க இல்லயே. அப்படியிருந்தா நாங்க உங்களுக்கு அவள ரோட்டில கொண்டுவந்து விடுவோம்."

வேணு நாயருக்கு அப்போதே ஆள் நான்தான் என்று புரிந்திருந்தது. விடிந்தபோது டியூட்டி மாறி சந்திரன் வந்தான். பையன்கள் அப்போதும் போகவில்லை. இந்தக் கலவரத்திற்கு இடையே மூன்றுபேரும் ஒரே மனதோடு என்னைக் காப்பாற்றினார்கள். சச்சரவு, போலீஸ், ஊர்க்காரர்கள் வந்து 'என்னதான் இது' என்றெல்லாம் கேள்விகள். யாராக இருந்தாலும் என்னை விட்டுக்கொடுப்பது என்பதை மட்டும்தான் அப்போது செய்வார்கள். வெளியே விட்டால், அவர்கள் காரியத்தைச் செய்துவிட்டு, என்னைத் தூக்கிக்கொண்டு போவார்கள். அவர்களுடைய மனதில் வேசி என்றால் எல்லோருக்கும் சம்மதம் சொல்ல வேண்டிய ஒருத்தி. சம்மதிக்காத வைராக்கியத்தில் அவர்கள் என்ன வேண்டுமானாலும் செய்வார்கள்.

என்னைக் காப்பாற்றியதில், மூன்று பேரில் யாருக்குக் கூடுதல் பங்கு என்று சொல்ல முடியவில்லை. ஜோஸ் அளவிற்கோ, வேணுவின் அளவிற்கோ பலம் இல்லாத ஆள்தான் சந்திரன். இருந்தாலும் 'எனக்குத் தெரியாது' என்ற ரீதியில் கைவிரித்ததில் பெரிய அன்பு உண்டு.

இந்தச் சம்பவம் முடிந்து கொஞ்சம் நாட்களுக்குள்ளாகவே உண்ணிராஜா என்னைப் பிடித்தார்.

அன்றைய பிரச்சனையெல்லாம் முடிந்த மறுநாளும் அவர்கள் அங்கேயே தங்கியிருந்தனர். இதற்கிடையில் அசீஸும் இருந்தான். அவன் எதுவும் தெரியாதது போல நின்றுகொண்டிருந்தான். கையில் கிடைத்திருந்தால் அவர்கள் அவனைக் கொன்றிருப்பார்கள். கூட்டிக்கொடுப்பவன் என்று சொல்லும்போது அவனையும் இது பயங்கரமாகப் பாதிக்கும். பெரிய அளவில் ஒருவருக்கொருவர் பேசிக்கொள்ளாமல் நாங்கள் பிரிந்தோம். எங்களுக்கு இதில் கொஞ்சம் பொருளாதார நஷ்டம் வந்தது.

ஷாகுலிக்கா ரிமாண்டில்தான். அந்தக் கேஸில் ஜாமீன் வாங்கி, ஷாகுலிக்காவை அழைத்துவரச் செல்ல வேண்டும் – பதினேழாம் தேதி. இன்னொருமுறைகூடக் கொஞ்சம் காசு சம்பாதித்துக்கொண்டு போகலாம் என்ற ரீதியில் நான் மகளையும் கூட்டிக்கொண்டு திரும்பவும் ஒருமுறை வந்தேன். அசீஸுக்குப் போன் செய்தேன். அவன் சுமை தூக்கிக்கொண்டிருந்தான். உடனே துணி எதுவும் மாற்றாமல் வந்தான். அன்றைய நாள் தாண்டினால் மகளையும் அழைத்துக்கொண்டு நேராக மதுரைக்குச் செல்லலாம் என்பதுதான் தீர்மானம். கோட்டயத்திலிருந்து திடீரென்று வந்ததனால் அசீஸ் கொண்டுவந்த எண்ணெயைத் தேய்த்து, தலை வாரிக் கட்டி, மகளுக்கும் துணி மாற்றி எண்ணெயெல்லாம் தேய்த்து, நிற்கும்போது இரண்டாவதாகவும் வந்தார் உண்ணி ராஜா.

நாங்கள் இரண்டாவது மாடியில்தான். ரூம் நம்பர் இரண்டுக்கு நேராக மேலேயுள்ள ரூம். உண்ணி ராஜா மீதியுள்ள ரூமை எல்லாம் பரிசோதித்துவிட்டு எங்களுடைய ரூமுக்கும் வந்தார். மொத்தத்தில் ஒருமுறை பார்த்தார். “ஓ, புருசனும் பொண்டாட்டியும் குழந்தையுமெல்லாம் இருக்கிறீங்களே” என்றெல்லாம் சொல்லிவிட்டுப் போனார். செல்வதற்காகத் திரும்பியதும் அறையின் பக்கவாட்டுக் கண்ணாடியில் என்னைப் பார்த்தார். திரும்பி என்னைப் பார்த்தார். மீண்டும் கண்ணாடியில் பார்த்து,“உன்ன நான் எங்கேயோ பாத்திருக்கிறேனே” என்று சொன்னார். குரல் மாறியது. என்னுடன் ஒருத்தன் இருந்தான். பாலியல் தொழிலில் ஆண்கள் மீதுதான் பயங்கரமான கோபத்தைக் காட்டுவார்கள். இடித்து நொறுக்கிவிடுவார்கள். நான் குறுக்கே சென்றேன்:

“நில்லுங்க சார், ஒரு விஷயம் சொல்லணும்.”

“என்ன, உனக்கு என்ன சொல்றதுக்கு இருக்கு?”

“சார், நான் இப்படியெல்லாம் போற பொண்ணுதான்.”

“இப்படியெல்லாம் போறதுன்னு சொன்னா?”

“சார், நான் முதல்ல தெருவுலதான் நடந்திட்டு இருந்தேன்.”

“அப்புறம் நீ எதுக்கு இங்க வந்த?”

“சார், இது என்னோட புருசன். நாங்க, சேர்ந்து வாழறதுக்கு முடிவுபண்ணி மூணு மாசம்தான் ஆச்சு. ஆனா, இவருக்குப் பொண்டாட்டியும் புள்ளைங்களும் உண்டு. என்னால சாவக்காட்டுக்குப் போய் இவரப் பார்க்க முடியாது. அதனாலதான் இவர பாக்குறதுக்காக இங்க வரச் சொன்னேன்.”

“இந்த இடம் உனக்கு எப்படித் தெரியும்?”

“சார், நான் ஒண்ணு ரெண்டு தடவை இங்க வந்து தங்கி இருக்கேன்.” என்னவானாலும் அவர் ஒருமுறை பார்த்திருப்பார். ஒன்றைக்கூடச் சேர்த்தால் அல்லவா பலம் இருக்கும். அவர் உடனே மகளுக்கு நேராகத் திரும்பி – மகளுக்கு மூன்று வயதுதான் – கேட்டார்.

“இது யாரு?”

மாமா என்று சொல்வதற்குத்தான் அவள் வந்தாள்.

“அது – அப்புறம் – வந்திட்டு – இல்லயே. . . அப்பா இல்ல – அப்புறம் – மாமா இல்ல?”

“அப்பா அங்க இருக்கிறாரு, அப்பாவ பார்க்கிறதுக்காக மாமாகிட்ட வந்தோம்” என்றெல்லாம் அவள் விளக்கிச் சொல்லப் போனாள். ஆனால், அவ்வளவும் சொன்னபோது,

“ஓ, உன்னோட அப்பாதானா இது? சரி, சரி உன் அப்பாவ நாங்க ஒண்ணும் பண்ணமாட்டோம்.”

அப்போது மகள் “ஆ. . .” என்று சொன்னாள். அவளுக்கு எதுவும் புரியவில்லை.

“சரி, போயிடுங்க, நீங்க போயிடுங்க.”

அத்தோடு விஜயா லாட்ஜின் படி அடைக்கப்பட்டது.

எதிர்பாராது போலீஸை எதிர்கொள்ள வேண்டுமென்றால், நன்றாகக் கதை சொல்லும் திறமை வேண்டும். ஒரு பொய் சொன்னால் புள்ளி, கோடு தப்பாமல் தொடர்ந்து பொய்களைச் சரியாகச் சொல்லிவிட வேண்டும். போலீஸின் கேள்விகளைப் பற்றி நாங்கள், எல்லோரும் சொல்லக் கேட்டுத் தெரிந்துவைத்திருக்கிறோம்.

முதல் கேள்வி வீட்டைப் பற்றியதாக இருக்கும். புல் வீடா, ஓலை வீடா, ஓட்டு வீடா? ஒருமுறை என்னைப் பொன்னானியில் வைத்து வாடிக்கையாளர் வருவதற்குத் தாமதமானபோது போலீஸ் பிடித்தது. பிடித்தது என்று சொன்னால், என்னை அழைத்துக் கொண்டு செல்வதல்ல, விசாரிப்பது: "யாருக்காகக் காத்திருக்கிற?"

"இந்த ஆளுக்காகக் காத்திருக்கிறேன்."

"அவன் யாரு?"

"புருசன்."

அதற்கிடையே அவன் அங்கே வந்தான். அவன் அங்குள்ள பிரபலமான ஒரு ரவுடிதான். போலீஸைப் பார்த்தெல்லாம் பயமில்லை என்றாலும் மரியாதைக்காரனான ஒரு ரவுடி. அவனிடம்தான் பின்புள்ள கேள்விகள்.

"இது யாருடா?"

"பொண்டாட்டி."

"எதுக்கு வந்தா?"

"என்னெ பாக்குறதுக்கு."

"அது எதுக்கு உன்ன பாக்க வந்திருக்கிறா."

"நான் நேரத்துக்குச் சரியா வீட்டுக்குப் போகாததுனால."

எங்களை ஸ்டேஷனுக்கு அழைத்துச்சென்று விசாரணை தொடர்ந்தது.

"ஏன்டீ, உன்னோட புருசன்தானே அது?"

"ஆமா."

"டேய், உன்னோட பொண்டாட்டிதானே அது?"

"ஆமா."

உடனே "இங்க வாடா" என்று சொல்லி அவனை அந்தப் பக்கம் அழைத்துச்சென்றனர். "மனைவியோட வீடு என்னது, சுற்றுப்புறமெல்லாம் எப்படி" என்றெல்லாமாயின கேள்விகள். அவனுக்கு என்னுடைய வீடு "கல்லூரில்" என்று தெரியும். ஆனால், வீட்டிலிருந்து சண்டை போட்டு வந்ததெல்லாம் தெரியாது. அவனைப்பற்றி எனக்கும் பாதி தெரியும், பாதி தெரியாது.

அந்தப்பக்கம் அழைத்துச்சென்று கேள்வி கேட்பதனால் ஒருவர் சொல்வது மற்றவருக்குக் கேட்காது. இரண்டுபேரையும்

மீண்டும் சேர்த்து நிறுத்திக் கேட்டபோதுதான் கள்ளத்தனம் வெளிப்பட்டது.

“ஏன்டீ, நீ என்ன சொன்ன, அவனோட வீடு ஓல வீடா?”

“இல்ல, ஓட்டு வீடு” (அப்படிச் சொல்லி மனதில் வைத்துக் கொள்ள வேண்டும்.)

“புளியமரம் எந்தப் பக்கத்தில நிக்குதுன்னு சொன்ன?”

“வடக்குப் பக்கம்.”

“உன்னோட வீட்டில புளியமரம் எந்தப் பக்கத்தில நிக்குதுன்னுடா நீ சொன்ன.”

“தெற்குப் பக்கம்.”

“பலாமரம் இருக்குதுன்னு தானேடீ நீ சொன்ன, பலா இருக்குதாடா?”

“இல்ல.”

“அப்ப காசு உன்னோட பாக்கெட்ல இருக்குதுதானே. இங்க கொண்டு வா.”

பெரும்பாலும், வாடிக்கையாளரின் பணத்தைப் போலீஸ்காரர்கள் எடுத்துவிடுவார்கள். கொஞ்சம் தைரியம் இல்லாத பெண்களென்றால், அவர்களுடைய பணத்தையும் தட்டிப்பறிப்பார்கள்.

போலீசாருக்குக் கோபம் வராத அளவிற்குப் பேசி நிற்பது என்பதுதான் தந்திரம். இல்லையென்றால் பயங்கரமாக அடித்து விடுவார்கள்.

‘இதெல்லாம் தப்புன்னு தெரியாதாடீ’ என்று சிலர் கேட்பார்கள். ‘தப்புன்னு எல்லாம் தெரியும் சார், அப்புறம் எல்லாரும் பண்ணுறதுனால நாங்களும் பண்றோம்ன்னு மட்டுந்தான்’ என்று கேலியாகச் சொல்வேன்.

சில கேள்விகளுக்குப் பேசாமல் இருக்கமுடியாது.

“யாருடி? வீட்ல யாருடி.”

“அம்மாதான்.”

“அம்மா என்னடீ,வேலைக்கெல்லாம் போகமாட்டாங்களா?”

“அம்மாவுக்கு உடம்பு சரியில்ல.”

“அப்பன் என்ன செய்றான்?”

“அப்பா கொஞ்சநாளா முடக்குவாதத்தில படுத்துக் கிடக்குறாரு.”

பாலியல் தொழிலாளிகளிடம் அப்பாவைப்பற்றிக் கேட்டால் எல்லோரும், வாதம் வந்தது, தளர்ந்தது, கால் ஒடிந்தது, லாரியிலிருந்து விழுந்தது என்றெல்லாம் கதை சொல்வார்கள். கொஞ்சம் பலமுள்ள ஆண்கள் யாராவது வீட்டில் இருக்கிறார்கள் என்று சொன்னால் கேட்பார்கள்: “அவங்க மானத்தையும் தொலைக்கிறதுக்கு வேண்டித்தானாடீ கேடுகெட்டவளே நீ நடக்கிற?”

கேள்வியும் கன்னத்தில் அறைவதும் ஒன்றாக நடக்கும்.

இந்தத் தந்திரம் தெரியாத சில பெண்கள் மாட்டிக் கொள்வார்கள். ஏதாவது வெளிப்படையாகச் சொல்வதற்கு வேண்டிக் கேள்வி கேட்டுக்கொண்டே வருவார்கள். முதலில் சொல்வதையெல்லாம் சரியாகக் கவனிக்கமாட்டார்கள். அப்படி வெறுமனே விடுவதைக் காணும்போது தைரியம் கூடும். டப், டப், டப், டப், டப், டப்... என்று சொல்லி ஏறக்குறைய இறுதிக்கு வரும்போது அடி விழும்.

என்னிடம் கேள்வி கேட்ட சில போலீஸ்காரர்கள் சிரித்துப் போன அனுபவம் உண்டு. ஒரு எஸ்.ஐ. நாராயணன் குட்டி என்னிடம் சொன்னார்.

“மாடு வாங்கித் தரட்டுமாடீ? நீ இந்தத் தொழில நிறுத்திடு, மாடு வாங்கித் தரட்டுமாடீ?”

“பிரச்சன இல்ல சார், எனக்கொரு அஞ்சு சென்ட் இடமும் கூட வாங்கித் தாங்க.”

“எதுக்கு?”

“இல்ல. மாடு கட்டுறதுக்கு இடமில்ல சார்.”

நான் பயங்கர வெள்ளந்தியாகச் சொல்கிறேன் என்று நினைத்து அவர்களும் சிரித்தனர். உண்மையில் அது என்னுடைய தந்திரம்.

பாலியல் தொழிலாளியாகி, கிட்டத்தட்ட மூன்று வருடம் கழியும்போது பதினெட்டு அடவும் கழிந்துவிடும். நானெல்லாம் பதினெட்டு அடவும் படித்து முடித்து, பத்தொன்பதாவதுக்குப் பாஸ் ஆன ஆள்.

பாரிஜாதம் பூத்துக் குலுங்கிய...

கொஞ்சநாட்களுக்கு முன்னால் ஒரு மெடிக்கல் ரெப் அறிமுகமானான். பயணத்திலுள்ள செக்ஸில்தான் அவனுக்கு ஆர்வம். ஆடம்பரப் பேருந்தில் சேர்ந்து பயணித்தல், தொடுதல், தலையை வருடுதல், கொஞ்சம் விஷயங்களெல்லாம் சொல்லுதல்; இதெல்லாம்தான் அவனுக்குச் செக்ஸ். இரயில் பயணங்களில் கொஞ்சம்கூடச் சுதந்திர மாகக் கட்டிப்பிடிப்பதற்கும் முத்தமிடுவதற்கும் வாய்ப்புக் கிடைக்கும். அப்போதைய அவனுடைய நடவடிக்கைதான் சுவாரசியம். சாதாரணமாக ஜன்னலோர இருக்கைகளைத்தான் நாங்கள் தேர்ந்தெடுப்போம். ஏசி கம்பார்ட்மெண்டில் ஒரு திரைச்சீலை உண்டு. திரைச்சீலைக்கு மூன்று ஸ்டிக்கர்கள் இருக்கும். கூட்டிச்சேர்க்கும்போது இரண்டு கர்ட்டனாக இருந்தாலும், போட்ட பின்பு ஒரே கர்ட்டனாகக் கிடக்கும். இரயிலில் ஏறினால் வாசலில் நின்று டி.டி.ஆர். வருகிறாரா என்று பார்ப்பான். பின்னர் கர்ட்டன் ஸ்டிக்கரை ஒட்டவைக்கும் சடங்கு தொடங்கும். முதலாவது இரண்டாவது ஸ்டிக்கரை ஒட்ட வைத்துவிட்டு, மூன்றாவதை ஒட்டவைக்கும் முன்பு, அதன் வழியாகத் தலையை வெளியே நீட்டி இரண்டு பக்கத்திலும் விழித்துப் பார்ப்பான். அதைப் பார்த்தால், யாருக்கானாலும் சிரிப்பு வரும். இது முடிந்து தசைமுறுக்கோடு வேகமாக வந்து உட்காருவான். கொஞ்சம் தொடுவதும் பிடிப்பதும், தலையை வருடுவதுமாக இருந்துவிட்டு மீண்டும் எழுந்து, பழைய சடங்குகளையெல்லாம் திரும்பவும் செய்வான். சார்லி சாப்ளின் சினிமாவைப்போல;

பார்த்தால் மறக்க முடியாது. நினைத்தால் வாய்விட்டுச் சிரித்துவிடுவோம்.

சுற்றுமுற்றும் திரும்பிப் பார்த்துக்கொண்டிருப்பதுதான் இவனுடைய ட்ரேட் மார்க். மொத்தத்தில் வழுக்கையாகி, கொஞ்சம் முடி மட்டும் மேலே எழும்பி நிற்கின்ற, பெரிய கண்களுள்ள ஒரு ஆள். 'சன்மனசு உள்ளவர்களுக்குச் சமாதானம்' சினிமாவில், சீனிவாசன் ஒரு பாடல் காட்சியில் நடப்பார் அல்லவா? அதுபோன்ற தசை முறுக்கமெல்லாம் இவனுக்கு உண்டு. மிகவும் வலிமையான ஆள் என்ற பாவம். ஒரு கையில் பெரிய பிரேஸ்லெட், கைக்கடிகாரம், சிவந்த கயிறு; மொத்தத்தில் உருவத்தைப் பார்த்தால் கோமாளிபோல இருப்பான்.

இவன் எனக்கு, ஐந்தாறு மாதங்களுக்கு முன்பு, திருச்சூரில் வைத்துத்தான் முதன்முதலாக அறிமுகமானான். கொஞ்சம் பண நெருக்கடியுள்ள நேரம் அது. இரயில்வே ஸ்டேஷனில் ஒருமுறை சுற்றிவிட்டு, பஸ் ஸ்டாண்டிற்கு வந்தபோதுதான் இவன் பின்னால் வந்து, "இந்தப் பஸ்ல ஏறிக்கோ" என்று சொன்னான். காசைப்பற்றி எதுவும் சொல்லாததால் சந்தேகப்பட்டு நின்றேன். இதற்கிடையே வேறொருவன் வந்து நல்ல அறிமுகமான பாவனையில் சத்தமாகப் பேசத் தொடங்கினான். இரண்டாவது வந்தவன் ஏமாற்றுக்காரன் என்றும் பணம் தராமல் இருப்பதற்கான தந்திரம்தான் இது என்றும் எனக்குப் புரிந்தது. அவனைக் கழட்டிவிடுவதற்காக, பாத்ரூம் சென்று திரும்பி வந்தபோது இவன் மீண்டும் பதுங்கி நின்று, "எர்ணாகுளம் வரப் போலாம்" என்றான். நான் காசு விஷயத்தைச் சொன்னேன். "எவ்வளவு வேணும்" என்றான் அவன். "முந்நூறு ரூபா" என்று சொன்னபோது, "காசு எடுத்துட்டு வரேன்" என்று சொல்லிவிட்டுப் போனான். முந்நூறு ரூபாய் எடுப்பதற்கு எங்கே போனான் என்று எனக்கு ஆச்சரியமானது. பெட்டியிலிருந்து எடுக்கிற விஷயம்தான் அவன் நினைத்தது என்பது பின்புதான் புரிந்தது.

திருச்சூர் பேருந்துகள் எல்லாம் வந்து திரும்புகின்ற இடத்தில்தான் நாங்கள் நின்றுகொண்டிருந்தோம். எந்தப் பேருந்து வந்தாலும் அவன் கூடவே ஓடுவான். அதே வேகத்தில் திரும்பி வந்து, "ஏன் வரல" என்று கேட்பான். நான் சொன்னேன், "எர்ணாகுளத்துக்குப் பஸ் இன்னும் வரலியே". நிற்கின்ற இடத்திலிருந்து பார்த்தால் போர்டு தெரியும். ஆனால், இவன் ஓடி அங்கு சென்று சட்டென்று திரும்பி நின்றுதான் போர்டு பார்ப்பான், என்னைப் பாதுகாக்கக்கூடிய ஆள் என்ற பாவத்தில். இப்படி அரை மணிநேரம் கழிந்த பிறகு, இவனுடைய குணத்திலுள்ள கோமாளித்தனத்தை என்னால் முழுமையாகப் புரிந்துகொள்ள முடிந்தது.

இதெல்லாம் முடிந்து பஸ்சில் ஏறிய பின்போ, எந்தவொரு சத்தமும் இல்லை. நல்ல குழந்தையைப்போல உட்கார்ந்து பயணம் செய்தான். என்னிடம், "தூங்கணும்னா தூங்கிக்கோ" என்று சொன்னான். கொஞ்சநேரத்திற்குப் பிறகு முந்நூறு ரூபாயை எடுத்துத் தந்தான். அதற்கிடையே என்னுடைய மொபைல் ஒலித்தது. நான் பேசி முடித்தபோது, "நம்பர் என்ன?" என்று கேட்டு நம்பரை எழுதி வைத்துக்கொண்டான்.

பஸ்ஸிலிருந்து இறங்கி, நடந்து கொஞ்சதூரம் சென்றபோது சட்டென்று திரும்பி நின்று ஒரு பார்வை பார்த்தான். நான் கூடவே செல்வேன் என்று அவன் நினைத்ததாகத் தோன்றுகிறது. திரும்பி வந்த பிறகு சொன்னான்: "நல்ல சாப்பாடெல்லாம் சாப்பிடணும் கேட்டிச்சா." 'இவன் தந்த காசுக்குச் சாப்பாடு சாப்பிடணுமா, தண்ணி அடிக்கணுமான்னு நான் முடிவு செஞ்சுக்கிறேன்' என்று மனதுக்குள் சொன்னேன். அவனோ, ஒரு நூறு ரூபாய் நோட்டை எடுத்து, மடித்து, "இந்தா, இத வச்சுக்கோ" என்று சொன்னான். பாதிவழி போனதும் மீண்டும் திரும்பி ஒரு பார்வை பார்த்த பின்பு ஒரேயடியாக நடந்துபோனான்.

அவனுடைய கையில் ஒரு பெட்டி எப்போதும் இருக்கும். தேவைக்கு அதிகமான விறைப்புடன்தான் நடப்பான். இந்தத் தடுமாற்றத்தையும் விளையாட்டுத்தனத்தையும் பார்த்தால், எல்லா இடத்திலும் ஒரு பத்துபேராவது அவனைப் பார்ப்பார்கள் என்பது உறுதி.

சின்னக் குழந்தைகள் கதை சொல்வதைப் போலத்தான் பேசுவான். தொடக்கமோ முடிவோ எதுவும் கிடையாது. சில நேரங்களில் அவன் கொடுத்த மருந்தைப் பற்றிப் பேசுவான், இல்லையென்றால் அன்று பார்த்த டாக்டரைப் பற்றிப் பேசுவான். மற்ற சில நேரங்களில் என்னுடைய தோழிகளைப் பற்றி ஏதாவது கேட்பான்.

எப்போதாவது போனில் அழைத்து "நான் – தான்" என்று சொல்வான். "குரல் கேட்டப்போ புரிஞ்சுது" என்று சொல்வேன். இப்படிக் கொஞ்சநேரம் பேசிய பிறகு ஒரு கேள்வி கேட்பான், "இப்ப நாம பேசலாமா?" எனக்குச் சிரிப்பு வரும். பேசிக்கொண்டு இருப்பதற்கு இடையில் அல்லவா இப்படியொரு கேள்வி. 'நாம பேசிட்டுத் தானே இருக்கோம்' என்று நினைவுபடுத்தினால் "மற்ற விஷயம் பேசுறதுக்குத்தான்" என்று விளக்கமாகச் சொல்வான். 'வர்றத பத்திச் சொல்ல முடியுமா' என்பதுதான் 'பேச்சு' என்பதைக் கொண்டு அவன் கருதக்கூடிய விஷயம்; அது அல்லாமல் 'மற்ற விஷயம்' என்பதற்கு 'ஏ' சேர்த்த பேச்சு என்றெல்லாம் பொருள் இல்லை. நான் இத்தனை மணிக்கு வருவேன், அப்பொழுது ஒரு

இரயில் உண்டு, நான் வரும்போது உன்னோட போனுக்கு ஒரு மிஸ்டுகால் தருவேன் என்றெல்லாம் இயக்குநர்கள், நடிகர்களுக்குச் சொல்லிக் கொடுப்பதைப்போல விரிவாகச் சொல்லுவான். எப்படி நிற்க வேண்டும், என்ன பாவனையை வரச்செய்ய வேண்டும், எங்கே பார்க்க வேண்டும் என்றெல்லாம் துல்லியமாகச் சொல்வான். கேன்டீன் பக்கத்தில் உள்ள கேட்டைப் பார்த்து நின்றால் போதும் என்பதைப்போல.

எங்கிருந்து பிரிந்தாலும் என்னைப் பாதுகாப்பான இடத்திற்கு அழைத்துக்கொண்டுபோவான். கடைசியாகப் பார்த்தபோது இரயில்வே ஸ்டேஷனில் கொண்டுபோய் விட்டான். அங்கே சென்று நேராக டிக்கெட் கவுண்டருக்கு ஓட்டம் ஓடினான். கவுண்டர் பக்கத்தில் இருப்பதை இங்கிருந்தே பார்க்கலாம். ஆனால் அவன் அதைப் பார்க்கவே இல்லை. அங்கே சென்றுதான் தலை உயர்த்திப் பார்ப்பான். போனபோது இருந்த வேகத்தில் கடுகு அளவுகூடக் குறையாமல் திரும்பியும் வந்தான். “டிக்கெட் இல்ல” அவ்வளவுதான். பின்னர் கேள்வி பதில் எதுவுமில்லை.

‘எங்கே இருந்து இப்ப வர்ற’ என்றெல்லாம் ஒருமுறைகூடக் கேட்டதில்லை. நீண்டதூரப் பயணம் முடிந்து வந்தபோது பாலக்காட்டில் வைத்து ஒருமுறை, “போய் ஃப்ரஷ் ஆயிட்டு வா” என்று சொன்னான். என்னுடைய கையில் பவுடர், துண்டு எல்லாம் உண்டு என்று தெரியும். மற்ற சிலநேரங்களில் ஒரு காரணமும் இல்லாமல் சொல்வான், “டாக்டர பாத்துட்டு, பழைய மருந்தில்ல எழுதித் தந்திருக்கிறாரு. . .” மீதியையும் சொல்வான் என்று எதிர்பார்த்து நான் காத்துநிற்பேன். ஆனால், பின்பு எதுவும் பேசமாட்டான். ஒருமுறை, “லீலா அம்மாவ பாத்து விஷயங்களெல்லாம் சொன்னேன்” என்று சொன்னான். பழைய கதையில் ராஜா, “என்றால் என்ன, மங்காடா”[1] என்று கேட்பதைப்போல. ‘எந்த லீலா அம்மா; யாரு அவங்க’ என்பதெல்லாம் எதுவுமில்லை. ‘குழந்தைங்க இருக்கிறாங்களா, குடும்பம் இருக்குதா’ எதுவும் தெரியாது.

தொடக்கமும் பொருத்தமும் இல்லாத ஒரு ஆள். சுயசரிதை எழுதுவது தெரிந்தபோது, பெயரைத் தவிர்த்து மற்றவற்றையெல்லாம் எழுதிக்கொள்ளச் சொன்னான். இந்தத் தனிப்பட்ட குணமுடையவனைப் பற்றி நினைக்கும்போது, தனியான விருப்பமும், நிறையச் சிரிப்பும் மனதில் தோன்றுகின்றன.

---

1. கேரளப் பழமொழி இது. தலையும் வாலும் இல்லாமல் சொல்வது என்பது பொருள்.

காதலுக்கு வயதில்லை

திலீப் ராஜ்: பாலியல் தொழிலாளி, ஆவணப்பட இயக்குநர், அரசியல் செயல்பாட்டாளர் என்றெல்லாம் பலவிதத்தில் உயிர்ப்புடன் இருந்துவிட்டு, இப்போது இவற்றில் எதை முதன்மையாகக் கருதுகிறீர்கள் என்று சொல்ல முடியுமா?

பொருளாதார அடிப்படையில் என்றால் இப்போதும் எனக்கு வாழ்வதற்கான வழி பாலியல் தொழில்தான். மற்றவையெல்லாம் வாழ்க்கையில் என்னை வித்தியாசமானவளாக மாற்றியவைதான். சினிமாவைப் பொறுத்தவரை, உண்மையில் எனது கதையை வைத்து ஒரு திரைப்படம் எடுக்க வேண்டும், என்று உண்டு, இயக்குநராக மட்டும்!

எழுத்தாளராக மாறியது இமேஜை மாற்றிவிட்டதல்லவா?

எழுத்தாளர் என்ற நிலையில் சொந்த வாழ்க்கைக் கதையல்லாமல் வேறுசில விஷயங்களையும் சொல்ல வேண்டும் என்பதுதான் ஆசை. வாழ்க்கையின் பல சூழல்களையும் விரிவாகச் சொல்ல வேண்டும் என்ற எண்ணமும் உண்டு. வாழ்க்கையின் ஒரு பகுதிதான் சுயசரிதையில் இருக்கிறது.

மேலே சொன்னவை எல்லாம் நீங்களே நினைக்கக் கூடியவை. மற்றவர்கள் நளினி அக்காவைப் பார்ப்பதில் எத்தகைய மாற்றங்கள் வந்திருக்கின்றன? சரிசமமாகப் பழகுகின்ற நிலை இருக்கிறதா?

சரிசமமாகப் பார்க்கிறார்கள் என்று பொய் சொல்வதைத்தான் பெரும்பாலானவர்களும் விரும்புகிறார்கள். ஒரு சினிமாக்காரி என்று சொல்லும்போதே, சினிமாக்காரி என்ற நிலையில்

தேவையற்ற சொற்களைச் சொல்லாமல் இருக்க வேண்டும். அதைத் தவிர்த்துப் 'பாலியல் தொழிலாளி சினிமா எடுத்தாள்' என்று சொல்வதில் முடிகின்றன எல்லா எதிர்வினைகளும்.

பாலியல் தொழிலாளர்களில் ஒரு புத்திஜீவியாக, மற்றவர்கள் என்னை நிலைநிறுத்த முயற்சிக்கிறார்கள் என்று தோன்றுகிறது.

புத்திஜீவிகளுக்கு இடையில் பாலியல் தொழிலாளியாக அல்ல...

அப்படிப் பார்த்தால் பிரச்சனை இல்லை. இது நேர்மாறாகத்தான். மனதறிந்து அங்கீகரிப்பவர்கள் குறைவுதான். நாங்கள் அங்கீகரிப்பதற்குக் கடமைப்பட்டவர்கள் என்று கருதி அங்கீகரிக்கிறார்கள். சுயசரிதைகூடப் பாலியல் தொழிலாளியின் சுயசரிதை ஆனதனாலோ என்னவோ, தனித்துவமான பொருள் என்பதுபோல, மக்கள் எல்லோரும் ஆச்சரியமாகப் பார்க்கிறார்கள். அல்லாமல் 'பாலியல் தொழிலாளிகள் சொல்வதைச் சமூகம் கேட்க வேண்டியதுதான்' என்று கருதி ஏற்றுக்கொள்கிறார்கள் என்பதெல்லாம் இல்லை. சுயசரிதையில் எந்தளவிற்கு உண்மை இருக்கிறது என்று ஒருசில பத்திரிகையாளர்கள் என்னிடம் கேட்டனர். சுயசரிதையில் உண்மையில்லாத நிலையைப்பற்றித்தான் அவர்கள் சிந்திக்கிறார்கள். அண்மையில் ஒரு கேமரா பயிலரங்குக்குப் போனபோது அங்குள்ள பாதிரியார், 'நளினிக்கு செய்ய முடியும்னா நாம படம் பண்ணலாம்' என்று சொன்னார். அதன்பொருள், எனக்கு என்னமோ குறை இருக்கிறது என்பதல்லவா? நல்ல ஆரோக்கியமுள்ள, அழகான ஒரு பெண்தான் நான். பின்னர், கூடுதலாகப் பாலியல் தொழிலும் செய்கிறேன். கூடுதலாகத்தான், குறைவாக இல்லை. பின்னர் எதில் அவர்கள் என்னுடைய குறைகளைப் பார்க்கிறார்கள்? வயதிலா?

ஊடகத்திற்கும் நளினி அக்காவிற்கும் இடையிலான உறவில் யாருடைய கை ஓங்கியிருக்கிறது?

அவர்கள் சொந்த விருப்பங்களுக்கேற்பச் சொல்லும்போதுள்ள பயன் என்னவென்றால், கேட்பதற்குத் தயாராக உள்ள கொஞ்சம்பேர் கிடைப்பார்கள் என்பதுதான். நஞ்சும் சிலநேரங்களில் பயன்படக்கூடிய பொருளாவதுபோல.

என். பைஜூ: உங்களுடைய வாழ்க்கைக் கண்ணோட்டத்தைத்தான் சுயசரிதை பிரதிபலிக்கிறதா?

எனக்குச் சொல்வதற்கு ஏராளமான விஷயங்கள் அதிலுண்டு. அதனோடு சேர்ந்து, என்னுடன் இருப்பவர்களின் விஷயத்தையும் சொல்கிறது. கூடவே பலர் இருந்ததால்தான் நான் இப்படி ஆனேன் என்ற உண்மை அதன்வழியாக வருகிறது. கூடவே யாருமில்லாமல், நான் ஜெயித்த கொஞ்சம் பகுதிகள் உண்டு.

பாலியல் தொழிலாளியாக இருந்த காலத்தில், நாற்பத்திரண்டு வயதுவரை யாரும் என்னுடன் இல்லை. அது என்னுடைய எனர்ஜி மட்டுந்தான்.

பைஜூ: நாற்பத்திரண்டு வயதுவரை ஒரு 'வாழ்க்கை வழி' என்ற நிலையில் பாலியல் தொழிலுக்குத் தேவையான சக்தியும் தன்னம்பிக்கையும் திருப்தியுமெல்லாம் இருந்திருக்குமல்லவா? பின்னர் ஆவணப்படம் எடுக்கும்போதும், அரசியலுக்கு நுழையும் போதும் எல்லாம் இந்தத் திருப்தி எந்த அளவிற்கு இருந்தது? அந்தத் துறைகளுக்குத் தேவையான சக்தியை எப்படி நீங்கள் சேகரித்துக்கொண்டீர்கள்?

நான் படம் எடுப்பேன் என்பது கனவில்கூட நினைக்க முடியாத விஷயம். அது நடந்தபோதுள்ள மகிழ்ச்சியைச் சொல்லித் தெரியப்படுத்த முடியாது. அதற்கான ஒவ்வொரு அடியும் அற்புதமானதாக இருந்தது. பாஸ்போர்ட் கிடைத்தது முதல் எல்லாம். பாஸ்போர்ட் அலுவலகத்தில் சென்று பெயரும், பிறந்த தேதியும் சொன்னால் பாஸ்போர்ட் கிடைக்கும் என்றுதான் நினைத்தேன். அப்போதுதான் தெரிந்தது, குடும்ப அட்டை வேண்டுமென்று. நான் திருமணம் செய்துகொண்டதும் என்னுடைய அப்பா முதலில் செய்தது குடும்ப அட்டையில் இருந்து என் பெயரை நீக்கியதுதான். குடும்ப அட்டை மிகவும் முக்கியமானது என்று அப்பாவுக்குத் தெரியும். அப்பா முன்னாள் ராணுவ வீரர். அன்று எனக்குக் கிடைத்துக்கொண்டிருந்த இரண்டரை நாழி அரிசியும் சர்க்கரையுமெல்லாம்தான் நின்றுபோயின என்று நினைத்தேன்; தனித்துவத்தையே இழந்துவிடுவேன் என்று நினைக்கவில்லை. என்னவானாலும் கொஞ்சநாள் ஏறி இறங்கியதைத் தொடர்ந்து பாஸ்போர்ட் கிடைத்தது. பின்னர் என்னுடைய த்ரில் முழுவதும் விமானம் ஏறுவதில்தான் இருந்தது. ஆகாயத்தில் பறக்க வேண்டும் என்பது என்னுடைய வாழ்க்கையின் மிகப்பெரிய ஆசையாக இருந்தது. மைத்ரேயன் டிக்கெட் எடுத்துக்கொடுக்க, விமானத்தில் ஏறினேன். அப்போது நான் யோசித்தது, கேமரா பணி செய்வதற்குத்தான் செல்கிறேன் என்றல்ல விமானத்தில் ஏறி ஒரு இடத்திற்குச் சென்று இறங்க முடியும் என்பதை மட்டுந்தான். அதுமுதல், நான் வேறு ஏதோ உலகத்தில் இருந்தேன். ஒவ்வொரு படியும் ஒரு கனவு உலகத்தை நோக்கியதாக இருந்தது.

அங்கே சென்ற பின்னர் கேமரா என்ற ஆச்சரியம். முதலில் நான் கற்றுக்கொண்டிருந்த ஒரு கேசட் இருந்தது. ரேஷ்மா நீங்கள் பார்த்திருப்பீர்கள் என்று நினைக்கிறேன். அதைப்பார்த்தால் ரொம்ப சுவாரஸ்யம்தான். முன்னால் நிற்பவர்களைக் கேமராவிற்குள் கொண்டுவருவதற்காக என்ன

செய்யவேண்டுமென்று தெரியாமல் அந்த ஏரியா முழுவதையும் படம்பிடித்தேன். அங்கே கேமரா ஓர்க்கையெல்லாம் படித்து முடித்து, நாங்களே மூன்று நிமிடம் வருகின்ற கதையைத் தயாரித்துக் காண்பித்தோம். அதற்கு மையக்கருத்து வேண்டும். நான் சொன்ன கருத்து என்னவென்றால், வசதிவாய்ப்புள்ள ஒரு இளைஞன், அதேபோல வசதியான சமூகத்துப் பெண், பின்னர் நானும். . . நானும் அந்தப் பெண்ணும் அவனிடம் இரண்டு விதமாகக் கை நீட்டுகிறோம். நானொரு பிச்சைக்காரியாகக் கை நீட்டுகிறேன். அப்போது, அவன் மிகவும் சிறிய ஒற்றை நாணயம் எடுத்துத் தருகின்றான். பணப்பை தொலைந்துவிட்டது என்று சொல்லி இன்னொரு பெண் கேட்கும்போது அவன் டாலர்களை வேகமாக எண்ணிக் கொடுக்கிறான். பெண்ணிடமுள்ள விருப்பம், மோகம், அதன்பேரில் பணத்தைச் செலவழிக்கின்றனர் என்றெல்லாம் அல்லவா நாம் சொல்வோம்? பிச்சைக்காரி யாக இருந்தாலும் நான் அங்கே அழகானவள் என்னும் கதாபாத்திரம்தான். ஆனாலும் அவனுடைய மனநிலையில் எந்த மாற்றமும் இல்லை. அந்த மையக்கருத்தை நானே சினிமாவாகக் கொண்டுவந்து, அதைப் போட்டுக் காட்டியபோது உண்டான த்ரில் எதையும் சொல்லிப் புரியவைக்கமுடியாது.

இதெல்லாம் முடிந்து இங்கே வந்தபோது கனவில் ஒரு விரிசல் விழுந்தது; உறக்கத்திலிருந்து விழிப்பதுபோல. வந்திறங்கிய போது பத்திரிகையாளர்கள் சந்திப்பு நடத்தியிருந்தேன். அங்குவைத்து நான் பாலியல் தொழிலாளிதான் என்று சொல்கின்ற காட்சியைக் கைரளி டிவி நேரலையாகக் காட்டியது. பல இடத்திலும் நான் இதற்கு முன்பும் சொல்லியிருக்கிறேன் என்றாலும் முதன்முதலாக, நேரடியாக அப்போதுதான் பார்க்கிறார்கள். பத்திரிகையாளர்கள் சந்திப்பு முடிந்து என்னுடைய மகள் வசிக்கும் வீட்டிற்கு என்னை அழைத்துச்சென்றபோது, அந்த வீட்டு உரிமையாளர் பெண்ணும், என்னுடைய மகளும் சேர்ந்து டிவி பார்த்துக்கொண்டிருந்தார்கள். மகள் அங்கே வேலைக்காரியாக இருந்தாள். நானொரு ஹெல்த் ஓர்க்கர் என்றுதான் அங்கே சொல்லியிருந்தேன். அந்தப் பெண்ணிற்கு என்னிடத்தில் வெறுப்பு தோன்றியது, மகளுக்கு மூச்சுமுட்டி விட்டது. அத்தோடு அதுவரைக்கும் இருந்த த்ரில் போய்விட்டது.

பைஜூ: முன்பே பேசியபோது இமேஜ் என்ற சொல்லைப் பலமுறை பயன்படுத்தினீர்கள். எவ்வளவு சின்னவயது முதல் சொந்த இமேஜை கற்பனை செய்துபார்த்திருக்கிறீர்கள்?

பதினொன்றாவது வயதில்தான் முதன்முதலாக ஒரு இமேஜ் மனதில் பதிந்தது. 'நிலமற்ற மக்களுக்கு நிலம் வழங்கவேண்டி' நடைபெற்ற போராட்டத்தின் பகுதியாக, 'பூமி தா, பூமி தா அரசே,

நெல்லும் மரவள்ளிக் கிழங்கும் விளைவிக்க' என்றெல்லாம் சொல்லி ஒரு போராட்டம் நடந்தது. அப்படி இன்குலாப் சொல்லிக்கொண்டு போகும்போது, நான் அதில் கொடியும் பிடித்துக்கொண்டு சென்ற ஒரு கதாபாத்திரம்தான். அந்தக் கூட்டத்தில் கவனிக்கப்படுகின்ற ஒரு ஆள் நான் என்று எனக்குத் தோன்றியிருந்தது. ஒரு 'வீரப்பெண்' என்றெல்லாம் சொல்வதுபோல. அப்பா அரசியல்வாதியாக இருந்ததனால், நேர்த்தியாக முழக்கங்களை எழுப்பத் தெரிந்திருந்தது. சந்தேகம் எதுவும் இல்லாமல்தான் முழக்கமிடுவேன். மக்களெல்லாம் சாலையோரத்தில் நின்று நன்றாக உற்றுப்பார்க்கத் தொடங்கிய போது பயங்கரமாக முழக்கமிட்டேன். ஆனால், உற்றுப் பார்த்தது என்னுடைய அழகைக் கண்டுதான் என்பது பின்புதான் புரிந்தது. பதினொரு வயதுதான் என்றாலும் பதினான்கு வயதுப் பெண்ணின் உடல்வாகு; முழங்கால் வரையுள்ள பாவாடையும் சிறிய ஜாக்கெட்டும்தான் அப்போதைய என் உடை. பிற்காலத்தில் சில்க் ஸ்மிதாவை போன்ற வேஷம். அன்றைய உடை அவ்வளவுதான் இருக்கும், அதனால்தான்.

பின்னர் வேறொரு விருப்பம் தோன்றிய இமேஜ், ஏறக்குறைய அதே காலத்தில்தான் என்னுடைய பெரியப்பாவின் மகனை, ஒரு காங்கிரஸ்காரன் துப்பாக்கியால் சுட்டுவிட்டான். அப்போது பார்ப்பதற்காக ஏ.கே.ஜி.யும் சுசீலா கோபாலனும் வந்தார்கள். அப்போது அவர்களுக்கு இளநீர் கொடுக்க என்னைத்தான் போகச்சொன்னார்கள். செட்–முண்டை மடக்கி, ஒற்றை முண்டுபோல மார்பில் கட்டிக்கொண்டு, தலைமுடியைச் சிவந்த பட்டுக்குஞ்சம் வைத்துக் கொண்டை போட்டுக்கொண்டு, உண்ணியார்ச்ச கொண்டை போலப் பக்கவாட்டில் முடியை அவிழ்த்து விட்டுத்தான், இளநீர் கொடுக்கவைத்தனர். அதைக் கொஞ்சகாலம் இமேஜாக மனதில் வைத்துக்கொண்டு நடந்திருந்தேன். ஏ.கே.ஜி.க்கு எல்லாம் இளநீர் கொடுக்கக்கூடிய ஆள் என்ற இமேஜ்.

ரேஷ்மா: போட்டோ எடுத்திருந்தீர்களா?

போட்டோ எடுக்க ஏற்பாடு செய்யும் வழக்கமெல்லாம் அன்று இல்லை என்று தோன்றுகிறது. என்னுடைய மனதில் இப்படி நிற்கிறது: 'அவர்கள் இருவரும் மர நாற்காலியில் அருகருகே உட்கார்ந்திருந்தனர். அப்போதெல்லாம் வீடுகளில் மண்ணெண்ணெய் விளக்குத்தான். அதனால் வெளிச்சம் வருவதற்காக, குத்துவிளக்கேற்றி வைத்திருந்தனர். பெரியப்பாவின் வீடு, உயரம் குறைந்த வீடுதான். பழைய நாலுகெட்டு.' அவர் கைநீட்டி இளநீர் வாங்குவதும், சுசீலா கோபாலனின் சிவந்து,

தடித்த அழகான முகமும் எல்லாம் ஓவியத்தைப்போல இப்போதும் என்னுடைய மனதில் உண்டு. சுசீலா கோபாலன், இளங்கருப்பும் அல்ல, காப்பிக் கலரும் அல்ல என்று சொல்லக் கூடிய செட் – முண்டைத்தான் அப்போது உடுத்திருந்தார்.

உங்கள் போட்டோவை நீங்கள் எப்போது பார்த்தீர்கள்?

இருபத்தொரு வயதிற்குப் பிறகு.

அப்போது உங்களுக்குத் தோன்றிய அபிப்ராயம் என்ன?

நானும் செட்டு – முண்டு கட்டியிருக்கும் போட்டோவைத் தான் பார்த்தேன். என் அம்மாவின் போட்டோவைப் பார்ப்பது போலத்தான் அது எனக்குத் தோன்றியது, என்னைப் பார்ப்பது போல அல்ல. அம்மாவின் போட்டோ, கருத்த ஜாக்கெட்டுடன் செட்டு முண்டு கட்டியிருக்கும் தோற்றத்தில் உள்ளது, பெரிதாக்கி வைத்திருந்தனர். ஆனால், நான் சிவப்பு ஜாக்கெட்டும் சிவப்புப் பொட்டும் வைத்துத்தான் போட்டோ எடுத்தேன். போட்டோவில் இரண்டும் கருப்பாகிவிட்டன. அப்போது நினைத்தேன், என்னுடைய அம்மா இப்படித்தான் இருப்பார். அம்மா போட்டோவிற்காகத்தான் பொட்டு வைத்திருந்தார். சாதாரணமாகப் பொட்டு வைக்கும் பழக்கமில்லை. மிகவும் சிறிய வயதிலேயே ஒன்பது குழந்தைகளைப் பெற்றெடுத்த அம்மாவுக்கு அழகைப் பற்றிய பெரிய கவலை எதுவும் இருக்க வில்லை. அதில் மூன்று பேர் இறந்தனர். மீதியுள்ளவர்களை வளர்க்க வேண்டி வந்தது. அப்பாவுக்கு அப்போது வேலை எதுவும் கிடைக்கவில்லை. அப்படி பயங்கரமான வறுமையையும் கஷ்டத்தையும் துயரங்களையும் அனுபவித்துத்தான் அம்மா வாழ்ந்தார். ஏதாவது ஓணத்திற்கு, சந்தனப்பொட்டு வைப்பது என்பது அல்லாமல் பொட்டு வைத்த அம்மாவை நான் பார்த்ததே இல்லை. போட்டோவில் மட்டும்தான் அப்படிப் பார்த்திருக்கிறேன். அதனால் என்னுடைய போட்டோவைப் பார்த்தபோதும் அதே உணர்வு வந்தது.

பைஜூ: அது இல்லை, சொந்த அபிப்ராயம் என்னவாக இருந்தது, அழகி என்றுதானா?

அது இப்போதும் மனதில் என்னைப்பற்றிக் கற்பனை செய்யும்போது நான் அழகி என்ற கற்பனைதான் இருக்கிறது. ஏராளமான போட்டோக்கள் எடுத்திருக்கிறேன் என்றாலும் இப்போதுள்ள போட்டோ – புத்தகத்தின் மேல் அட்டையில் உள்ளது (இம்மொழிபெயர்ப்பின் மூலநூல்) – என்னைக் கவர்ந்தது.

பைஜூ: மற்றவர்களோடு பழகும்போது முடிந்தவரை அதற்குள் விரிசல் வராதவண்ணம் உங்கள் செயல்பாடுகள் அமையுமா?

முடிந்தவரை நான் அப்படித்தான் செய்வேன். என்னுடைய ஒரு பிரச்சனை, முதலிலேயே அந்த விரிசல் வந்துவிடும் என்பதுதான். ஒரு இடத்திற்குப் போகும்போது நானாகவே தீர்மானித்துக்கொள்வேன்: நான் பயங்கர முன்கோபக்காரி, பார்த்த விஷயத்தை உடனே சொல்ல வேண்டும் என்று நினைக்கிற ஒருத்தி, மற்றவர்களுக்கு என்ன மன உணர்வைத் தரும் என்று சிந்திக்காத ஆள் என்றெல்லாம்; அதனால் அவ்வாறில்லாமல் பழக வேண்டும் என்று தீர்மானிப்பேன். இவை மூன்றும் இல்லாமல் மற்றவர்கள் என்னைப் பாலியல் தொழிலாளியாகப் பார்க்கிறார்கள் என்ற நான்காவது பிரச்சனையும்கூட இதில் உண்டு. இந்த நான்கையும் மனதில் ஏற்றிக்கொண்டுதான் போவேன். கொஞ்சநேரம் பொறுத்துக்கொண்டு நிற்பேன். உண்மையில் குறுக்கீடுகள் வந்தால் கட்டுப்பாடு போய்விடும்.

திலீப்: இப்போது உருவாகி வருகின்ற இமேஜில் இருந்து நீங்கள் தப்பிக்க முடியுமா?

இப்போது நான் என்ன சொல்வது? மற்றவர்கள் காட்டும் ஒரு பாதையில் பயணிப்பது போலத்தான் இருக்கிறது.

பைஜூ: அதில் சந்தோஷம் இருக்கிறதில்லையா?

அதில் சந்தோஷம் உள்ளதுபோல, சினிமா நடிகைகள் சொல்வதுபோல, ரோட்டில் இறங்கி நடக்க முடியாத நிலையெல்லாம் உண்டு. முன்னரெல்லாம் நான் திருச்சூர் திவான்ஜி மூலையில் ஒரு நல்ல பெண்போல நின்றுவிட்டு, நல்ல வாடிக்கையாளர்களைப் புத்திசாலித்தனமாக மடக்கி, இப்படிக் கொண்டுபோவதில் ஒரு சுவாரசியம் இருந்தது. இன்று இப்போது எல்லோரும், 'இதா நளினி வர்றா' இல்லையென்றால் 'நளினி அக்கா வர்றாங்க' என்றெல்லாம் சொல்லி வேறொரு நிலையில் நிறுத்துகிறார்கள். அதுபோலச் சில மேடைகளில் சென்று ஏறும்போது, ஏதோ ஒரு பெண் வருகிறாள் என்றல்லாமல், 'இதுதான் நளினி ஜமீலா' என்று சொல்லும்போது சுதந்திரம் குறைந்துபோகிறது. என்னிடம் சில சிறுசிறு புத்திசாலித்தனங்கள் உண்டு; நான் அப்படிப் புத்திசாலித்தனமாகக் காரியங்களைச் செய்யலாம் என்று கருதுகிற ஆள்தான்.

ரேஷ்மா பரத்வாஜ்: ஆபத்து நேரங்களில் எப்படிச் செயல்பட்டிருக்கிறீர்கள்?

பெண்களுக்குச் சக்தியைவிட யுக்தியும் தந்திரமும்தான் உதவும் என்பதுதான் என்னுடைய அனுபவம். மயிரிழையில் மரணத்திலிருந்து தப்பித்த அனுபவங்களைச் சுயசரிதையில் விவரித்திருக்கிறேன். கூட்டத்தில் நிற்கும்போது அல்லாமல்

தனியாக நிற்கும்போது கேரளப் பெண்களுக்குச் சக்தி பயன்படுவதில்லை.

பைஜூ: பத்து வருடமோ இருபது வருடமோ கழியும்போது 'பெண்கள் சக்தியுடையவர்களாவர்' என்ற சாத்தியம் உண்டா?

அறுபது வயதான பெண்ணைப் பாலியல் வன்கொடுமை செய்து கொலை செய்கின்ற நாட்டில் என்ன சொல்ல? அங்கே எந்தச் சக்தி ஜெயிக்கிறது? மனித மனத்தில் குரூரம் இல்லாமல் ஆகும்போது மட்டும்தான் அது சாத்தியம். இரை சக்தி குறைந்தது என்றால், தாக்குகின்ற முறைதான் எக்காலத்திலும் இருந்திருக்கிறது.

பைஜூ: உங்களுடைய மனதில் எப்போதாவது குரூரம் தோன்றி யிருக்கிறதா?

என்னுடைய மனதில் ஒருமுறை அல்ல, பலமுறை குரூரம் தோன்றியிருக்கிறது. இப்போதும் நான் நினைப்பதுண்டு. என்னுடைய மகள் கொஞ்சங்கூடப் பாதுகாப்பானவளாக இருந்திருந்தால், ஒருவேளை நான் செய்வது, நம்முடைய சூரியநெல்லிப் பெண் பிள்ளையைப்போல – அந்தப் பெண் குழந்தை என்னுடைய மனதில் வேதனையாக நிற்கிறாள். அதில் ஒருவனை, அந்த உடம்பில் அவ்வளவு காயங்களும் வடுக்களும் உள்ளபோது பாலியல் ரீதியில் துன்புறுத்த முடிகிற ஒரு ஆளை – கத்தி எடுத்துக் குத்திக்கொல்வதற்கான வாய்ப்புக் கிடைக்குமென்றால் ஊர்க்காரர்கள் எல்லாம் சேர்ந்து அடித்துக் கொன்றிருந்தாலும், நான் குத்திக் கிழித்திருப்பேன். காரணம், பாலியல் என்பது தேவைக்கு விழிப்பதும் தேவையில்லை என்றால் அணைந்து போவதுமான ஒன்றுதான். சாராயம் குடித்து, மனநிலை தப்பியெல்லாம் யாரும் யாரையும் சென்று பிடித்திழுக்க மாட்டார்கள். அப்படியென்றால் எல்லோரும் பிடித்திழுத்திருக்க வேண்டுமல்லவா?

திலீப்: குரூரத்தைப் பற்றிச் சொல்லும்போது, மறுபக்கத்தையும் சிந்திக்க வேண்டும் என்று தோன்றுகிறது. சாதாரண மக்கள்தானே கொடுங்குரூரங்களையும் செய்கிறார்கள்; சில பிரிவைச் சார்ந்தவர்கள் எல்லோரும் கிரிமினல் சுபாவம் உடையவர்கள் என்பதுபோலச் சமூகம் சில முன்முடிவுகளைக் கொண்டிருக்கிறது. பங்களாதேஷ் காலனியின் வாழ்க்கை அனுபவத்தை வைத்து அதைப்பற்றிச் சொல்லமுடியுமா?

மனிதர்களைப் புரிந்துகொள்வதற்கு யாரும் முயற்சிக்க வில்லை என்பதுதான் பிரச்சனை. திருவனந்தபுரத்தில் உள்ளவர்களுக்குப் பூந்துறை – பீமாபள்ளி என்று சொன்னால் கொடூரமானவர்கள் என்ற எண்ணம். பீமாபள்ளிக்காரர்

களுக்கும் பூந்துறைக்காரர்களுக்கும் இடையில் பயங்கரமான வெட்டுக்குத்துப் பிரச்சனைகள் நடந்திருக்கின்றன. அங்கே நான் வசித்திருக்கிறேன். அங்கிருப்பவர்கள் பிற மனிதர்களை விடவும் நல்லவர்கள் என்பதுதான் என் அனுபவம். அதே நிலைதான் பங்களாதேஷ் காலனி விஷயத்திலும். வெளியிலிருந்து பங்களாதேஷ் காலனி என்று சொன்னால் பின்பு அவ்வளவுதான். அங்குள்ள குழந்தைகளுக்கு நல்ல இடங்களில் வேலை கிடைக்காது, அவர்களிடம் நன்றாக நடந்துகொள்ள மாட்டார்கள். அங்குதான் வசிக்கிறோம் என்று சொன்னால், எங்களைச் சொல்வது போலத்தான் சொல்வார்கள், 'போக்கு, கேசு' என்றெல்லாம். ஆனால், அதனுள்ளே வாழ்ந்த அவ்வளவு பாதுகாப்பு, எனக்கு வேறு எங்கும் அனுபவப்படவில்லை. 'போக்கு, கேசு' என்று சொல்லி வெளியில் உள்ளவர்கள் தலையிடாமல் இருப்பதும், அதனுள்ளே உள்ளவர்கள் பரஸ்பர ஒத்துழைப்புடனும் அன்புடனும் வாழ்வதும்தான் அங்கே நடக்கிறது.

ரேஷ்மா: திருச்சூர் நகரத்தைத் தூய்மையாக்குவதன் ஒரு பகுதியாக, பாலியல் தொழிலாளர்களைத் துரத்துவதற்குத்தான் மேயரின் முன்னெடுப்பில் முயற்சி நடக்கின்றது. இப்படிப் பல விஷயங்கள் ஒழிக்கப்பட்டிருக்கின்றன. நல்ல இடம் இல்லையெனில் தூய்மையான இடம் என்ற முன்முடிவுகள்தான் இதற்குப் பின்னால் இருக்கிறது. அதற்கு ஏற்ற முறையில்தான் கேரள அரசியல் – சமூகம் பங்களாதேஷ் காலனியிடம் நடத்தும் எதிர்வினையும். அங்கு உள்ளவர்கள்தான் மொத்தச் சமூகத்தையும் நாசமாக்குகிறார்கள், அங்குள்ள வீடுகளை இடித்துவிட்டால் பிரச்சனைகளெல்லாம் சரியாகிவிடும் என்பதுபோல...

அந்த வீடுகளை அடித்து நொறுக்கியவர்களைப் போலவே வேறுசில கூட்டத்தினரும் இருக்கிறார்கள். ஒரு வருடத்திற்கு மதியக் கஞ்சி கொடுக்கிற 'மதுஒழிப்புக் குழு' வந்திருந்தது. அவர்களோடு எனக்கு எப்போதும் சண்டைதான். என்ன பிரச்சனை என்று தெரியுமா? பங்களாதேஷ் காலனியில் சாராயம் காய்ச்சவில்லை என்று எனக்கு நன்றாகத் தெரியும். அங்கே இரண்டு விதமான மது விற்பனை நடக்கிறது. ஒன்று, மொத்தமாக (ஹோல்சேல்) கடையிலிருந்து பில்லுடன் இரண்டு பாட்டில் மதுபானம் வாங்கிக்கொண்டு வந்து, சில்லறை வியாபாரமாக (ரீடெய்ல்) ஊற்றிக் கொடுக்கும் முறை. அதில் கிட்டத்தட்ட ஒரு பாட்டிலுக்கு ஐம்பது ரூபாய் இலாபம் கிடைக்கும். அதைவைத்துச் சிறிய குடும்பங்கள் வாழ்கின்றன. சிலர் இரண்டு பாட்டில் வரை விற்பர். இரண்டாவது முறை, மங்களூரில் இருந்து 'மிலிட்டரி மது' என்ற பெயரில் வருகின்ற போலி மதுவைக் கொண்டுவந்து விற்பது. அப்படிப்பட்ட ஏரியாவில்தான் மதுஒழிப்புக்காரர்கள் வந்து சொற்பொழிவுகளும் போராட்டங்களும் நடத்துகிறார்கள்.

அங்கே எந்த மதுவை ஒழிப்பதற்கு? மொத்த விற்பனை (ஹோல்சேல்) கடையின் முன்னால் அல்லவா மதுஒழிப்புப் போராட்டம் நடத்த வேண்டும்? பார்களின் லைசென்சை அல்லவா ரத்துச் செய்ய வேண்டும்? அதிகபட்சம் நான்கு பாட்டில்கள் மட்டும்தான் விற்க முடிகிற இடத்தில் வைத்து மதுவை ஒழிக்கச் சொல்வதில் என்ன பயன்? அதற்குப் பக்கத்திலுள்ள வி.ஐ.பி. ஏரியாவில் இதே மதுவை ஊற்றிக் கொடுக்கிறார்கள். நான் ஒரு திருமணத்திற்குச் சென்றபோது பார்த்ததுதான்.

இன்னொன்று, மதியக் கஞ்சி வழங்குவதுதான். அரசாங்கம் பாதி, மதுஒழிப்புக் குழு பாதி என்பதுதான் நிலை. ஒருநாள் கஞ்சிக்குப் போனபோது, எனது மருமகனின் அம்மா நான்கு பேருக்குக் கஞ்சி வேண்டும் என்று சொன்னார். ஒரு ஆள் நான்தான். 'நளினிக்கு இங்கே கஞ்சி தரமாட்டோம்; நளினி இந்த ஊர்க்காரி இல்ல' என்பதுதான் பதில். திருச்சூர்க்காரியான நான் அகதியானதனால் அல்லவா இங்கே வந்து வசிக்கிறேன்? எனக்குக் கஞ்சி தர முடியாது என்று சொன்ன அரசாங்கம் எந்த இடத்துக்கான அரசாங்கம்?

இன்னும் இருக்கின்றன பல விதிகள். வரிசையில் நின்றுதான் வாங்க வேண்டும்; சிறிய குழந்தையாக இருந்தாலும் முன்னால் போகக்கூடாது என்றெல்லாம். ஊத்துவது பிச்சை; பிச்சை எப்படி வாங்க வேண்டும் என்பதற்கு இராணுவ ஒழுங்குமுறை. பின்னர் 'கஞ்சி வாங்குகின்ற வீடுகள்' என்று சொல்லி, அவர்களுடைய தாக ஒரு நம்பர் போட்டு, பேப்பரில் எழுதி வீடுகளில் ஒட்டியிருக்கிறார்கள். அதற்கு பின்பும் கஞ்சி வாங்குவதற்கு ஒரு கார்டு கொண்டுபோக வேண்டும். ஐந்து ஆளுள்ள கார்டு, மூன்று ஆளுள்ள கார்டு; இந்தக் கஞ்சியை ஏதாவது வீட்டில் உள்ளவர்கள் தேவை இல்லாமல் வாங்குவார்களா? உண்மையைச் சொன்னால், நீங்கள் முன்னரே கேட்டீர்கள் அல்லவா 'வயலன்ட் ஆவீர்களா' என்று. சிலரையெல்லாம் அடிக்க வேண்டும் என்று எனக்குத் தோன்றியதுண்டு. மனிதர்களிடமெல்லாம் இத்தகைய குரூரத்தைக் காட்டுவது கொடுமையானது. என்னவெல்லாம் சமூக சேவைகள் செய்தோம் என்று பெருமைப்பட்டுக் கொண்டாலும் இங்கே தோற்றுப்போகின்ற ஒரு நிலை உண்டு; பயங்கரமான கையறு நிலை.

ரேஷ்மா: இப்படிக் கஞ்சி வாங்குவதை ஒப்பிட்டுக்கூட, பாலியல் தொழில் மேன்மையுடையதல்ல என்று வாதிடுவதுதான் புரியவில்லை.

அதைத்தானே நாங்கள் கேட்கிறோம். வேலை தருகிறோம் என்று சொல்கிறார்கள். என்ன வேலை எங்களுக்குத் தருவார்கள்? கல்வியும் ஆரோக்கியமும் உள்ளவர்கள் வந்து வரிசையில்

நிற்கும்போது வேலை கொடுக்க முடியாதவர்கள்தான் எங்களுக்கு வேலை தருவதாக உறுதியளிக்கிறார்கள்.

இந்தக் கஞ்சிக்கு அங்கே கொடுப்பது கடலையும் பயறும்தான். பச்சைபயறு இல்ல சரியா? அது நல்ல வைட்டமின்கள் உள்ளதுதான். ஆனால் இவர்களோ, வீணாகிப்போன தட்டைப்பயற்றைத்தான் வேகவைத்துக் கொடுப்பார்கள். கஞ்சி பரிமாறுவதை எதிர் பக்கத்தில் நின்று பார்த்துக்கொண்டிருக்கும்போதுதான், 'நாம் எதையெல்லாமோ சாதித்துவிட்டோம் என்று சொல்கிறோம்; உண்மையில் நாம் அதையெல்லாம் இழந்திருக்கிறோம்' என்று எனக்கு தோன்றுவதுண்டு. அதிலும் உண்டு சுவாரஸ்யம். எனக்குக் கஞ்சி தரமாட்டோம் என்று சொன்னவர்கள், முதல்நாள் மதுஒழிப்பு குழுவினுடையக் கூட்டம் நடத்தியபோது அதைப் படம்பிடித்ததன் காரணமாக மட்டும், இரண்டு பருப்பு வடையும் துவையலும் தந்து 'மேடம் சாப்பிடுங்க' என்று சொன்னவர்கள்தான்.

இதற்கெல்லாம் ஏதாவது செய்ய வேண்டும் என்றால் அளவற்ற வலிமை வேண்டும். அவர்கள் செய்வதற்குப் பதிலாக சிலநேரங்களில் சோறு பரிமாற முடியலாம். ஆனால், அப்படித் திரும்பத்திரும்பச் செய்வதிலும் உண்டு ஏளனம். ஒருவர் பசுவைக் கொல்லும்போது நாம் கன்றைக் கொன்றுவிடுங்கள் என்று சொல்வதுபோலத்தான் அதுவும்; எனக்கு அப்படித்தான் தோன்றியிருக்கிறது. அவ்வளவு கையறு நிலை இல்லையென்றால், தன்மானத்தின் பெயரால் மக்கள் எப்போதோ அதைத் தூக்கி எறிந்திருப்பார்கள். நூற்றுக்கும் மேற்பட்டவர்களுக்குக் கொடுத்து வந்த கஞ்சி இப்போது, 'வரிசை தவறிவிட்டது; பாத்திரத்தைச் சாய்த்துப் பிடித்தனர்' என்றெல்லாம் சொல்லி, கிட்டத்தட்ட முப்பது பேருக்கானதாகச் சுருங்கியிருக்கிறது.

இதுபோன்றதுதான் பாலியல் தொழிலாளர்களை வேறு இடத்தில் தங்கவைக்கிறோம் என்று சொல்லிவிட்டு, செய்யப் போவதும். இதுபோன்ற ஒரு ஏரியாவிற்குக் கொண்டுபோய்ப் போடுவார்கள், அவர்கள் பரிமாறுவதைச் சாப்பிடுவதற்காக. பிச்சைக்காரர்களுக்காகச் செய்திருக்கிறார்கள் அல்லவா? ஆண்கள், பெண்கள், குழந்தைகள் என எல்லோருக்காகவும் நீளவாக்கில், காற்றடித்தால், மழை நனைகின்ற ஒரு கொட்டகையைப் போடுவார்கள். குருவாயூரில் அப்படியொரு கொட்டகையைப் போட்டிருந்தார்கள். பிரித்துவிட்டார்களா, இருக்கிறதா என்று தெரியவில்லை. அங்கே ஒருமுறை போயிருக்கிறேன். எல்லா வகையான தொற்றுநோய் உள்ளவர்களையும் சேர்த்தே அடைப்பார்கள். என்னுடைய மொழியில் சொல்வேன்,

'நாய்க் கூண்டில் அடைப்பதற்கு முயற்சிக்கிறார்கள்.' இப்படி யெல்லாம்தான் மனிதன், மனிதனிடம் நடந்துகொள்கிறான். நம்முடைய எல்லாவிதமான மனவலிமையும் சோர்ந்துபோகின்ற ஓர் இடம் இது.

திலீப்: பங்களாதேஷ் காலனியின் தோற்றம் எப்படி என்று தெரியுமா?

அங்கே தொடக்கத்தில் உருவான முறை, வசிக்க இடமில்லாதவர்கள் குடிசை கட்டி வசித்தனர் என்பதுதான்; அவர்கள் வருமானம் இல்லாதவர்களாக இருந்தார்கள். பின்பு டவுனில் உள்ள பாலியல் தொழிலாளர்கள் சிலரை அழைத்துவந்து தங்கவைத்தனர். இரவில் சென்று பணம் சம்பாதித்து வரும்போது அவர்களுடைய குழந்தைகளைப் பார்த்துக்கொள்ளுதல், ஆடைகளைத் துவைத்துக் கொடுத்தல், படுப்பதற்கு இடம் கொடுத்தல் என்றெல்லாம் பாதுகாத்தனர். இப்படி இரண்டு பகுதியினர் அங்கே இருந்தனர். முதலில் குடியிருந்தவர்களும், அழைத்துக்கொண்டுவந்த ஆட்களும். பின்னர் பாலியல் தொழிலாளர்கள் வீடு கட்டினர். விலைக்கு வாங்கியவர்கள் அபூர்வமாகத்தான் உள்ளனர். அப்படித்தான் அது காலனியாக மாறியது. அங்கே மருந்து (பிரவுன் சுகர்) வந்தது அண்மைக் காலத்தில்தான். அதிக காலம் ஒன்றும் ஆகவில்லை. டவுனில் விற்கமுடியாமல் ஆனபோது இங்கே வீடுகளில் விற்கும் முறை வந்தது. அதன் வழியாக ஒரு ஐந்தோ, எட்டோ பேர் பணக்காரர்களாகவும் மீதியுள்ளவர்கள் பழைய நிலையில் தொடரவும் செய்தனர். ஒரு ஆண்டான் அடிமை வேறுபாடும் ஆதிக்கமும் எல்லாம் அங்கே நுழைந்தன. பங்களாதேஷ் காலனி இரண்டு பகுதியானது அப்படித்தான். மருந்தில் (பிரவுன் சுகர்) ஏதோ கலந்ததைத் தொடர்ந்து, ஒரு வருடத்திற்குள்ளே கிட்டத்தட்ட பதினேழு பேர் மரணமடைந்த சூழலில் இந்த முரண்பாடு கூர்மையடைந்தது. தெற்குப் பகுதியில் அவ்வளவு வெளிப்படையாக மருந்து விற்பனை செய்யப்படவில்லை. வடக்குப் பகுதியில், நான் செல்கிற நேரத்தில் ஆட்கள் வரிசையில் நின்று வாங்குகிற நிலை இருந்தது. இதில் பொறாமை வளர்ந்ததால்தான் பிற பகுதியில் உள்ளவர்களைச் சேர்த்துக்கொண்டு, அரசியல்வாதிகள் இவர்களை அடித்து உதைத்தனர். உண்மையில் எல்லா அரசியல்வாதிகளும் சேர்ந்து நடத்திய விளையாட்டு அது. அதற்குப் பின்னால் பெரிய போதை மருந்து லாபியும் இருந்தது. காரணம், இந்தச் சிறு வியாபாரிகள் முன்னேறியதோடு, அவர்கள் வெளியே சென்று மருந்து கொண்டுவரவும் தொடங்கியிருந்தனர். அந்த மூன்றோ நான்கோ குடும்பத்தை அடக்கி ஒடுக்குவதுதான் அவர்களுடைய தேவையாக இருந்தது.

திலீப்: அடக்கி ஒடுக்குவதற்கான ஆயுதம் அரசியல்வாதிகள் மட்டுமல்ல, காட்சி ஊடகமும்தான். அவர்கள் தலையீடு செய்த முறை, அதிர்ச்சியடையச் செய்யும் விதத்தில் வன்முறையைத் தூண்டுவதாக இருந்தது.

காட்சி ஊடகத்தை 'அழைத்துக்கொண்டு' வந்ததுதான். அப்படி உள்ளே வலுக்கட்டாயமாக நுழைந்து வீடுகளையெல்லாம் படம் பிடிப்பதற்கு, இந்த ஊடகக்காரர்களுக்கு யார் சுதந்திரம் கொடுத்தது? குறிப்பாக, பாலியல் தொழிலாளியான சரோஜினியின் வீட்டிற்குள்ளே, அவர்கள் வலுக்கட்டாயமாக நுழைந்த முறை காட்டுமிராண்டித்தனமானது. வயதுக்குவந்த நான்கு பெண் பிள்ளைகள் உள்ள வீடு அது. அந்த வீட்டிற்குள் சில ஆண்கள் கேமராவோடு வலுக்கட்டாயமாக நுழைந்தனர். குளியலறைக்கு உள்ளேயும் சென்றார்கள். ஒரு பெண்பிள்ளை அங்கே குளித்துக்கொண்டு இருந்திருந்தாலோ? அப்போது அவர்களைப் பிள்ளைகள் கல்லெடுத்து எறிந்தனர். தன்மானமுள்ள யார்தான் அப்படிச் செய்யமாட்டார்கள்? சொந்தச் சகோதரிகளிடம் உள்ள அன்பினால்தான் பிள்ளைகள் அதைச் செய்தனர். போலீஸ், காவல்நாய்கள்தான். அவர்கள்மீதும் கல்லெறிந்தனர். அந்தப் பிள்ளைகளைப் போலீசார் கடுமையாக அடித்து உதைத்தனர். பெருங்கொடுமையைத்தான் அங்கே செய்தார்கள்.

ரேஷ்மா: காதலும், பாலியல் தொழிலும் ஒருமித்துப் போக முடியாது என்பதாகத்தான் பொதுவாக வாதிடுகிறார்கள். பாலியல் தொழிலாளிகளால் யாரையும் காதலிக்க முடியாது என்றும் பாலியல் தொழிலாளிகளை யாரும் காதலிக்க மாட்டார்கள் என்றும் . . .

காதல் இல்லாமல் இருக்காது. பிசினஸூக்காக, சிலநேரங்களில் அதனை மறைத்துவைத்திருக்கலாம். பலரிடமும் காதல் வந்து, கைவிட முடியாமல் தலைமறைவாகி ஓடியதுமுண்டு. பிசினஸ் என்கிற அடிப்படையில் பார்த்தால் காதல் பிரச்சனை நிறைந்ததுதான். காசு குறைவாகத் தருவது, அதிகாரப் பிரயோகம் நடத்துவது முதலான தொல்லைகளை அது வரவழைக்கலாம். பாலியல் தொழிலாளிக்குக் காதல் இல்லை என்று ஒரு ஆளைக்கூடச் சுட்டிச் சொல்ல முடியாது. திரும்பத் திரும்ப, அப்படிச் சொல்லிக்கொண்டிருக்கின்ற தோழிகள் எனக்கு உண்டு. ஆனால், அவர்களுக்கு நல்ல துணை இருப்பது எனக்குத் தெரியும். நான் அப்படிச் சொல்லமாட்டேன். வயதைத் தாண்டிக் காதல் வரும்; அதைச் சொல்வதற்குச் கூச்சமாக இருக்கும். நாம் அப்படித்தானே வளர்ந்து வந்திருக்கிறோம்; வயதில் மூத்த ஆளைத்தான் திருமணம் செய்ய வேண்டும் என்றெல்லாம். . . ஒரு வாடிக்கையாளனைக்கூட, கணவனுடைய நிலையில்

வைத்துப் பார்க்கத்தான் பழக்கப்படுத்துகின்றனர். அப்படி உறவாக்க வேண்டிய அவசியம் இல்லை. அதில்லாமல், சுவாரஸ்யமான சில காதல்களும் உண்டு; அவை எப்போதும் நிலைத்திருக்கக் கூடியவை அல்ல.

ரேஷ்மா: காதலைப் பற்றிய நளினி அக்காவின் கற்பனை என்ன?

என்னுடைய கற்பனையில் இருப்பவன் கனிவான, திறமையான, எல்லாவற்றையும் கொஞ்சம் அங்கீகரிக்கக்கூடிய ஒருவன். உருவத்தில், பார்ப்பதற்கு நல்ல விருப்பம் தோன்றும் ஒரு ஆள். சொல்லவே முடியாத சிலர் உண்டு; அவன் என்னுடையவனாக இருந்திருந்தால் என்று தோன்றியவர்கள். ஆனால், சிலரிடம் தோன்றும் காதலுக்கு எந்தவித அழகு குறித்த கற்பனைகளும் பொருந்தாது. அதேபோலச் சிலர் எவ்வளவு அழகாக, நல்ல குணம் உடையவர்களாக இருந்தாலும் காதலிக்கத் தோன்றாது. மதிப்பு இருக்கும்; தூரத்தில் நின்று பார்த்துக்கொள்வதற்கு. இவருக்கு இவரோடுதான் என்று சொல்ல முடியாது. காதலுக்கு வேறுபட்ட முகங்கள் உள்ளன.

ரேஷ்மா: பெண்ணியவாதிகளுக்கு எதிரே, மிக பலவீனமான விமர்சனங்கள் அல்லவா புத்தகத்தில் இருக்கின்றன. பலவும் நளினி அக்காவே சொல்கின்ற அரசியலுக்கு எதிரான விஷயங்களை அடிப்படையாகக் கொண்டவைதான் என்று தோன்றுகிறது.

நான் ஆணையும் பெண்ணையும் ஒரேபோலவே பார்க்கின்ற ஆள். அதேசமயம், எல்லாவற்றையும் நகைச்சுவையாக எடுத்துக் கொள்கின்ற ஆளும்கூட. என்னுடைய பல விமர்சனங்களும் நகைச்சுவை கலந்தவைதான். அந்த நகைச்சுவையின் சக்தி சில நேரங்களில் குறைந்துபோயிருக்கலாம். எங்களுடைய அமைப்பிற்கு எதிராகக் கடுமையான தாக்குதல் நடத்தியிருக்கிறார்கள் என்றாலும் பெண்ணியவாதிகள் மெதுமெதுவாக எங்களுடன் வருவார்கள் என்றுதான் எதிர்பார்க்கிறேன். சாரா ஜோசப்பிற்கு உடல்நிலை சரியில்லாததனால்தான் என்னுடைய புத்தக வெளியீட்டிற்கு வராமல் இருந்தார். இனி, அதாவது யாரும் உடனிருக்கவில்லை என்றாலும் எனக்குப் பெரிய பிரச்சனை எதுவுமில்லை.

பெண்ணியவாதிகள் என்று குறிப்பிட்டுச் சொல்லப்படு பவர்கள் பெரும்பான்மையோரும், சொல்வது ஒன்று, செய்வது வேறொன்றாக இருப்பதனால்தான் 'பெண்ணியவாதிகளில் ஒரு ஆள்' என்றெல்லாம் சொல்ல வேண்டாம் என்று எனக்குத் தோன்றியது. 'பாலியல் வேண்டாம்' என்றெல்லாம் சொல்வதில், உண்மையில் ஒரு கள்ளத்தனம் இல்லையா? இரட்டை முகம்தான் பலருக்கும். என்னுடைய சிறிதளவு பழக்கத்தில் கேரளத்திற்கு

வெளியேயுள்ள பெண்ணியவாதிகளிடத்திலும் பெரிய வேறுபாடு ஒன்றுமில்லை; அபூர்வமாகச் சிலர் வேறுபட்டவர்களாக இருக்கின்றனர்.

திலீப்: காதலும் குடும்பமும் ஒருமித்துப் போகுமா?

கொஞ்சம் கடினம்தான். காதலிப்பவர்கள் கற்பனை உலகத்தில் இருப்பர். குடும்ப வாழ்க்கைக்குள் வரும்போது காதல் இல்லாமல் போகிறது. பணம் செலவு செய்வது யார், சேர்த்துவைப்பது யார் என்றெல்லாம் வரும்போது முடிந்துபோகும். காதலிக்கிறவன் குடும்பத்தலைவன் ஆகாமல் காதலனாக இருந்தால் மட்டுமே தப்ப முடியும்.

திலீப்: அரசியல் செயல்பாட்டின் எதிர்ப்பதமாக அல்லவா சுகத்தைப் பார்த்துவருகிறோம். இந்த இரண்டையும் எப்படி நளினி அக்கா ஒன்றுசேர்க்கிறீர்கள்?

சுகம் என்று எதை நினைக்கிறீர்கள்?

திலீப்: உல்லாசமாக வாழ்வது . . .

அரசியல் செயல்பாடுகளில் உள்ளவர்கள் சுகத்தைப் பற்றிச் சிந்திக்கவே கூடாது என்பது நம்முடைய முடிவு. முழுநேரமும் அரசியலில் இருப்பதுதான் சரி என்று நம்புகிறார்கள். நான் காசு சம்பாதிக்கிறேன். அதனால் எனக்கு எந்தவிதக் கடமைகளும் இல்லை என்று கருதுகிறார்கள். சோம்பேறித் தனத்தால்தான் இது. தியாகம் எதுவும் வேண்டாம்; எல்லா விஷயங்களும் செய்யலாம். நான் பாலியல் தொழிலாளிதான். அமைப்புச் செயற்பாட்டாளராகவும் இருக்கிறேன். சிறிய அளவிலாவது வீடியோ ஓர்க் செய்கிறேன். அதற்கிடையே மகளின் வீட்டிற்குச் செல்லும்போது, வித்தியாசமாக ஏதாவது சமையலும் செய்வேன். மகளுக்குத் தெரியாத சில சமையல் கலைகளை, நான் சில இடங்களுக்கெல்லாம் சென்றபோது படித்திருக்கிறேன். ஷாகுலிக்காவைக் கைவிட்ட பின்பு, பத்து வருடமாக இந்தவொரு சுகம் இருக்கவில்லை. ஆனால், ஷாகுலிக்காவுடன் இருந்த போது இந்த அரசியலும் இருக்கவில்லை. ‘இதெல்லாம் முடியாது; இவ்வளவுதான் முடியும்’ என்றெல்லாம் சொல்லி நாம் சோம்பேறிகளாகிறோம்.

திலீப்: நேரடியான விமர்சனங்கள் எந்த அளவிற்கு இருக்கின்றன?

அப்படி யாரும் சொல்வதில்லை என்பதல்லவா பிரச்சனை. ‘சூசன்னா’ என்ற சினிமாவைப் பற்றிய கலந்துரையாடல் நேரத்தில் சாரா ஜோசப் விமர்சித்திருந்தார். ‘நீங்கள் ஊக்கப் படுத்துகிறீர்கள்’ என்று சொன்னார். ‘நீங்கள் செய்கிறீர்கள்’

என்று சொன்னால் எனக்குக் கோபம் இல்லை. ஆனால் 'ஊக்கப் படுத்துவது' என்ற முறையில் நான் எப்போதும் எதுவும் செய்ததில்லை. அப்படியென்றால், நான் மிக அதிகமாக ஊக்கப்படுத்த வேண்டியது என்னுடைய பெண் பிள்ளைகளை அல்லவா? பின்பு அவர் சொன்னார், 'சொந்த உடல் உறுப்புகளின் பெயரைத் தன்னால் சொல்ல முடியாது, நளினிக்கு ஒருவேளை முடியும்' என்றார். அங்கும் என்னுடைய அறிவை அவர் அங்கீகரிக்கவில்லை. சொல்லகூடிய ஆள், சொல்லக்கூடாத ஆள் என்று சொல்லி, இரண்டு தட்டில் நிறுத்துவதைத்தான் செய்திருக்கிறார்.

உண்மையான காதலன்

நான் வேறு வழியில்லாமல் பாலியல் தொழிலாளி ஆனவள் அல்ல. ஆனால், பாலியல் தொழிலாளி என்று வெளியே தெரியவந்ததும் நான் தீர்மானித்தது அல்ல; துரோகத்தால்தான். ஆண் எந்த அளவிற்கு அழகும் இனிமையும் உடையவனாக இருக்க முடியும் என்றும் அதேநேரம் எந்த எல்லைவரை குரூரம் காட்ட முடியும் என்றும் முதல் வாடிக்கையாளனில் இருந்தே அனுபவித்து அறிந்தேன். இல்லையென்றால் கால்கேர்ள் என்ற பதவியில் வெளியே தெரியாமல், பிரச்சனைகள் இல்லாமல் தொடர்ந்து சென்றிருப்பேன். தெருவில் நிற்க வேண்டுமென்றால் நல்ல வலிமை வேண்டும். அது மோசமானது என்று நான் சொல்லவில்லை. நான் தெருவிலிருந்து எப்போதுமே ஓடிஒளிந்திருக்கிறேன். அன்றும் இன்றும் எனக்கு அது பயம்தான்.

முதன்முதலாக ஒரு போலீஸ்காரனுடன்தான் சென்றேன். ஒருத்தனுடன் சென்றால் ஐம்பது ரூபாய் கிடைக்கும். பத்து நாளைக்கு அதை வைத்து என்னுடைய குழந்தைகளைக் காப்பாற்றலாம். பத்து நாள் கழித்து இதைப்பற்றி யோசித்தால் போதும் என்பதே அன்று என்னுடைய கணக்கு.

அன்றைய இரவு ராம நிலையத்தில் (அன்று அது நாடகாலயம்) போனபோது எனக்கு எப்படிப்பட்ட ஆள் வருவான் என்ற எதிர்பார்ப்பு இருந்தது. கசவு

முண்டும்[1] துண்டும் எல்லாமுமாக வருகின்ற நாயர்களையும் நம்பூதிரிகளையும் நாங்கள் மரியாதையோடுதான் பார்த்திருந்தோம். ஈழவ சமூகத்தில்தான் என்னுடைய பிறப்பு. இங்கே, அந்நிலையில் உள்ள ஒரு ஆள் உண்டு என்னுடைய படுக்கை அறையில். என்னோடு சேர்ந்து, என்னுடைய விருப்பத்திற்கு, என் உடலை விரும்பி, சேர்ந்து உண்பதும் குடிப்பதுமெல்லாம் செய்கின்ற ஒரு ஆள். அதனுடைய த்ரில் இப்போதும் மனதிலிருந்து மறையவில்லை. உண்மையைச் சொன்னால் முதல் கணவனை நினைப்பதைக்காட்டிலும் கதகதப்பானது அவரைப்பற்றிய நினைவு. என்னுடைய கற்பனையிலுள்ள கணவனாகவோ காதலனாகவோ இருந்தார் அவர். கனவில் யாரும் பாயில் படுக்க வேண்டும் என்று விரும்பமாட்டார்கள் அல்லவா? மெத்தையில் படுத்துக்கொண்டு, விருப்பம்போல மது அருந்தும், கனவு போன்ற ஒரு நிலையில் என்னுடைய கணவனோடு சேர்ந்து மது குடித்திருக்கிறேன். ஆனால் அது கள்ளச்சாராயம்தான். ஆனால், வந்தவனோ, சினிமாவில் கனவு சீனில் வரும் காதலனைப் போன்ற ஒருவன். நல்ல கரை உள்ள கசவு முண்டை மார்பில் போர்த்திக்கொண்டு வந்தான்.

விலையுயர்ந்த ஒரு புடவையை நான் முதன்முதலாகக் கட்டுவது அன்றுதான். சிவப்பில் கருப்பும் வெள்ளையும் பூக்களுள்ள நல்ல அழகான புடவையை ரோஸி அக்கா எனக்காக வாங்கித் தந்திருந்தார். ராம நிலையத்தில் ஆளுயரக் கண்ணாடி இருந்தது. நான் அதில், என்னுடைய அழகைப் பார்த்துக்கொண்டேன். இப்போதுபோலப் புடவையைச் சுருட்டிச் செருகிக்கொள்வதெல்லாம் இல்லை. நீண்ட கூந்தல் எனக்குண்டு. முடியையெல்லாம் விரித்துபோட்டு, அப்படி நிற்கும்போதுதான் அவன் இரண்டு அறைகளுக்கு இடையிலுள்ள நடைக்கூடம் வழியாக வந்தான். ஒரேநாள் என்றால்கூட அது என் மனதில் இருந்து மறையவில்லை.

உண்மையைச் சொன்னால், என்னுடைய சிந்தனையில் ஒரு வாடிக்கையாளன் என்று சொன்னால், பழைய வேட்டி கட்டி, சாதாரணச் சட்டை அணிந்த ஒரு உருவம்தான் இருந்தது. பின்னர் செக்ஸுக்காக என்னிடம் வருகிறார்கள் என்றால், அவர்களுக்கு அழகு குறைவாகவும் எனக்கு அதிகமாகவும் இருக்கும் என்றொரு எதிர்பார்ப்பும் உண்டு. இதற்கு நேர்மாறாக, சந்தன பொட்டும் வைத்து முற்றிலும் வேறுபட்டு, இப்போதைய சினிமாவில் மம்மூட்டி வருவதைப்போல ஒரு ஆள். நான் திகைப்புடன் கேட்டேன், 'ரோஸி அக்கா. . . இது.'

1. கேரள ஆண்கள் பாரம்பரியமாகக் கட்டும் சரிகைக் கரை வேட்டி.

“ஆங், இதுதான் நான் சொன்ன போலீஸ் ஆபீஸர்.” போலீஸ் என்று சொல்லும்போது நமக்குப் பெரிய மீசையெல்லாம் வைத்த ஒரு ஆள் அல்லவா மனதில் வருவார்? இவன் போலீஸ் தோரணையில் இல்லை. அன்றைய வழக்கப்படி சொன்னால், ஒரு எஜமானன் தோரணையில்தான்.

ஊர் எது, வீடு எது என்று இருக்கும் முதல் கேள்வி என்று நினைத்திருந்தேன். இங்கே அப்படிப்பட்ட கேள்விகளெல்லாம் எதுவுமில்லை. என்னை அழைத்தான். நான் பின்னால் சென்றேன். இலக்கிய மொழியில் சொன்னால் நாணம் கொண்டவளாக. காரணம், திருமணம் முடித்து இரண்டு குழந்தைகளின் அம்மாவாக இருக்கிறேன் என்றாலும் இந்தச் சூழலில், மொத்தத்தில் மாறுபட்ட மனநிலையில்தான் இருந்தேன். அங்கே சென்றபோது ஒரு முழுபாட்டில் மது இருந்தது. என்னிடம் “குடிப்பியா” என்று கேட்டான். ரோஸி அக்காதான் பதில் சொன்னார் “குடிப்பா.” அப்படியென்றால் தேவையானதை எடுத்துக் குடிக்கச் சொன்னான். எனக்கு ஒரு துளி போதுமானதாக இருக்கும் என்றுதான் அவன் நினைத்தான். நானோ, உடனே பெரிய டம்ளரில் முக்கால் பகுதி மது ஊற்றினேன். “தண்ணி ஊத்து, தண்ணி ஊத்து” என்றான் அவன். கொஞ்சம் தண்ணீர் ஊற்றினேன். அவன் பிரமித்து, “நல்ல போதையுள்ள சரக்கு” என்று சொன்னான். ரோஸி அக்கா, “அவளுக்குச் சாராயம் காய்ச்சுறதுதான் வேல, பிரச்சனயில்ல, குடிச்சிருவா” என்று சொன்னார். நான் பயந்து, மிடறுமிடறாகக் குடிப்பேன் என்றெல்லாம் அவன் நினைத்தான். எனக்கோ அப்போது சபைக் கூச்சம் இருந்தது. நான் ஒரே மூச்சில் குடித்து முடித்தேன். மொத்தத்தில் அவன் திகைத்துப் போயிருப்பான். இதற்கு நேர்மாறாக, கொஞ்சம் மதுவில் கொஞ்சம் தண்ணீரும் சேர்த்துக் கையில் பிடித்துக்கொண்டு அவன் உட்கார்ந்திருந்தான். எனக்கோ, இரண்டாவது முறை குடிப்பதைப் பற்றித்தான் சிந்தனை. இரண்டாவது முறை டம்ளரில் ஊற்றும்போது பாதியானதும் “போதும்” என்று சொன்னான். ஒரு பொதுமரியாதைக் காக நானும் நிறுத்தினேன்.

பிற்காலத்தில் அதைப்பற்றி நினைக்கும்போதெல்லாம், குழந்தைப்பருவத்தின் ஒரு த்ரில் உண்டு. ஒரு ஆள் என் முன்னால் உட்கார்ந்துகொண்டு இப்படித் திகைக்கிறான், அதற்கிடையே வேறொரு ஆளும் உண்டு. பெரிய மீசைக்காரனான அரசியல்வாதி. அவனைப் பார்த்தால்தான் உண்மையில் போலீஸ். அவன் வேறொரு ரீதியில் ஒரு கமெண்ட் சொல்கிறான், “ஆங், சுப்பிரமணியனோட பொண்டாட்டி ஆனதற்கான குணமெல்லாம் இருக்குது.” என்னுடைய கணவன் ரவுடிதான், சாராயம் காய்ச்சுபவன்தான், பொண்ணுங்ககூட போகிறவன்,

சீட்டாடுபவன்; சுருக்கமாகச் சொன்னால் 'புருஷ லட்சணங்கள்' எல்லாம் சேர்ந்த ஒருவன். நல்ல ஆரோக்கியம் உள்ளவன், உடல் உறுதியானவன். எந்த விஷயத்தையும் விட்டதில்லை. அப்போதே அவனுக்கு ஐம்பத்தைந்து வயதுள்ள காதலி இருந்தாள். என்மீதான இரண்டு பேருடைய பார்வையில் இருக்கும் வித்தியாசம்தான் அவனுடைய கமெண்டில் தெரிகிறது.

இவ்வளவு மென்மையாகப் பழகி, ஒரு இரவு முழுவதும் என்னோடு இருந்த இந்த 'அழகான ஆண்' மறுநாள் என்னைக் காட்டிக்கொடுத்தான். அவன் கிடைத்தால், 'எதுக்காக நீங்க இத என்கிட்ட செஞ்சீங்க' என்று எனக்குக் கேட்க வேண்டு மென்று இருந்தது. அதைப்பற்றி இப்போது நினைக்கும்போதும், உண்மையைச் சொன்னால் எனக்கு வருத்தம்தான் வருகிறது. எனக்கு அந்த நேரத்தில் அழ வேண்டும் என்றுதான் தோன்றியது. 'எப்படி ஒரு மனிதனால் இவ்வளவு குரூரமாக முடியும்?' நான் பின்பு ஒருத்தனிடமும் இவ்வளவு குரூரத்தையும் பார்க்க வில்லை; அவ்வளவு மென்மையையும்.

அவனால் என்னுடைய கனவு ஆணாக இருந்து, இப்படி நிறம் மாற முடிந்தது ஆண்மைத்துவத்தில் இருக்கும் கபடத்தின் இறுதி எல்லைதான். "ஏன்டீ, ராத்திரி சார் கூட படுத்தா, சார் எங்ககிட்டே எதுவும் சொல்லமாட்டாருன்னு நினச்சியா" என்றுதான் ஏ.எஸ்.ஐ. என்னை அடிக்கும்போது மறுநாள் கேட்டான். அவன் என்னை ஒன்பது அடி அடித்தான். அவன் உட்பட, சர்க்கிள் இன்ஸ்பெக்டர் வரை உள்ளவர்கள், "சார் கூடப் படுத்த பொண்ணு" என்றுதான் சொன்னார்கள். அதிலிருந்து, அவர்களைவிட உயர்ந்த பதவியில் உள்ளவன்தான் என்னுடைய கனவு ஆண் என்பது புரிந்தது.

பின்னர் நான் அவனைப் பார்த்ததே இல்லை. பார்த்திருந்தால், 'என்கிட்ட எதுக்காக இதச் செஞ்சீங்க' என்று எனக்குக் கேட்க வேண்டும். ஒருவேளை, ஒரு திரைப்படம் எடுப்பேன் என்றால், இதைத்தான் கதையாகத் தேர்ந்தெடுப்பேன்.